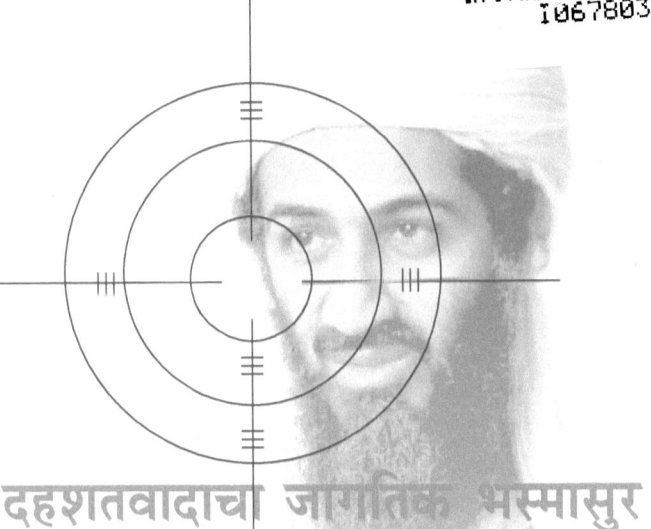

दहशतवादाचा जागतिक भस्मासुर

अल् - कायदा

सुधाकर राजे

'दिलीपराज प्रकाशन प्रा. लि.'च्या नवीन पुस्तकांची यादी व माहिती हवी असल्यास आपला पत्ता, दूरध्वनी क्रमांक किंवा Email आमच्या diliprajprakashan@yahoo.in या Email address वर पाठवावा किंवा आमच्याशी दूरध्वनी क्रमांक फॅक्ससहित : ०२०-२४४८३९९५/२४४९५३१४ / २४४७१७२३ यावर संपर्क साधावा. आमच्या वेबसाईटला एकदा अवश्य भेट द्या. **Website:** www.diliprajprakashan.com

दहशतवादाचा जागतिक भस्मासुर

अल्-कायदा

सुधाकर राजे

दिलीपराज प्रकाशन प्रा. लि.
२५१ क, शनिवार पेठ, पुणे - ४११०३०

प्रकाशक
राजीव दत्तात्रय बर्वे,
मॅनेजिंग डायरेक्टर,
दिलीपराज प्रकाशन प्रा. लि.,
२५१ क, शनिवार पेठ, पुणे - ४११ ०३०

© सुधाकर राजे
डी/४०२, वेण्णा सरगम,
ॲक्सिस बँकेजवळ, महावीर नगर,
कांदिवली (प.), मुंबई - ४०० ०६७

प्रकाशन दिनांक : १५ जुलै २०११

प्रकाशन क्रमांक : १८९५

ISBN : 978-81-7294-888-7

टाईपसेटिंग
आनंद सिधये
सी/३, मोहन प्रासाद, मास्टर दत्ताराम चौक,
वसई (प.) ४०१ २०१

मुद्रितशोधन -
प्रा. सौ. सारिका तापकीर, पुणे

मुखपृष्ठ -
कैवल्य राम मशीदकर

तस्मात् उत्तिष्ठ कौन्तेय !

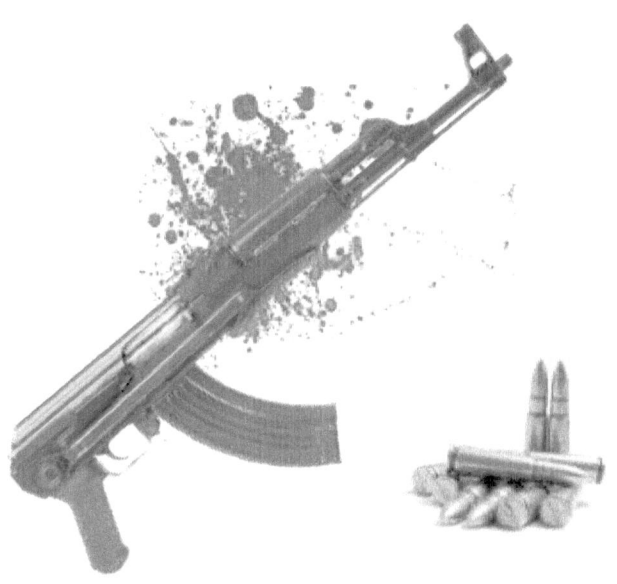

प्रस्तावना

दहशतवादाचा भस्मासुर आज अल्-कायदा संघटनेच्या रूपाने जगभर थैमान घालीत आहे. अतिपूर्वेला ऑस्ट्रेलियापासून अतिपश्चिमेला अमेरिकेपर्यंत त्याने जगाला विळखा घातला आहे. शंभर देशांत अल्-कायदाचे जाळे पसरले आहे. तेव्हा ह्या असुराची अमंगळ दृष्टी भारतावरही पडली नसती तरच नवल. भारताच्या अंगातून पाकिस्तान नावाचा लचका तोडल्यानंतर खंडित भारताला राजकीय स्वातंत्र्य मिळाले, तेव्हापासूनच्या ६० वर्षांच्या दीर्घ कालावधीत ह्या देशावर 'हजार प्रहार' करून त्याचे खच्चीकरण करण्यासाठी अनेक दहशतवादी संघटनांनी संगनमत करून जिहाद चालविले आहे. ह्या जिहादी युतीच्या अग्रस्थानी अल्-कायदा संघटना आहे.

ह्या आसुरी शक्तीशी समर्थपणे संघर्ष करून तिचा नायनाट करण्यात भारताला दयनीय अपयश आले आहे. ह्याचे एकमेव मूलभूत कारण म्हणजे बेगडी सेक्युलरवादाच्या आहारी गेलेल्या प्रशासनाने ह्या दहशतवादाच्या इस्लामी गाभ्याकडे जाणूनबुजून दुर्लक्ष केले आहे. इतकेच नव्हे, तर त्याला स्वतःच्या हाताने खतपाणी घालून जोपासले आहे.

आर्य चाणक्याने 'अर्थशास्त्रा'त म्हटले आहे की समाजाच्या सुरक्षिततेचा पहिला उपाय म्हणजे राज्यकर्त्याने शत्रूला ओळखणे. हे ज्ञान सुरक्षेची पहिली पायरी आहे. तेव्हा भविष्यात हिंदूला हिंदू म्हणून जगायचे असेलतर त्याने स्वतःच हे ज्ञान संपादन केले पाहिजे. निदान स्वत्वाचे रक्षण करण्यास आवश्यक तेवढी माहिती तरी करून घेतली पाहिजे. शत्रूची ओळख हे शत्रूवर विजय मिळविण्याचे पहिले साधन आहे. ती ओळख करून देण्याचा हा प्रयत्न.

सुधाकर राजे, मुंबई
एप्रिल २०११

पाकिस्तानातील एटलाबादमधील हा त्याचा सुरक्षित बंगला. लादेन याच ठिकाणी आपल्या कुटुंबासमवेत रहात होता. सध्या हा बंगला लष्कराच्या ताब्यात आहे.

लादेन मारल्यागेल्यानंतर पाकिस्तानात त्याच्या चाहत्यांनी
जागोजागी अमेरिकेच्या कारवाई विरूद्ध निर्देशने केलीत.

२२ मे २०११

अल्-कायदाचा सूडास प्रारंभ : २२ मे २०११ रोजी पाकिस्तानातील कराची येथील पीएनएस मेहरान या मुख्य एअरबेसवर अल्-कायदाच्या बारा आतंकवाद्यांनी हल्ला करून विमानांसहित नष्ट केला.

अलकायदाचा मुखिया कोण होणार?

भारताला हवे असलेले मोस्ट वाँडेड अतिरेकी

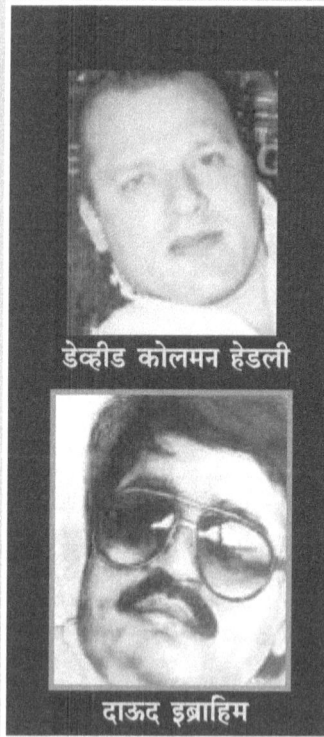

डेव्हीड कोलमन हेडली

दाऊद इब्राहिम

वरील सर्व विविध जहालवादी संघटनांचे लिडर आहेत.

अल् -कायदा, हरकत अल्-अन्सार ,लष्कर-ई-तोयबा , जमियत-
अल्-उलेमा-ई-पाकिस्तान, जैश-ई-महंमद ,लष्कर-ई-तोयबा अशा
अनेक कट्टर जहालवादी वहाबी अतिरेकी संघटना पाकिस्तानात कार्यरत
असून त्यांचा विस्तार संबंध जगात आहे. पाकिस्तानात त्यांच्या
कार्यशाळांची शिबिरे चालतात

अनुक्रम

१. अशुभारंभ

आज सबंध जगाला इस्लामी दहशतवादाच्या विळख्यात जखडू पाहणाऱ्या 'अल्-कायदा' संघटनेचे स्तिमित करणारे वैशिष्ट्य म्हणजे ती गुप्तही आहे, तशीच जगजाहीरही आहे. शंभर देशांत पसरलेल्या या संघटनेचे नाव सर्वतोमुखी आहे; पण ती केव्हा निर्माण झाली, तिच्या निर्मात्याची कूळकथा काय, इतकेच नव्हे, तर तिच्या नावाचा नेमका अर्थ काय, ह्या प्रत्येक बाबतीत संदिग्धता आहे. तरी देखील निरनिराळ्या सूत्रांनी दिलेल्या वेगवेगळ्या माहितींचे संकलन केले तर त्यातून ह्या इस्लामी दहशतवादाच्या जागतिक भस्मासुराचे चित्र उभे राहते.

नामाचा महिमा

'अल्-कायदा' हा अरबी भाषेतला शब्द असून त्याचा अर्थ - निदान एक अर्थ- 'लष्करी छावणी' किंवा 'शिबिर' असा होतो. 'अल्-कायदा'चा सर्वोच्च नेता ओसामा बिन लादेन याने स्वत:च एकदा तिचा प्रारंभ कसा झाला व तिचे हे नाव कसे पडले याचे स्पष्टीकरण केले होते. सन २००१ च्या ऑक्टोबर महिन्यात 'अल्-जझीरा' ह्या प्रसिद्ध अरबी टेलिव्हिजन वृत्तसंस्थेचा वार्ताहर तयसीर अलौनी याला दिलेल्या चित्रफीत (व्हिडिओ टेप) मुलाखतीत तो म्हणाला, 'अल्-कायदा' हे नाव खूप पूर्वी पडले व तेही अगदी योगायोगाने. रशियन दहशतवादाला लढा देण्यासाठी आम्ही मुजाहिदीन योद्ध्यांची फौज उभारली, तेव्हा त्यांना प्रशिक्षण देण्यासाठी मरहूम अबू

इबीदा अल्-बनाशिरी यांनी शिबिरे चालू केली. त्यांना आम्ही 'अल्-कायदा' म्हणजे 'छावण्या' म्हणू लागलो. तेच नाव पुढे कायमचे पडले.' याचा सूचक अर्थ असा की संघटनेचे नाव व सशस्त्र हिंसाचार यांच्यात जन्मजात नाते होते.

ह्याच नात्याने 'अल्-कायदा' चे नाव सर्वप्रथम जगासमोर आले. बीबीसीने दहशतवादावर 'द पॉवर ऑफ नाइटमेअर' नावाचा एक माहितीपट काढला होता. त्याचा लेखक जेसन बर्क ह्या पत्रकाराने म्हटले आहे की, १९९८ साली पूर्व आफ्रिकेत केनया व टांझानियामधील अमेरिकन वकिलातींवर दहशतवाद्यांनी बाँबहल्ले केले. त्यानिमित्त अमेरिकन सरकारने २००१ साली ओसामा बिन लादेन व त्याचे चार साथीदार यांच्यावर अमेरिकेत खटला भरला होता. (ओसामाच्या गैरहजेरीत) त्या वेळी 'अल्-कायदा' हे नाव जगाला प्रथम माहीत झाले. वास्तविक 'अल्-कायदा'च्या नावाचा पहिला सार्वजनिक उल्लेख ह्या घातपाताच्या संदर्भातच, पण खटल्याच्या आधीच झाला होता. कारण १९९८ मध्ये हल्ले झाल्यानंतर लगेचच प्रेसिडेंट क्लिंटन ह्यांनी एक अध्यादेश काढला होता, त्यात तो आढळतो. त्या अध्यादेशात ओसामा बिन लादेनचा ज्या ज्या संघटनांशी संबंध असल्याचा संशय होता अशा पाच-सहा संघटनांचीही नावे होती. त्यात एका संघटनेचे नाव होते 'इस्लामी सेना'.

या खटल्यात सापडलेल्या दुसऱ्या एका दहशतवाद्याने 'अल्-कायदा' नावाचा स्वत:चाच खुलासा दिला. स्वत:ला या संघटनेच्या निर्मात्यांपैकी एक निर्माता म्हणविणाऱ्या जमाल अल्-फदल नावाच्या आरोपीने आपल्या जबानीत म्हटले की प्रारंभीच्या काळात 'अल्-कायदा' आणि 'इस्लामी सेना' ही दोन्ही एकाच संघटनेची नावे होती. त्याने असा दावा केला की सोव्हिएट रशियाबरोबर युद्ध चालू असताना ओसामा 'मक्तब अल् खिदमत' नावाच्या एका पाकिस्तानी टोळीला पैशांची मदत करीत होता, त्याचप्रमाणे जे पाकिस्तानी अफगाणिस्तानात जाऊन लढायला तयार होते त्यांनाही पैसे, प्रशिक्षण व इतर मदत पुरवायला तयार होता. अशी माणसे पाठविण्याचे सत्र पाकिस्तानी गुप्तहेर खाते आयएसआयने आरंभले होते व त्यात अमेरिकन गुप्तहेर खाते सीआयएचा सढळ हातभार होता. इतकेच नव्हे, तर अफगाण मुजाहिदीनांना आयएसआयच्या मार्फत शस्त्रे पुरविण्यासाठी सीआयएने एक पद्धतशीर कार्यक्रमच आखला होता व त्याचे नाव होते 'ऑपरेशन सायक्लोन'. सीआयएच्या ह्या योजनेत ओसामा बिन लादेनची 'खिदमत संस्था' सामील होती. तिचा जो पैसा ओसामा मुजाहिदीनांना पुरवीत होता, तो त्याला श्रीमंत अरबांकडून देणग्यांच्या रुपाने मिळालेला होता. अखेर सोव्हिएट सैन्याने माघार घेतली व युद्ध संपले; पण ओसामा बिन लादेनला आपले जिहाद चालू ठेवायचे होते. म्हणून त्याने

'अल्-कायदा' व 'इस्लामी सेना' अशा दोन निरनिराळ्या नावांची नवी टोळी जमवली. त्या नावांपैकी 'अल्-कायदा' हे नाव कालांतराने रूढ झाले.

'अल्-कायदा'च्या शब्दार्थाचे एक अन्य विश्लेषण अधिक गुंतागुंतीचे, पण अधिक रोचक आहे. तो अर्थ सांगताना ब्रिटनचे माजी परराष्ट्रमंत्री रॉबिन कुक यांनी 'हाऊस ऑफ कॉमन्स'मध्ये केलेल्या एका भाषणात म्हटले की, 'खरे पाहता 'अल्-कायदा' एखाद्या दहशतवादी टोळीचे नाव नसून तो एक 'डेटाबेस' (संगणकीय सूची) आहे. सोव्हिएटव्याप्त अफगाणिस्तानात छुपे फौजी व शस्त्रास्त्रे पाठविण्याची सोय म्हणून अमेरिकन गुप्तहेर खाते सीआयए आणि सौदी अरब सरकारने मिळून निरनिराळ्या देशांतून गोळा होणारे 'मुजाहिदीन' (लढवय्ये) व त्यांना द्यायची शस्त्रास्त्रे ह्यांची चोरटी वाहतूक करणाऱ्या मंडळींची एक यादी तयार केली, तिचे हे नाव आहे.'

ह्या अर्थाची सविस्तर चर्चा करणारा लेख फ्रेंच लष्कराचा एक माजी गुप्तहेर पिएर-हेन्री बुनेल याने सन २००४ मध्ये लिहिला होता व त्याचा महत्त्वाचा भाग दिल्लीच्या 'वर्ल्ड अफेअर्स' मासिकात पुनर्मुद्रित झाला होता. त्यात त्याने पुढील सुरस माहिती दिली : मी 'अल्-कायदा' हा शब्द प्रथम ऐकला, तेव्हा फ्रेंच लष्करात अधिकारी होतो व प्रशिक्षणासाठी जॉर्डनला गेलो होतो. त्या काळात फ्रेंच व जॉर्डनी लष्करात मैत्रीचे संबंध होते. त्या वेळचे माझे दोन जॉर्डनी सहाध्यायी संगणकतज्ज्ञ होते. त्यांनी गमतीने विद्यार्थी-अधिकाऱ्यांना होणाऱ्या निरनिराळ्या शिक्षांचे संगणक-भाषेत चुटके तयार केले होते. उदाहरणार्थ आमच्यापैकी एखाद्याला बसस्टॉपवर यायला उशीर झाला, तर ते संगणकावर सूचना देत : तुझी 'अल्-कायदा'त 'इल् मालूमात' मध्ये नोंद होईल, म्हणजे माहिती-डेटाबेसमध्ये तुझे नाव येईल, म्हणजे तुला इशारा मिळेल. एखादी अधिक गंभीर आगळीक झाली, तर ते लिहीत : 'कायदात ई-तालीमात', म्हणजे माहितीचा नव्हे, तर निर्णयाचा डेटाबेस, म्हणजे तुला शिक्षा होईल. फारच गंभीर प्रमाद असेल, तर ते संगणकावर लिहीत– 'अल्-कायदा.'

अशाच प्रकारचे स्पष्टीकरण एका पाकिस्तानी मेजरनेही केले होते. त्याच्या मते, ह्या डेटाबेसचे दोन भाग असतात. एका (संगणकीय) 'फाईल' मध्ये माहिती संकलित केलेली असते. ती प्रशिक्षणात भाग घेणाऱ्याला हवी असेल, तशी काढता येते. दुसऱ्या फाईलमध्ये प्रशिक्षणाच्या आधीच्या चर्चासत्रात घेतलेले निर्णय नमूद करुन ठेवलेले असतात. ह्या दोन फायलींना अरबी भाषेत 'कायदात इल्-मालूमात आणि 'कायदात ई-तालीमात' म्हणत. ह्या दोन फायली वेगवेगळ्या असल्या, तरी एकत्र ठेवलेल्या असतात व त्या संयुक्त फायलीला 'कायदात इल्-युनियात'

म्हणतात. हा शब्द 'डेटाबेस' ह्या इंग्रजी शब्दाचे तंतोतंत भाषांतर आहे. ह्या अरबी शब्दाचा अर्थ 'छावणी' असा होतो.

१९८० च्या दशकात 'इस्लामिक कॉन्फरन्स' ह्या आंतरराष्ट्रीय मुस्लिम संस्थेच्या कार्यालयात माहितीचे आदान-प्रदान करण्यासाठी जो डेटाबेस होता, त्यालाही सर्वसाधारणपणे 'अल्-कायदा' म्हणत. हा डेटाबेस सर्वांना खुला होता. साहजिकच तो ओसामालाही उपलब्ध होता, कारण तो एका प्रतिष्ठित उद्योजक कुटुंबाचा घटक आहे. ह्याच सवलतीचा फायदा घेऊन त्याने ह्या डेटाबेसमधून आपल्या दहशती कार्यक्रमासाठी उपयुक्त माहिती मिळवली होती.

ओसामाची कूळकथा

ही झाली अल्-कायदाची (संभाव्य) जन्मकथा. तिच्या जन्मदात्या ओसामा बिन लादेनची कूळकथा काय होती? तो सौदी अरब समजला जातो; पण त्याचा पिता येमेनी होता व आई सौदी होती. इस्लाममध्ये चार बायका करायची परवानगी आहे; पण त्या बाबतीत ओसामाचे तीर्थरुप सुपर-इस्लामी असावेत. कारण त्यांचा जनानखाना २० बायकांनी गजबजलेला होता व त्यांच्या ५१ उत्पादनांपैकी ओसामा १७ वे पुत्ररत्न होते! १९३० साली ते सौदी अरबस्तानात स्थायिक झाले व १९५७ साली ओसामाचा जन्म झाला. ओसामाच्या पित्याने आपल्या भावांच्या बरोबर 'लादेन ग्रुप' नावाची बांधकाम कंपनी काढली. तिला बरीच सरकारी कंत्राटे मिळाली व तिने नाना प्रकारचे बांधकाम केले– मक्का-मदीना येथे मशिदी बांधण्यापासून राजवाडे व रस्ते बांधण्यापर्यंत. कालांतराने बिन लादेन कुटुंब धनाढ्य झाले व त्यांची दौलत कित्येक बिलियन (शतकोटी) डॉलर एवढी झाली, असा अंदाज आहे. ओसामाची स्वत:ची संपत्ती ३०० ते ५०० मिलियन (३० ते ५० कोटी) डॉलर असल्याचे सांगितले जाते. त्याचे घराणे आता सौदी अरेबियाच्या पहिल्या पाच-दहा प्रमुख घराण्यांपैकी एक मानले जाते.

ओसामा जेद्दा येथे राजा अब्दुल-अझीझ विश्वविद्यालयात शिकत असताना सोव्हिएट रशियाने अफगाणिस्तानावर आक्रमण केले, तेव्हा तो शिक्षण सोडून 'मुजाहिदीन' म्हणून अफगाणिस्तान-पाकिस्तानला गेला. त्याने पाकिस्तानातून जाणाऱ्या नवीन फौजींसाठी पेशावरला रस्त्याच्या कडेला विश्रांतिस्थान तयार केले. त्याने त्यांच्या प्रशिक्षणासाठी शिबिरेही चालवली. तो स्वत: मुजाहिदीन म्हणून अनेक लढायांत लढला. या मुजाहिदीनांना सीआयएचा पाठिंबा होता. म्हणजे त्या वेळी ओसामा बिन लादेन अमेरिकनांच्या बाजूचा होता.

पुढे १९८८ साली ओसामाने आपला गट इतर मुजाहिदीनांपासून वेगळा

करायचे ठरवले व त्याला 'अल्-कायदा' नाव ठेवले. अशा रीतीने एक प्रकारे अल्-कायदाचा उगम तालिबानप्रमाणेच रशिया व अमेरिका यांच्यामध्ये अफगाणिस्तानात झालेल्या युद्धात झाला असे ढोबळ मानाने म्हणायला हरकत नाही. अमेरिकेच्या वतीने हे युद्ध पाकिस्तानच्या आयएसआयने जवळ जवळ एकट्याने चालविले होते. त्यासाठी हजारो 'इस्लामवीरां' ची फौज उभारणे, तिला शस्त्रास्त्रांचा पुरवठा करणे आणि प्रशिक्षण देणे हे सर्व आयएसआयने केले. युद्ध संपले तेव्हा ह्या हजारो मुजाहिदीनांच्या हाती शस्त्रे होती, पण ती चालविण्यासाठी समोर शत्रू नव्हता. परिणाम– तालिबानचा जन्म.

याच सुमारास ओसामा बिन लादेनच्या अमेरिकेशी असलेल्या साथीदारीचे रुपांतर दुष्मनीत झाले; पण यापुढे 'अल्-कायदा'चे जन्मस्थान व जन्मकाळ या दोन्ही बाबतीत संदिग्धता आहे. सन १९८९ साली सोव्हिएटांनी अफगाणिस्तानातून माघार घेतल्यावर ओसामा काहींच्या मते सौदी अरेबियाला परतला, तर काहींच्या मते सुदानला गेला; पण त्याच्या नवनिर्मित संघटनेचे केंद्रस्थान त्याने १९८९ ते १९९१ या काळात पाकिस्तानात पेशावरला ठेवले.

सौदी अरेबियात विद्यार्थीदशेत त्याचे शिक्षण जालिम वहाबी तत्त्वानुसार झालेच होते, तेव्हा मुजाहिदीन असताना तो कट्टर वहाबी झाला होता. तो अरबस्तानास परतला त्या काळात सौदी सरकारने अमेरिकन सरकारशी हातमिळवणी केली होती, म्हणून त्याने अरबी सरकारविरुद्ध प्रचार केला. परिणामत: त्याला देश सोडावा लागला. अरबस्तान सोडून तो पाकिस्तानला व तेथून अफगाणिस्तानला गेला व तेथून १९९१ मध्ये सुदानला पोचला. तेथे त्याने राजधानी खार्टूमला आपले केंद्रस्थान केले. पुढे आंतरराष्ट्रीय दबावामुळे सुदान सरकारने त्याला १९९६ मध्ये हद्दपार केले व तो पुन्हा अफगाणिस्तानला गेला. येथे त्याचे बस्तान बसले व त्याने अमेरिकेच्या विरुद्ध जिहाद पुकारुन अमेरिकनांना ठार मारण्याचे मुस्लिमांना आवाहन केले.

ओसामा बिन लादेनच्या कूळकथेची आणखीही एक सुरस आणि चमत्कारिक आवृत्ती मलय कृष्ण धर यांच्या पुस्तकात वाचायला मिळते. धर म्हणतात की प्रारंभी तो अफगाणिस्तानात चाललेल्या अमेरिका विरुद्ध रशिया यांच्या मधल्या युद्धात अमेरिकेच्या बाजूने लढणारा सामान्य फौजी होता; पण पुढे त्याने 'अल्-कायदा' स्थापन केली, असा सर्वसाधारण समज असला तरी प्रत्यक्षात तसे नाही. ह्या जिहादात भाग घेणाऱ्या देशोदेशींच्या इस्लामवीरांच्या बरोबर अरब देखील आहेत हे वरकरणी दर्शविण्यासाठी अमेरिकेची सीआयए व सौदी अरब सरकारचे गुप्तहेर खाते या दोघांनी मिळून त्याची निवड केली होती. सौदी राजघराण्याशी त्याच्या

कुटुंबाचे नाते, त्याची वहाबी व सलाफी पार्श्वभूमी आणि कडव्या धर्मवादाकडे त्याचा कल या गोष्टींमुळे तो ह्या 'निवडणुकी'ला अगदी योग्य होता. शिवाय ओसामाच्या कुटुंबाचे अमेरिकेशी– विशेषत: बुश कुटुंबाशी– व्यावसायिक संबंध होते, याचेही त्याची निवड करण्यामागचे सीआयएला वाटलेले प्रलोभन होते.

विश्वविद्यालयात शिकत असताना ओसामा बिन लादेनला 'मुस्लिम ब्रदरहुड' संस्थेचा प्रणेता सय्यद कुतुब याचा भाऊ महंमद कुतुब आणि अब्दुल्ला आझम हा इजिप्शियन इस्लामवादी या दोघांनी कट्टर इस्लामवादाची दीक्षा दिली.

ओसामाची आई सौदी अरब होती, पण पिता येमेनी होता. त्यामुळे तो तेथल्या मैत्रीपूर्ण जमातींमध्ये आपले जाळे तयार करु शकला आणि पुढे या दोन्ही देशांत 'अल्-कायदा'चा जम बसविण्यासाठी त्याला या जाळ्याचा उपयोग झाला.

सीआयएच्या सांगण्यावरुन आयएसआयने ओसामा बिन लादेनची बुऱ्हानुद्दीन रब्बानी आणि अब्दुर रब् रसूल सय्यद या दोन प्रमुख अफगाण मुल्लांबरोबर भेट घडवून आणली होती. पुढे हळूहळू इतर अफगाण इस्लामवादी नेत्यांशी त्याचा परिचय झाला. त्या वेळी त्यांनी त्याचा अमेरिकेने 'स्पॉन्सर' केलेला एक श्रीमंत 'अरब चेहरा' म्हणून स्वीकार केला. इतके असूनही १९८६ ते १९८९ च्या काळात सीआयएच्या अफगाणिस्तानातील छुप्या कारवायांचा प्रमुख असलेला अधिकारी म्हणाला, 'युद्ध चालू असताना सीआयएला ओसामा बिन लादेन ठाऊक होता; पण त्याच्याशी आमचा काही संबंध नव्हता.' ह्या इन्कारावर धर यांची मल्लीनाथी अशी : 'सीआयए आणि आयएसआय यांचे बिन लादेनबरोबर किती घनिष्ठ लागेबांधे होते, ह्याचा हा एक संभावित कबुलीजबाब होता. कोठलीही गुप्तचर संस्था 'आयडेंटीफिकेशन परेड' मध्ये भाग घेत नसते. म्हणजे ती आपल्या हस्तकांशी कधीही ओळख दाखवीत नाही.'

अफगाण युद्धासाठी अरब पलटण उभारण्याची कल्पना डॉ. अब्दुल्ला आझम यांच्या डोक्यातून निघाली होती. त्यासाठी त्याने 'अफगाण सर्व्हिस ब्यूरो' नावाची संस्था काढली, ती आयएसआयच्या नियंत्रणाखाली होती. आझम हा जॉर्डनी नागरिक कट्टर इस्लामवादी होता व पाकिस्तानची राजधानी इस्लामाबाद येथल्या इस्लामिक युनिव्हर्सिटीत प्राध्यापक होता. त्याचा ओसामावर खूप प्रभाव पडला होता. दोघांनी मिळून मुजाहिदीनांसाठी बरीच प्रशिक्षण शिबिरे चालविली होती. त्या वेळी अरब व इतर परदेशी फौजींची संख्या २५ ते ३० हजार होती. 'स्वयंस्फूर्त आंतरराष्ट्रीय जिहाद'ची संकल्पना आझमने काढली होती व ओसामा बिन लादेनने ती उचलून धरली होती. त्या काळात ओसामा आझमचा दुय्यम अमीर होता. दोघांनी युद्धात आयएसआयच्या खांद्याला खांदा लावून काम केले आणि

आयएसआय हे सीआयएच्या शस्त्र पुरवठ्याचे माध्यम होते. ओसामाच्या मनावर असे निरनिराळे इस्लामी प्रभाव झाले होते, तरी 'अल्-कायदा'चा वैचारिक पाया मुख्यत्वे वहाबी मतप्रणालीवर आधारलेला होता. ह्या विचारसरणीचा गाभा इस्लामची तरवार विश्वविजयी करण्याचा होता. ह्या विचारसरणीच्या आहारी जाऊन प्रारंभीचा इस्लामवीर पुढे इस्लामी दहशतवादी झाला.

एका अन्य व थोड्याशा निराळ्या माहितीनुसार तालिबानचा जन्म झाला, त्याच सुमारास काहीशा प्रारंभिक अवस्थेत असलेली 'अल्-कायदा' आपला जिहादी मनसुबा घेऊन १९८० च्या दशकाच्या सरत्या काळात अफगाणिस्तानात येऊन दाखल झाली. त्यानंतर १९९६ साली तिचा नेता ओसामा बिन लादेन स्वत:ही सुदानहून अफगाणिस्तानात येऊन पोचला. तोपर्यंत तालिबान इतकी प्रबळ झाली की तिने अफगाणिस्तानचा कबजा करुन तेथे आपली सत्ता प्रस्थापित केली. साहजिकच ओसामाने तालिबानशी संगनमत केले. मित्रत्वाचे प्रतीक म्हणून 'अल्-कायदा'ने '०५५ ब्रिगेड' या नावाने ओळखली जाणारी एक खास पलटण उभारुन व प्रशिक्षित करुन ती तालिबानच्या फौजेत सामील केली.

असे म्हणतात की, 'अल्-कायदा' व तालिबान यांच्यामधल्या वाढत्या जवळकीचे 'घरोब्या'त रुपांतर करण्यासाठी ओसामाच्या एका मुलाचा तालिबान नेता मुल्ला उमर याच्या मुलीशी निका लावण्यात आला. उलट असेही म्हणतात की मुल्ला उमरने स्वत: ओसामा बिन लादेनच्या एका मुलीशी लग्न केले.

संदिग्ध प्रारंभ

अशा प्रकारे 'अल्-कायदा' सन १९८९ च्या सरत्या काळात किंवा १९९० च्या प्रारंभिक काळात स्थापन झाली असावी. उलट सीएनएन टेलिव्हिजन वृत्तसंस्थेचा पत्रकार पीटर बर्जेन याने म्हटले आहे की ही संघटना ऑगस्ट १९८८ मध्ये स्थापन झाली असे दर्शविणारे कागदपत्र उपलब्ध आहेत, आणि त्या दस्तऐवजात संघटनेचे नाव 'अल्-कायदा अल-अस्करिया' म्हणजे 'लष्करी छावणी' असल्याचा स्पष्ट उल्लेखही आहे. बर्जेनच्या म्हणण्याला. सबळ पुष्टी देणाऱ्या एका अन्य सूत्रानुसार दिनांक ११ ऑगस्ट १९९८ रोजी ओसामा बिन लादेन, अब्दुल्ला आझम नावाचा त्याचा एक साथीदार, आणि 'अल् जिहाद' नावाच्या इजिप्तमधल्या दहशतवादी संघटनेचे बरेच उच्च पदाधिकारी यांची एक बैठक झाली होती. त्या वेळी असे ठरले की, ओसामाचा पैसा आणि 'अल् जिहाद'चा घातपाती अनुभव या दोन गोष्टींचा संयोग करुन रशियाने अफगाणिस्तानातून माघार घेतल्यावर तेथे व

इतरत्रही जिहादचे कार्य आरंभ करायचे. त्यानंतर २० ऑगस्टला दुसरी बैठक झाली. तिच्या नोंदीत म्हटले आहे, 'अल्-कायदा' हा मूलत: एक संघटित इस्लामी गट आहे व त्याचे ध्येय अल्लाचे वचन उचलून धरणे व अल्लाचा धर्म विजयी करणे हे आहे.' 'अल् जिहाद'चा नेता अयमन अल् जवाहिरी नावाचा डॉक्टर (सर्जन) होता. पुढे २००२ मध्ये 'अल् जिहाद' 'अल्-कायदा'मध्ये विलीन झाली व संयुक्त संघटनेचे नाव 'अल् कायदात अल् जिहाद' (जिहादचा पाया) असे ठेवण्यात आले; पण ते फारसे प्रचारात राहिले नाही.

पाश्चिमात्यांची घोडचूक

'अल्-कायदा' व ओसामा बिन लादेन यांचा प्रादुर्भाव कोणत्या कारणामुळे व कोठल्या परिस्थितीत झाला याची चाणाक्ष मीमांसा भूतपूर्व ब्रिटिश परराष्ट्रमंत्री रॉबिन कुक यांनी 'गार्डियन' वर्तमानपत्रात केली होती. त्यात लिहिलेल्या लेखात त्यांनी म्हटले, 'पाश्चिमात्य देशांच्या संरक्षण-खात्यांनी आपल्या विचारसरणीत जी महाभयंकर घोडचूक केली, त्या चुकीतून बिन लादेनची उत्पत्ती झाली. १९८० च्या सबंध दशकात अफगाणिस्तानात रशियाच्या विरुद्ध जिहाद करण्यासाठी सीआयएने पैसा पुरवला... अत्यंत आश्चर्याची– व पुढे जिचे अत्यंत भीषण परिणाम होणार होते, अशी गोष्ट– म्हणजे एकदा रशियाचा पाडाव झाला की मग बिन लादेनची संघटना पश्चिमेकडे मोर्चा वळवील हे वॉशिंग्टनच्या लक्षातच आले नाही.' हे भाकीत खरे ठरले.

सुनियोजित दहशतवाद

'अल्-कायदा' ही एक सुनियोजित संघटना आहे. ओसामा बिन लादेन तिचा 'अमीर' (सर्वोच्च नेता) होता. तो कुशल संघटक होता. त्याचे निष्ठावंत अनुयायी त्याला पवित्र जिहादचा आधुनिक अवतार मानत होते. अयमन अल्-जवाहिरी हा क्रमांक दोनचा नेता आहे. 'अल्-कायदा'ची एक नियामक परिषद असून तिला 'शुरा' म्हणतात. शुराच्या खालोखाल चार कार्यकारिणी समित्या आहेत. त्या वेगवेगळी खाती सांभाळतात. ती खाती म्हणजे घातपात, पैसा, प्रसार-माध्यमे व फतवा. ओसामाच्या आदेशांना अथवा जाहीर आवाहनांना फतवे मानण्यात येते व ते फतवा कमिटीतर्फे प्रसारित करण्यात येतात. घातपाताच्या योजना संघटनेच्या संघटनेत देखील असंबंधित कार्यकर्त्यांपासून गुप्त ठेवण्यात येतात. अल्-कायदाचे सुमारे २०० 'आतल्या वर्तुळा'तले कार्यकर्ते आहेत. त्यांना व इतर बऱ्याच वरिष्ठ दहशतवाद्यांना घातपात कमिटीतर्फे राजरोस पगार देखील देण्यात येतो. संघटनेची

एकूण रचना कालपरत्वे व परिस्थितीनुसार बदलत गेली आहे; पण तिच्या चार समित्या कायम राहिल्या आहेत.

पद्धतशीर प्रशासनावर उभारलेल्या या संघटनेचा एक 'अर्थमंत्री' आहे. इतकेच काय, पण एक 'विदेशमंत्री' देखील आहे. सध्याचा अर्थमंत्री-खजिनदार ओसामा बिन लादेनचा जावईच आहे. आंतरराष्ट्रीय घातपातींचा प्रमुख (कमांडर) म्हणून ओसामाने नुकतीच सैफ अल्-अदल नावाच्या दहशतवाद्याची नेमणूक केली होती. त्याच्या नावाचा अर्थ 'न्यायाची तरवार' असा होतो.

दुहेरी नेतृत्व

'द सीक्रेट हिस्टरी ऑफ अल्-कायदा' (कॅलिफोर्निया युनिव्हर्सिटी प्रकाशन, २००६) या पुस्तकाचा लेखक अब्दल बारी अटवान याने ओसामा बिन लादेनला 'जिहादचा आजचा सर्वश्रेष्ठ व्याख्याता' म्हटले आहे; तर अमेरिकन सैनिकी प्रशिक्षण-यंत्रणेच्या दहशत-विरोधी केंद्राचे सदस्य प्रा. ब्रूस हॉफमन यांनी त्याला 'अल्-कायदा'चे 'ब्रँड नेम' म्हटले आहे. याच्या उलट पाकिस्तानी पत्रकार हमीद मीर ह्याने अयमन अल्-जवाहिरीची एका अज्ञात स्थळी व गुप्त वेळी मुलाखत घेतली. तिच्या वृत्तांतात त्याने अल्-जवाहिरीला 'ओसामाच्या मागे उभा असलेला मेंदू' म्हटले आहे. मीरच्या मते ओसामा बिन लादेन आता दर्शनी नेता आहे; पण खरे सूत्र-संचालन अल्-जवाहिरीच्या हाती आहे. मीर म्हणतो, 'माझ्या मते अल्-जवाहिरी बिन लादेनपेक्षा अधिक धोकादायक आहे.'

पीटीआयने लंडनहून पाठविलेल्या एका बातमीतही असे म्हटले की आता 'अल्-कायदा'चे खरे नियंत्रण अल्-जवाहिरीच्या हाती आहे. 'बिन लादेनचा दुसऱ्या क्रमांकाचा सहकारी अयमन अल्-जवाहिरी याने अफगाण युद्धानंतर २००१ मध्ये संघटनेचे दहशतवादी जाळे पुनश्च उभारले आहे.' ह्या तथ्याचा तपशील देऊन 'सन्डे टेलीग्राफ' ह्या ब्रिटिश वर्तमानपत्राने म्हटले की, 'अल्-कायदा'च्या 'शुरा' केंद्रीय परिषदेत २० ते ३० उच्च नेत्यांचा गट असून ह्या गटांत अल्-जवाहिरीच्या निदर्शनाखाली नवीन पिढीच्या नेत्यांना बढती मिळाली आहे. पुन्हा दिनांक १७ सप्टेंबर २००७ ला ह्या वर्तमानपत्राने बातमी दिली की, गुप्तहेर खात्याकडून मिळालेल्या माहितीनुसार गेली दोन वर्षे बिन लादेनने 'अल्-कायदा'च्या सर्वोच्च परिषदेच्या एकाही बैठकीची अध्यक्षता केलेली नाही आणि पुढे म्हटले की अल्-जवाहिरीने 'अल्-कायदा'चे जाळे पुन्हा इतके सक्षम केले आहे की, ते ब्रिटन व अमेरिकेत जबरदस्त प्रहार करु शकेल. प्रा. हॉफमनने अल्-जवाहिरीला 'उत्तम व्यूहरचनाकार' ('स्ट्रॅटेजिस्ट') म्हटले आहे.

'९/११' चा प्रचंड हल्ला आखण्याच्या कटात अल्-जवाहिरीचा प्रामुख्याने हात होता असे म्हणतात. त्या भीषण घटनेच्या सहाव्या वार्षिक दिनानिमित्त काढलेल्या एका चित्रफितीत त्याने अमेरिकेच्या व तिच्या सर्व साथीदारांच्या विरुद्ध जिहाद करण्याचे मुसलमानांना आवाहन केले. 'अल्-कायदा'शी जोडलेले दहशतवादी गट अफगाणिस्तान, उत्तर आफ्रिका, सोमालिया, चेचन्या आणि इराकमध्ये लढत आहेत. त्यांची त्याने प्रशंसा केली. सुदानच्या डारफुर विभागात संयुक्त राष्ट्रसंघाची शांतिसेना तैनात आहे. तिच्याविरुद्ध लढा, असे सुदानी मुसलमानांना सांगितले आणि पाकिस्तानची राजधानी इस्लामाबाद येथील लाल मशिदीचा प्रमुख मुल्ला रशीद याला पाकिस्तानी लष्कराने ठार केले, त्याचा सूड घ्या, असे पाकिस्तान्यांना आवाहन केले.

पुन्हा ९/११ च्या नवव्या वर्षदिनानिमित्त अयमन अल्-जवाहिरीने दिनांक १५ सप्टेंबर २०१० रोजी एक ध्वनिफीत प्रसारित केली व तिच्यात त्याने सर्व मुस्लिमांना जिहादी होण्याचे आवाहन केले. पाऊण तासाच्या या भाषणात त्याने पाकिस्तानी व तुर्कस्तानी मुसलमानांना आपल्या सरकारविरुद्ध उठाव करण्याचे आवाहन केले, कारण या राजवटी अफगाणिस्तानात मुजाहिदीनांना विरोध करीत आहेत. पाकिस्तानवर कडक टीका करताना त्याने म्हटले, 'पाकिस्तानचे सरकार व सैन्य यांचे मुख्य लक्ष आपल्या बँका भरण्याकडे आहे, मग पाकिस्तानी जनता नरकात गेली तरी चालेल.'

अल्-जवाहिरीला प्राप्त झालेल्या प्रामुख्याला ब्रिटिश गुप्तहेर खात्याच्या एका माजी अधिकाऱ्यानेही दुजोरा देऊन म्हटले आहे की, त्याच्या मार्गदर्शनाखाली सुमारे २० ते ३० तरुण पिढीचे नेते उदयाला आले आहेत व 'शुरा'च्या सर्व कार्यकारी समित्यांचे अधिकार त्यांना देण्यात आले आहेत. क्रिकेटच्या मॅचची उपमा देऊन त्या ब्रिटिश अधिकाऱ्याने म्हटले, 'बदलीचे गडी म्हणून पॅव्हिलीयनमध्ये बाकावर बसून राहणारे खेळाडू आता पहिल्या टीममध्ये आले आहेत.' ते आता दूरवरुन मोबाईल फोनवर बोलत नाहीत. त्यामुळे त्यांना हुडकणे अधिक कठीण झाले आहे. अमेरिकन गुप्तहेर खात्याच्या एका अधिकाऱ्यानेही याला दुजोरा देऊन म्हटले की, आता हे लोक एकमेकांना वरचेवर भेटत असतात. त्यामुळे आता ते एक विस्कळीत समूह न राहता अधिक संघटित रूपात काम करु शकतात.

मात्र ह्या बदलत्या चित्रात अशीही शक्यता आहे की, एकीकडे अल्-जवाहिरीने उदयाला आणलेले नवीन नेते व दुसरीकडे सर्वोच्च नेता ओसामा बिन लादेन यांच्या दरम्यान अल्-जवाहिरी एका प्रकारचा सांधा आहे. ९/११ च्या सहाव्या वर्षदिनानिमित्त 'अल्-कायदा'चे दोन व्हिडियो बिन लादेनने प्रसारित केले

होते. त्यात आदम गदाहन नावाच्या इसमाला मध्यवर्ती भूमिका देण्यात आली होती. हा अमेरिकन नागरिक असलेला इस्लामी दहशतवादी ९/११ चा सूत्रधार मानला जातो. मुसलमान झालेला हा अमेरिकन गेल्या ५० वर्षांत ज्याच्यावर देशद्रोहाचा आरोप ठेवण्यात आला आहे असा पहिला अमेरिकन नागरिक आहे. तो आझम अमरीकी या नावाने अल्-कायदाच्या डझनावारी चित्रफितीत दिसला आहे.

हाच गदाहन दिनांक ३० सप्टेंबर २०१० रोजी प्रसारित झालेल्या चित्रफितीत पुन्हा दिसला. त्यावेळी त्याने पाकिस्तानी मुस्लिमांना आपल्या राज्यकर्त्यांविरुद्ध लढण्यासाठी इस्लामी फौजींबरोबर हातमिळवणी करण्याचे आवाहन केले. पुराच्या काळात पाकिस्तान सरकारने दाखविलेल्या सुस्तपणाबद्दल सरकारवर आणि पूर आला असताना त्याच वेळी युरोपला जाण्याबद्दल प्रेसिडेंट झरदारींवर त्याने कडक टीका केली.

हे सर्व असले तरी संघटनेचा प्रचार अधिक विस्तारण्याचे श्रेय अल्-जवाहिरीचे आहे. विशेषत: तिची तंत्रज्ञानातली प्रगती त्याने लक्षणीय प्रमाणात घडवून आणली आहे. उदाहरणार्थ 'अल्-कायदा'तर्फे दर वर्षी तयार होणाऱ्या चित्रफितींची संख्या त्याने चौपट वाढवून ६० च्या वर नेली आहे. 'सर्च फॉर इंटरनॅशनल टेररिस्ट एन्टीटीज इन्स्टिट्यूट' नावाची एक अमेरिकन संस्था जिहादी चित्रक्षेपणे (टेलिकास्ट) मधल्या मध्ये हुडकून रोखण्याचे काम करीत असते. तिचा एक तंत्रज्ञ ॲडम राइसमन याच्या मते ही प्रसारणे आता मजकूर व प्रसारण-तंत्र ह्या दोन्ही बाबतीत अधिकाधिक प्रगल्भ होत आहेत. पूर्वीची अंधुक चित्रे जाऊन आता ती डीव्हीडी इतकी स्पष्ट दिसू लागली आहेत. आता ती सेलफोन (मोबाईल फोन) च्या 'फॉरमॅट' मध्ये प्रसारित होत आहेत.

ही सत्य परिस्थिती लक्षात घेऊन सीआयएमधल्या 'बिन लादेन विभाग' नावाच्या विभागाचा १९९६ ते १९९९ या कालावधीत प्रमुख असलेल्या मायकेल स्कुअर याने अशी धोक्याची सूचना दिली आहे की, 'बिन लादेनच्या हल्लीच्या संदेशात काही निश्चित धमकी दिसत नाही असा ज्या अधिकाऱ्यांनी निष्कर्ष काढला असेल त्यांचा अंदाज घातक प्रमाणात चुकत असल्याची शक्यता आहे.' 'अल्-कायदा'मध्ये उच्च पदावर नव्याने आलेल्या अल्-जवाहिरी-गदाहन या जोडगोळीने अवघ्या एका वर्षात अमेरिकेला पुष्कळ धमक्या दिल्या आहेत.

बदलते केंद्रस्थान

ह्या आंतरराष्ट्रीय तरीही गुप्त संघटनेचे गुप्त मुख्यालय (हेडक्वार्टर्स) नक्की कोठे आहे हे सांगता येणार नाही, हे सांगायला नकोच. एवढेच म्हणता येईल की,

ओसामा बिन लादेन जेथे जाईल तेथे ते जात होते असे दिसते. 'अल्-कायदा'चे मूळ केंद्र प्रारंभी सुदानमध्ये असावे व तेथून ओसामा अफगाणिस्तानात आला होता किंवा कदाचित 'अल्-कायदा'ची स्थापना झाल्यापासून १९९१ पर्यंत– म्हणजे २/३ वर्षे– तो अफगाणिस्तानातही होता व पाकिस्तानात पेशावरलाही होता, तेव्हा त्याचे केंद्र तेथे असावे. सन १९९१ मध्ये ओसामा सुदानला परतला, तेव्हा ते तिकडे गेले व १९९६ मध्ये तो अफगाणिस्तानात परतला, तेव्हा ते तेथे परतले.

९/११ च्या भयानक दहशतवादी हल्ल्याच्या वेळी बहुधा याच ठिकाणी ओसामाचा तळ होता. कारण सीआयएने ग्वांटानामो (क्यूबा) येथे संशयित दहशतवाद्यांना डांबण्यासाठी जो कुप्रसिद्ध तुरुंग चालविला आहे, तेथून 'रॉयटर' वृत्तसंस्थेने दिनांक ७ डिसेंबर २००७ रोजी अशी बातमी पाठवली की, ९/११ च्या हल्ल्यानंतर जेव्हा ओसामाच्या मागे अमेरिकन सैन्याचा निकराचा ससेमिरा लागला तेव्हा ओसामाचा ड्रायव्हर व अंगरक्षक सलीम अहमद हमदन याने त्याला निसटायला मदत केली होती. ९/११ च्या आधी ओसामा अफगाणिस्तानात कंदाहारला आपल्या तळावर होता. तेथून त्याला व त्याच्या मुलाला हमदनने मोटारीतून बाहेर पळविले होते.

दिनांक ९ सप्टेंबर २००७ रोजी एका अमेरिकन वृत्तसंस्थेने म्हटले की, 'पाक-अफगाण सीमेवरील पेशावर शहर 'अल्-कायदा'चे जन्मस्थान आहे.' सध्या ओसामा बिन लादेन व अयमन अल्-जवाहिरी ह्याच सीमाप्रदेशातल्या डोंगरात कोठेतरी तळ ठोकून आहेत, असे म्हणतात. उलट असाही प्रवाद होता की, अल्-जवाहिरी आता बन्नू येथील लोकवस्तीच्या भागात आला आहे. ह्या सर्व गौडबंगालाला अद्ययावत तळटीप जोडायची म्हणजे ऑगस्ट २०१० मध्ये बिन लादेनच्या (कोठल्या तरी एका) मुलाने म्हटले होते की, 'माझे डॅडी जिवंत आहेत; पण ते कोठे आहेत हे मला माहीत नाही.'

अदमास पंचे दाहोदरसे

एकूण पाहता 'अल्-कायदा'च्या कोठल्याच गोष्टीची निश्चित माहिती नाही. तेव्हा तिच्या 'सभासदां'ची संख्याही अदमास पंचे दाहोदरसे ह्या सदरात मोडावी, यात नवल नाही. 'इंटलिजन्स ब्यूरो'चे निवृत्त उपप्रमुख मलय कृष्ण धर यांनी 'फल्क्रम ऑफ ईव्हल : आयएसआय-सीआयए-अल् कायदा नेक्सस' (मानस पब्लिकेशन्स, दिल्ली, २००६) या पुस्तकात असे मत व्यक्त केले आहे की, ओसामाने अफगाणिस्तानात सत्तेवर आलेल्या तालिबानशी हातमिळवणी करताना मित्रत्वाचे प्रतीक म्हणून ५ ते ७ हजार फौजींची '०५५ ब्रिगेड' नावाची एक खास प्रशिक्षित पलटण तालिबानी सैन्यात सामील केली, तेच 'अल्-कायदा'चे गाभ्याचे

मनुष्यबळ आहे. त्याच्या जोडीला त्यांनी म्हटले आहे की, 'अल्-कायदा'चे गुप्त गट जगभर पसरले आहेत, त्या दहशतवाद्यांची संख्या सुमारे २०,००० असावी.

अमेरिकन सरकारी तज्ज्ञांचेही अंदाज अगदी ढोबळ आहेत. एका अनुमानानुसार ही संख्या सुमारे १०,००० आहे, तर दुसऱ्या तर्कानुसार ती कित्येक हजार असू शकेल. ब्रिटनमधील 'इंटरनॅशनल इन्स्टिट्यूट फॉर स्ट्रॅटेजिक स्टडीज' ह्या प्रतिष्ठित विचार-केंद्राने मागे असे विधान केले होते की, 'अमेरिकन प्रेसिडेंट बुश यांनी दहशतवादाविरुद्ध युद्ध पुकारून तीन वर्षे लोटली, तरी १८,००० हून आधिक संभाव्य दहशतवादी अजूनही मोकळे आहेत व इराकमधील लढाईमुळे त्यांच्या संख्येत भर पडत आहे.'

– ० –

२. जगाला विळखा

अफगाण युद्ध संपले की अल्-कायदा पश्चिमेच्या दिशेने पसरेल, हे ब्रिटनच्या भूतपूर्व परराष्ट्रमंत्री रॉबिन कुक याचे भीषण भाकीत कल्पनातीत खरे ठरले. कल्पनातीत म्हणण्याचे कारण ती अतिपश्चिमेपासून अतिपूर्वेपर्यंत, अमेरिकेपासून ऑस्ट्रेलियापर्यंत पसरली. दहा वर्षे चाललेल्या लढाईनंतर जेव्हा सोव्हिएट सैन्याला माघार घ्यावी लागली, तेव्हा अनेक मुजाहिदीन लढवय्यांच्या मनात असा विश्वास निर्माण झाला की इस्लामवर श्रद्धा ठेवणारे जिहादी कोठल्याही सैन्याला– अगदी रशियासारख्या महाशक्तीच्या सैन्यालादेखील– हरवू शकतात. परिणामत: युद्ध संपल्यावर आपापल्या देशात परतलेल्या सशस्त्र इस्लाम-वीरांनी अफगाणिस्तानच्या पर्वतराजीत केलेले जिहाद आपापल्या मायदेशात आरंभले.

'जेन्स'ची आंतरराष्ट्रीय यादी

हा होता पहिला स्पष्ट संकेत अल्-कायदाच्या रुपाने उद्भवलेल्या इस्लामी दहशतवादाच्या आंतरराष्ट्रीय प्रसाराचा. 'जेन्स सेक्युरिटी न्यूज' ह्या संरक्षण-विषयाला वाहिलेल्या प्रसिद्ध नियतकालिकाने दिनांक २६ जुलै २००१ च्या अंकात निरनिराळ्या देशांची एक लांबलचक यादी प्रकाशित केली. तिच्यावरून हा प्रसार किती प्रचंड प्रमाणावर झाला आहे याचे प्रत्यंतर येते. 'जेन्स'ने लिहिले, 'अल्-कायदा ('लष्करी छावणी') हे जगभर पसरलेल्या गटांचे जाळे आहे. त्याने जगाला विळखा घातला

आहे व ते पुढील देश-प्रदेशांत विद्यमान आहे : अल्जीरिया, इजिप्त, मोरोक्को, तुर्कस्तान, जॉर्डन, ताजिकस्तान, उझबेकिस्तान, सीरिया, चिनी प्रदेश जिनज्यांग, इंडोनेशिया, फिलीपाइनमध्ये मिंडानाओ प्रदेश, भारतात काश्मीर, लेबनॉन, इराक, सौदी अरबस्तान, कुवेत, बाहरीन, येमेन, लिबिया, ट्यूनिशिया, बॉसनिया, कोसोवो, चेचन्या, दागिस्तान, अझरबैजान, एरीट्रिया, युगांडा, एथिओपिया आणि 'वेस्ट बँक' व गाझा.

याच्या जोडीला ओसामा बिन लादेनची प्रत्यक्ष मुलाखत घेऊन आलेला अमेरिकन लेखक पीटर बर्जेन याने 'होली वॉर इन्क. : इन्साइड द सीक्रेट वर्ल्ड ऑफ ओसामा बिन लादेन' या आपल्या ग्रंथात आणखी काही नावे दिली आहेत. ती म्हणजे अल्बेनिया, आयव्हरी कोस्ट, सेनेगल, लायबेरिया आणि घाना.

ह्या आधीच लांबलचक असलेल्या यादीत क्रोशिया, जिबूती अशा आणखी दोन-तीन लहान-सहान प्रदेशांची भर घालता येईल. तरी देखील ती पूर्ण झाली असे म्हणता येणार नाही. कारण तिच्यात आणखी भर घालावी लागेल, 'महासैतान' अमेरिका, इंग्लंड-जर्मनी-नेदरलँड सारखे प्रमुख युरोपीय देश व अतिपूर्वेला ऑस्ट्रेलिया, तर अतिपश्चिमेला कॅनडाची देखील. भारताबद्दल सांगायचे तर काश्मीर आधीच यादीत आहे, पण भारताचे अधिकाधिक भाग देखील आता यादीत घालावे लागतील.

'जेन्स'च्या यादीतल्या (व इतरही काही) देशांपैकी कोठल्या देशात बिन लादेनची दहशतवाद-प्रशिक्षण-केंद्रे आहेत हे निश्चित माहीत नाही. अमेरिकन गुप्तहेरांचा असा ढोबळ कयास आहे की मुख्यत्वे पाकिस्तान, अफगाणिस्तान, सोमालिया व केनयामध्ये अल्-कायदाने स्वत:च्या, तसेच सहकारी संघटनांच्या पाइकांसाठी शिबिरे उभारली आहेत व गुप्त, सुरक्षित निवासस्थाने तयार केली आहेत. एक अंदाज असाही आहे की, १९८० च्या दशकाच्या सरत्या काळापासून अल्-कायदाने केवळ अफगाणिस्तानातल्या आपल्या शिबिरात ५० हून अधिक देशातल्या ५००० हून अधिक दहशतवाद्यांना प्रशिक्षण दिले आहे. दुसऱ्या एका अंदाजानुसार अल्-कायदाच्या प्रशिक्षितांची संख्या खूपच अधिक, म्हणजे ६०,००० पर्यंत असू शकेल. अफगाणिस्तानातल्या शिबिरात जॉर्डन, तुर्कस्तान, पॅलेस्टाइन, इराक, सौदी अरबस्तान, सुदान, मोरोक्को, ट्यूनिशिया, मलेशिया, बांगलादेश, भारत, फिलिपाइन्स, चेचन्या, उझबेकिस्तान, ताजिकस्तान, चिनी प्रदेश उइगुर, ब्रह्मदेश, जर्मनी, स्वीडन, फ्रान्स व ब्रिटनमधल्या दहशतवाद्यांनी प्रशिक्षण घेतले आहे. शिवाय त्यात अरब-अमेरिकन आणि आफ्रिकन-अमेरिकन दहशतवादी आहेत, अशी माहिती पीटर बर्जेन या अमेरिकन पत्रकाराने आपल्या 'होली वॉर इन्क. : इन्साइड द सीक्रेट वर्ल्ड ऑफ ओसामा बिन लादेन' पुस्तकात दिली आहे. बर्जेनने

१९९७ साली प्रत्यक्ष ओसामाची अफगाणिस्तानला जाऊन मुलाखत घेतली होती.

हा झाला अल्-कायदाच्या जागतिक प्रसारावरचा एक ओझरता दृष्टिपात. याच्या पुढे जाऊन एकेका देश-प्रदेशाचा जरा विस्ताराने विचार केला तर ह्या संहारक यंत्रणेच्या भयानक क्षमतेचा अधिक स्पष्ट अंदाज येऊ शकतो. असे सर्वेक्षण करायचे झाले तर त्याचा प्रारंभ साहजिकच पाकिस्तानापासून करावा लागेल. कारण पाकिस्तान हा अल्-कायदाचा मुख्य तळ प्रारंभी होता, लादेनच्या मृत्यूमुळे तो अजून आहे आणि पुढेही राहील, अशी स्पष्ट चिन्हे आहेत.

पाकिस्तान

अल्-कायदा सर्व पाकिस्तानभर पसरली आहे. इतकेच काय, पण पाकिस्तानच्या वायव्य प्रदेशात तिचे राज्यच आहे. 'फेडरली ॲडमिनिस्टर्ड ट्रायबल एरिआज (एफ.ए.टी.ए. - 'फाटा') या सरकारी नावाच्या ह्या केंद्र-प्रशासित प्रदेशात अल्-कायदाच्या नेतृत्वाखालच्या व अल्-कायदाने प्रेरित केलेल्या निरनिराळ्या दहशती गटांनी आपापला तळ ठोकला आहे व ते तेथून सर्व जगभर घातपाती कृत्यांची तयारी करीत असतात. त्यामुळे पाकिस्तानचा 'फाटा' प्रदेश जागतिक इस्लामी दहशतवादाचे केंद्र झाला आहे. 'सकाळ' समूहातर्फे प्रकाशित होणाऱ्या 'आय.जी.ए. : इंडिया ॲन्ड ग्लोबल अफेअर्स' नावाच्या त्रैमासिकाच्या एप्रिल-जून २००९ च्या अंकात विख्यात दहशत-तज्ज्ञ रोहन गुणरत्न यांनी 'द थ्रेट ऑफ ग्लोबल टेररिझम' नावाचा लेख लिहून या परिस्थितीची सविस्तर चर्चा केली आहे आणि म्हटले आहे की, आंतरराष्ट्रीय सुरक्षेच्या दृष्टीने 'फाटा' प्रदेशाचे अनन्यसाधारण महत्त्व आहे. त्याची तीन कारणे आहेत :

पहिले म्हणजे अल्-कायदा, अफगाण तालिबान, पाकिस्तानी तालिबान, ईस्टर्न तुर्कस्तान इस्लामिक मूव्हमेंट, उझबेकिस्तान इस्लामिक मूव्हमेंट, इस्लामिक जिहाद ग्रुप, लिबियन इस्लामिक फायटर्स ग्रुप आणि डझनभर आणखी दहशत-गटांचे नेते ह्या प्रदेशात आहेत. या नेत्यांचे रक्षण पाकिस्तानी तालिबान करते. दुसरे म्हणजे जगात सर्वदूर घातपाताचे नियोजन करण्यासाठी व त्यासाठी लागणारी निरनिराळी स्फोटके करण्यासाठी हा सुरक्षित प्रदेश झाला आहे. ब्रिटनमधले बॉंबहल्ले व पश्चिमेत उघडकीला आलेले अनेक घातपाती कट 'फाटा'त रचले गेले आहेत. शिवाय जोपर्यंत 'फाटा' हा सुरक्षित आसरा आहे तोपर्यंत अफगाणिस्तानातल्या संयुक्त सैन्यावर होणारे हल्ले थांबणार नाहीत. तिसरे कारण म्हणजे येथल्या रहिवाशांत जहाल मानसिकता निर्माण करण्यासाठी अल्-कायदा व इतर समविचारी समूहांनी निरंतर प्रचार चालविला आहे. उदाहरणार्थ सन २००७ च्या एका वर्षात

अल्-कायदाने ९४ चित्रफिती काढल्या– म्हणजे दर ३/४ दिवसांनी एक. एकूण ह्या प्रदेशात पाकिस्तानची सरकारी यंत्रणा नाममात्र असल्याने व अल्-कायदाच्या प्रचाराला प्रत्युत्तर देण्यास असमर्थ असल्याने तिथला सामान्य माणूस अल्-कायदाच्या अतिरेकी प्रचाराच्या आहारी गेला आहे.

अशा या अनुकूल परिस्थितीत पश्चिमेत घडलेल्या घातपातांपैकी बरेच मोठमोठे हल्ले पाकिस्तानच्या या दुर्गम प्रदेशात सुरक्षित वसलेल्या अल्-कायदा नेत्यांनी दिग्दर्शित अथवा प्रेरित केलेले आहेत. गुणरत्न यांच्या मते, ९/११ नंतर जागतिक दहशतवादाच्या बाबतीत तीन अत्यंत महत्त्वाच्या घटना घडल्या आहेत, त्या अशा : पहिली म्हणजे दहशतवादाची केंद्रीय रणभूमी अफगाणिस्तानात होती, ती स्थलांतर करुन पाकिस्तानात 'फाटा' येथे गेली आहे. दुसरी म्हणजे 'फाटा' मध्ये आल्यावर अल्-कायदा पश्चिमेवर हल्ले करण्यासाठी २३०० मैल अधिक जवळ आली आहे व आता अल्-कायदा येथून आपले जागतिक जिहाद चालवीत आहे. तिसरी घटना म्हणजे अल्-कायदा 'फाटा'मध्ये आल्यापासून आशिया व मध्यपूर्वेतले बरेच दहशती गट तिला येऊन मिळाले आहेत. परिणामत: आता एकच अल्-कायदा नाही, अनेक अल्-कायदा आहेत. 'तौहीद वल् जिहाद' इराकी अल्-कायदा झाली; 'सलाफिस्ट ग्रुप फॉर कॉल अँड कॉंबट' इस्लामी माघरेबची अल्-कायदा झाली; तर अल्-जेम्मा अल् इस्लामियाचा नुरुद्दीन महंमद गट मले द्वीप-समूहाची अल्-कायदा झाली. आता अल्-कायदा व तिच्या साथी संघटना 'फाटा'मधून पश्चिम चीन (जिनज्यांग), काश्मीर, इराक, अल्जीरिया, सोमालिया इत्यादी संघर्षक्षेत्रात हल्ले करण्याचे कट रचीत आहे.

ह्या सर्व घडामोडींचे गुणरत्न यांच्या मते सार असे की, 'फाटा' मधली परिस्थिती गेल्या ६ वर्षांत कल्पनातीत बदलली आहे. १०० पेक्षा अधिक 'मलीक' म्हणजे टोळी-सरदारांना ठार मारण्यात आले असून त्यांच्या जागी तालिबानी मुल्लांची सत्ता आली आहे. म्हणून जोपर्यंत पाकिस्तानी तालिबान आहे, तोपर्यंत अल्-कायदाच्या नेते मंडळींना सुरक्षिततेची चिंता नाही.

दिनांक २० जुलै २००७ रोजी एका अमेरिकन वृत्त संस्थेने अशी बातमी दिली की, तज्ज्ञांच्या मते आता केवळ पाक-अफगाण सरहद्दीवरच नव्हे, तर सबंध पाकिस्तानात अल्-कायदाची मजबूत केंद्रे विखुरलेली आहेत. अमेरिकेत एकूण १६ सरकारी खाती गुप्त माहिती गोळा करण्याचे काम करीत असतात. त्या सर्वांचे ज्या माहितीच्या बाबतीत एकमत आहे, अशा माहितीच्या आधारावर 'नॅशनल इन्टलिजन्स एस्टीमेट' नावाचा सरकारी अंदाज व्यक्त करणारा अहवाल तयार करण्यात आला. त्यात केलेल्या अनुमानापेक्षादेखील अधिक खोलवर बिन लादेनच्या

जाळ्याची पाळेमुळे पाकिस्तानात रुजली आहेत असे वर उल्लेखिलेल्या बातमीत म्हटले आहे. अल्-कायदाने पाकिस्तानातल्या जहाल दहशतवादी गटांबरोबर असलेले आपले जुने संबंध आता अधिकच बळकट केले आहेत. इतकेच नव्हे, तर कराची व क्वेट्टा सारख्या मोठ्या पाकिस्तानी शहरांत देखील 'सभासदां'ची भरती, त्यांच्यासाठी प्रशिक्षण केंद्रे व पैशाची सोय करण्यात आली आहे.

याहूनही अधिक गंभीर गोष्ट म्हणजे पाकिस्तानची संपूर्ण सुरक्षा यंत्रणा पोखरली गेलेली दिसते. उदाहरणार्थ, क्लिंटन अमेरिकेचे राष्ट्राध्यक्ष असताना त्यांनी पाकिस्तान भेटीचा विचार केला, तेव्हा त्यांच्या अंगरक्षक 'सीक्रेट सर्व्हिस'ने सुरक्षिततेच्या कारणास्तव निकराचा विरोध केला. अंगरक्षकांना भीती वाटली की, राष्ट्राध्यक्षांचा प्रवास कोणत्या मार्गाने होणार आहे, याची माहिती आयएसआयमधल्या छुप्या खबऱ्यांकडून अल्-कायदापर्यंत पोचेल व त्यांचे विमान पाडण्याचा प्रयत्न करण्यात येईल; पण क्लिंटनने सीक्रेट सर्व्हिसला न जुमानता प्रवासाचा निर्णय घेतला. त्यामुळे अंगरक्षक दलाला त्यांच्या सुरक्षिततेसाठी न भूतो न भविष्यती असे खबरदारीचे उपाय योजावे लागले. म्हणजे राष्ट्राध्यक्षांचे 'एअरफोर्स-वन' हे सरकारी विमान रिकामेच पाकिस्तानला पाठविण्यात आले आणि क्लिंटनने एका लहानशा व काहीही सरकारी चिन्हे नसलेल्या विमानातून प्रवास केला. नंतर पाकिस्तानात मोटारीने प्रवास करायचा होता, तेव्हा मोटारींचा ताफा एका पुलाखाली थांबला व तेथे क्लिंटनच्या मोटारीची अदलाबदल करण्यात आली.

पाकिस्तानी प्रदेश (निदान काही प्रमाणात) जवळजवळ अल्-कायदाच्या कब्जात आहे, हे कटू सत्य स्वीकारायला पाकिस्तान्यांना किती जड जात आहे हे सप्टेंबर २००७ मध्ये पाकिस्तानी लष्कराचे मुख्य ठाणे रावळपिंडीत लागोपाठ दोन बॉंबस्फोट झाले तेव्हा दिसून आले. त्या हल्ल्यावर लिहिलेल्या अग्रलेखात पाकिस्तानी वर्तमानपत्र 'डेली टाइम्स' ने म्हटले : 'ह्या प्रकारामागे कोण आहे हे ओळखणे कठीण नाही. अल्-कायदाचा उपनेता बैतुल्ला महसूद हा आज दक्षिण वझीरीस्तानवर राज्य करीत आहे व तेथे त्याने बिन लादेनचा प्रतिनिधी म्हणून सत्ता प्रस्थापित केली आहे. पाकिस्तानातून वेगळे काढलेल्या व अल्-कायदाला जोडलेल्या प्रदेशात त्याने करवसुली, जनतेच्या दैनंदिन गरजा पुरविणारी यंत्रणा वगैरे सर्व कारभार चालविला आहे.'

अमेरिकन मंडळींना तर या स्वायत्त राज्याच्या पलीकडची अशी भीती वाटत आहे की, कालांतराने अल्-कायदामुळे पाकिस्तानचे अस्तित्वच धोक्यात येऊ शकेल. हीच भीती ओळखून 'इकॉनॉमिस्ट' वर्तमानपत्राने दिनांक १६ ऑगस्ट २००७ च्या अंकात पाक-अफगाण सरहद्दीवरील गंभीर दहशतवादी परिस्थितीचे

वर्णन पुढीलप्रमाणे केले आहे :

'अल्-कायदाला सुरक्षित आसरा मिळू नये म्हणून अमेरिकेने अफगाणिस्तानातली तालिबानची राजवट हुसकावून लावली; पण सहा वर्षे झाली, तरी हे उद्दिष्ट साध्य झालेले नाही. अफगाणिस्तानचे मोठमोठे भाग असे आहेत की, जेथे हमीद करझाई यांच्या निर्वाचित सरकारचा हुकूम चालत नाही. उलट त्याला टेकू देणाऱ्या 'नाटो' सैन्यापेक्षा तालिबानचे सशस्त्र फौजी अधिक मोकळेपणाने आपल्याला हवे ते करीत आहेत. याहून अधिक वाईट म्हणजे ही शत्रुभूमी अफगाणिस्तानची सरहद्द ओलांडून पाकिस्तानच्या उत्तर प्रदेशात पसरली आहे. 'फेडरली ॲडमिनिस्टर्ड ट्रायबल एरियाज' ('फाटा') प्रदेशात सुमारे ३० लाख पाकिस्तानी नागरिक राहतात; पण तेथेही पाकिस्तानी राष्ट्राध्यक्ष जनरल परवेझ मुशर्रफ यांचा हकूम बहुतेक अभावानेच तळपतो, आणि आता तर जनरलसाहेबांची एकूण पाकिस्तानवरची पकड निसटत चालल्यासारखी दिसते. अल्-कायदाने व तिच्या सहयोगी मंडळींनी पाकिस्तानी भूमीवर आपला जम बसविला आहे, आणि कालांतराने ह्या मगरमिठीमुळे अफगाणिस्तान व पाकिस्तान दोघांचेही अस्तित्व धोक्यात येण्याची शक्यता आहे.'

पाकिस्तानी जनतेलाही ह्या सत्यतेची जाणीव आहे. इस्लामी दहशतवादावर पुस्तक लिहिलेल्या पाकिस्तानी पत्रकार झहीद हुसेन याने 'स्वतंत्र अफगाणिस्तान आकाशवाणी'वर भाषण करताना नुकतेच म्हटले की, 'अल्-कायदाचे जाळे पाकिस्तानात खूप पूर्वीपासून पसरलेले असून गेल्या सहा वर्षांत ते अधिकच मजबूत झाले आहे. आता अल्-कायदा व तालिबान हे दोन्ही खूप अधिक बलशाली झाले आहेत.' हुसेनने पुढे म्हटले की, सबंध वझीरीस्तान प्रांत दोन्ही संघटनांचे सुरक्षित आश्रयस्थान झाले आहे. अखेरीस हुसेनची एक तळटीप : पाश्चिमात्य देशांवरील काही घातपाती हल्ल्यांची योजना प्रत्यक्ष पाकिस्तानात घडली होती.

ह्या परिस्थितीच्या पार्श्वभूमीवर अमेरिकन पाकिस्तान-तज्ज्ञ मार्टिन वीनबॉमने काय म्हटले आहे ते पाहणे अर्थपूर्ण ठरते. कारण त्याने म्हटले की, '९/११' नंतरच्या काळात अमेरिकेने पाकिस्तानाला अल्-कायदाविरुद्ध मोहीम चालविण्यासाठी १० बिलियन (१००० कोटी) डॉलर दिले आहेत. अमेरिकेची ही एवढी सढळ मदत असतानाही अल्-कायदा पाकिस्तानात एवढी मुजोर झाली आहे की तिने प्रत्यक्ष पाकिस्तान सरकारलाच आव्हान दिले आहे. याचे प्रत्यंतर म्हणजे दिनांक १०-११ जुलै २००७ ला पाकिस्तानची राजधानी इस्लामाबादच्या लाल मशिदीजवळ झालेली रक्तरंजित धुमश्चक्री. ह्या तालिबानी वर्चस्वाखालच्या मशिदीच्या आसमंतात पाकिस्तानी लष्कराच्या हल्ल्यात व नंतर सूड म्हणून दहशतवाद्यांनी केलेल्या रक्तपातात ३०० लोक मृत्युमुखी पडले.

या रक्तपातानंतर ओसामा बिन लादेनने बदला घेण्याची कसम खाल्ली. 'लॉरामॅन्सफील्डडॉटकॉम' नावाची एक अमेरिकन वेबसाईट निरनिराळ्या इस्लामी वेबसाईटवर नजर ठेवून असते. तिने ओसामाचा हा निर्धार पुढील शब्दांत सांगितला : 'आम्ही, अल्-कायदा संघटना, अल्लाला स्मरून सांगतो की, गाझी (हुतात्मा) अब्दुल रशीद आणि त्याचे सहकारी यांचे जे रक्त सांडले गेले आहे, त्याचा बदला आम्ही मुशर्रफ आणि त्याच्या साथीदारांवर घेऊ. जे त्याला मदत करतात ते त्याच्या सारखेच पाखंडी आहेत.' 'अल्-साहब' नावाचा अल्-कायदाचा प्रसार माध्यम विभाग आहे, तो अल्-कायदाची विधाने ज्या अतिरेकी इस्लामी वेबसाईटवरुन नेहमी प्रसारित करतो अशा एका वेबसाईटवर ओसामा ही घोषणा करताना दिसला होता, असे 'असोशिएटेड प्रेस' या अमेरिकन वृत्तसंस्थेने सांगितले. अल्-कायदाचा क्रमांक दोनचा नेता अयमन अल्-जवाहिरी यानेही प्रस्तुत घटनेबद्दल बोलताना पाकिस्तानी राष्ट्राध्यक्ष परवेझ मुशर्रफ यांच्याविरुद्ध जिहाद पुकारण्याचे आवाहन केले.

आधीच गंभीर असलेल्या परिस्थितीत हा निरंतर वाढत असलेला तणाव पाहून अमेरिकन प्रशासन खूपच चिंतित झाले. पाकिस्तानात अल्-कायदा पुन्हा किती जोराची उसळी मारीत आहे, याचा चक्षुर्वैसत्यम् पुरावा सीआयएचे उप-संचालक स्टीफन कॅपिस याने मुशर्रफ यांना सादर केला. त्यात अल्-कायदाच्या दहशतवादी शिबिरांचे सॅटेलाइट फोटो देखील होते. ह्याच्यापूर्वी अल्-कायदा व तालिबान यांचे पुनरुत्थान होत आहे अशा अमेरिकन इशाऱ्याची 'अगदीच अर्थहीन' या शब्दांत पाकिस्तानने बोळवण केली होती, आणि अशा म्हणण्याचा पुरावा मागितला होता.

येथे एक लक्षात येण्यासारखी घटना म्हणजे ह्याच्या खूप वर्षे आधी, म्हणजे १९९९ साली अमेरिकन परराष्ट्र मंत्रालयाच्या (स्टेट डिपार्टमेंट) दहशतवाद-विरोध विभागाचा प्रमुख असलेल्या मायकेल शीहन नावाच्या अधिकाऱ्याने पूर्वी पूर्व आफ्रिकेत दोन अमेरिकन वकिलातींवर जे बाँबहल्ले झाले होते त्याच्या नंतर एक गुप्त निवेदन तयार केले होते व त्यात अल्-कायदाला कसे काबूत आणता येईल यासंबंधी काही नवीन सूचना केल्या होत्या. या निवेदनात त्याने मुख्यत्वे असे सुचविले होते की, दहशतवादासाठी वापरला जाणाऱ्या पैशाला लगाम लावून त्या योगे अल्-कायदाला मिळणाऱ्या पैशांचा ओघ थांबवावा. या समस्येचे मूळ पाकिस्तान आहे, अशी त्याने पुस्ती जोडली होती. शिवाय असेही म्हटले होते की, अल्-कायदाला सर्व बाजूंनी एकटे पाडण्यासाठी पाकिस्तानाबरोबरच सौदी अरबस्तान, यूएई व येमेन या मुस्लिम मध्यपूर्वीय देशांचेही मन वळवावे; पण या प्रस्तावित

योजनेची काय गत झाली? सरकारी बाबू मंडळींपैकी एकूण एकाने तिला नाक मुरडले. एक वरिष्ठ अधिकारी म्हणाला, 'शीहनची योजना धाड्कन आपटली.'

अल्-कायदा जसजशी मोठी होत गेली, तसतसे अमेरिकन सरकार पाकिस्तानवर वाढता दबाव आणीत गेले. पाकिस्तान्यांनी सहकार्याचा देखावा केला; पण प्रत्यक्षात जवळजवळ काहीच केले नाही, असे अमेरिकन अधिकाऱ्यांना दिसले. बिन लादेनला पकडण्यासाठी आपण एक खास तुकडी उभारायला तयार आहोत, असा पाकिस्तानने आव आणला. तेव्हा सीआयएने खुशीने पैसा आणि शस्त्रास्त्रे पुरवली; पण प्रत्यक्षात काहीच झाले नाही. एक माजी अमेरिकन अधिकारी म्हणाला, 'बिन लादेनच्या मागे लागण्याचा आयएसआयचा कधीच इरादा नव्हता. आम्हाला चांगले बनविण्यात आले.'

ह्या परिस्थितीत भरीला भर म्हणजे दिनांक १० ऑगस्ट २००१ ला सीएनएनने बातमी दिली की पाकिस्तानी सैन्यावरचे मुशर्रफचे नियंत्रण आता केवळ काही वरिष्ठ अधिकारी व पलटणी एवढेच राहिले आहे. थोड्याच दिवसांनी, म्हणजे ऑगस्ट २६ ला ह्या बातमीला दुजोरा देऊन 'टाइम्स ऑफ इंडिया' ने म्हटले की, बरेच पाकिस्तानी सैनिक सैन्य सोडून जात आहेत, कारण त्यांना वाटते, अल्-कायदा आणि तालिबानच्या विरुद्ध लढणे म्हणजे इस्लामच्या विरुद्ध लढण्यासारखे आहे.

उलट सीएनएनची बातमी ज्या दिवशी आली, त्याच दिवशी 'एशिया टाइम्स'ने अशी बातमी दिली की, अल्-कायदाच्या विस्ताराचा आता एक नवीन अध्याय प्रारंभ झाला आहे. तो म्हणजे सबंध वझीरीस्तानभर पसरलेली अल्-कायदा व तालिबानची शिबिरे रिकामी होत चालली असून दोन्ही दहशतवादी संघटना आता पाकिस्तानच्या वायव्य सरहद्द प्रांतात लोकवस्तीच्या जिल्ह्यात पसरत आहेत. याचा अर्थ एखादी मोठी घातपाती योजना तयार होत असावी. अमेरिकन सैन्याच्या गुप्तहेर खात्याने कबूल केले की, 'हे लोक कोठे गेले हे आम्हाला कळले नाही. ते फारच चांगले प्रशिक्षित आहेत. नुकतेच भरती झालेले नवशिके जिहादी नाहीत. त्यांच्यापासून धोका आहे.'

अशा प्रकारे अल्-कायदाचे भयंकर जिहादी पाकिस्तानात खूप खोलवर घुसले आहेत आणि ते इतके प्रबळ झाले आहेत की पाकिस्तानच्या भूमीत राहूनही पाकिस्तानच्या राष्ट्राध्यक्षाला 'पाखंडी' म्हणण्याचे धाडस करु शकतात व पाकिस्तानी सैन्याविरुद्ध युद्ध पुकारतात. ह्या अतिविचित्र परिस्थितीचे प्रतिबिंब पाकिस्तानी वर्तमानपत्र 'डेली टाइम्स'च्या दिनांक २२ सप्टेंबर २००७ च्या अग्रलेखात पाहायला

मिळते. अग्रलेखात लिहिले आहे :

'अल्-कायदाचे नेते ओसामा बिन लादेन आणि अयमन अल्-जवाहिरी यांनी राष्ट्राध्यक्ष जनरल परवेझ मुशर्रफ यांच्याविरुद्ध युद्ध पुकारले आहे. ओसामा बिन लादेनने म्हटले आहे की, लाल मशिदीचे मुल्ला 'गाझी' रशीद यांना मारल्याबद्दल 'पाखंडी' मुशर्रफ आणि त्याला मदत करणाऱ्या लोकांचा मी बदला घेईन. अल्-जवाहिरीने प्रत्यक्ष पाकिस्तानी सैन्याला आव्हान देऊन म्हटले आहे की अल्लाने बदला घेण्याचा आदेश दिला आहे. ही घोषणा एक प्रकारे युद्ध पुकारल्याची घोषणा आहे.'

'अल्-कायदा हा पाकिस्तानात नेहमी एक नाजूक चर्चेचा विषय झाला आहे. 'इस्लाम विरुद्ध पश्चिम' हा विरोधाभास जनमानसात इतका दृढमूल झाला आहे की, पाकिस्तानी जनतेला ओसामा बिन लादेन हा 'हिरो' वाटतो आणि ११ सप्टेंबर २००१ ला त्याने अमेरिकेवर हल्ला केला हे त्यांना खरेच वाटत नाही. सर्वसाधारण लोकांना अमेरिकन राष्ट्राध्यक्ष जॉर्ज बुश यांच्याबद्दल इतका द्वेष वाटतो की, बिन लादेन आणि बुश यांची तुलना केली, तर बिन लादेन पाकिस्तानातली सर्वाधिक लोकप्रिय व्यक्ती आहे असे दिसते.

दुर्दैवाने पाकिस्तानाच्या मागास टोळ्यांच्या प्रदेशातील अल्-कायदाच्या अस्तित्वामुळे ह्या चर्चेला एक नवीन व धोकादायक वळण मिळाले आहे. ज्या भूभागावर अल्-कायदाचा कबजा आहे, तेथून हजारो तरुण सन २००१ च्या 'अमेरिकन अतिक्रमणा'विरुद्ध तालिबानच्या वतीने लढण्यासाठी अफगाणिस्तानला पाठविले गेले. अशा परिस्थितीत अल्-कायदाने केलेली युद्ध-घोषणा म्हणजे पाकिस्तानी भूमीवरील तिच्या वर्चस्वाचीच घोषणा आहे.

'अल्-कायदा'ची शक्ती ही भीतीच्या पोटी उद्‌भवणारी शक्ती आहे. मागास प्रदेशात तेथल्या राजकीय यंत्रणेचे संचालन करणाऱ्या 'मलिक' म्हणजे स्थानीय टोळी-प्रमुखांचे शेकडोंच्या संख्येने शिरकाण करुन अल्-कायदाने हळूहळू आपला वरचष्मा प्रस्थापित केला आहे. सर्व धार्मिक गट इस्लामच्या नावाने जी अवैध सत्ता गाजवीत असतात, त्यातलाच हा प्रकार आहे.

पाकिस्तानातील न्यायदान-यंत्रणेत खालच्या स्तरावरील मंडळींना या धार्मिक गटांची नेहमीच भीती वाटत आली आहे. कारण हे गट पाखंडाच्या नावाखाली मॅजिस्ट्रेट अधिकाऱ्यांना आपल्या हट्टापुढे मान तुकवायला लावण्याचा प्रयत्न करीत असतात. त्यामुळे अशी शक्यता निर्माण झाली आहे की, अल्-कायदाचे अनौपचारिक प्रतिनिधी म्हणून वागणारे धार्मिक गट सरकारी यंत्रणेवर वाढता दबाव आणीत राहतील.

पाकिस्तान न्यायदान-यंत्रणेच्या साहाय्याने पुन्हा लोकशाहीच्या मार्गाने जाण्याच्या तयारीत आहे. ह्या स्थित्यंतराला जनतेचा पाठिंबा आहे; पण त्याचबरोबर एखाद्या प्रदेशावर आपले स्वामित्व प्रस्थापित करण्याइतके सामर्थ्य असणाऱ्या एका जागतिक दहशतवादी संघटनेलादेखील त्याच जनतेचा पाठिंबा आहे. आपणा पाकिस्तान्यांसमोर हा एक भयंकर पेचप्रसंग उभा आहे.

'फ्रायडे टाइम्स' नावाच्या एका अन्य पाकिस्तानी वर्तमानपत्राचे पत्रकार खलीद अहमद यांनी याच मताची री ओढून 'अध्यक्ष मुशर्रफ : अंक दुसरा' नावाचा लेख लिहिला. तो 'इंडियन एक्स्प्रेस' ने ४ ऑक्टोबर २००७ ला पुनर्मुद्रित केला. 'मुशर्रफ समोर विरोधाच्या तीन लाटा आहेत– राजकीय, वैधानिक आणि अल्-कायदा.' असे सांगून लेखक अल्-कायदाबद्दल लिहितो,

'तिसरी लाट अल्-कायदाची. अल्-कायदाचा मुख्य तळ पाकिस्तानच्या दुर्गम प्रदेशात आहे; पण तिचा प्रभाव स्थानीय कायद्यानुसार वागणाऱ्या लोकवस्तीच्या प्रदेशात विस्तारत आहे. अल्-कायदाच्या मते अमेरिकेचे साथीदार व इस्लामचे दुष्मन जनरल मुशर्रफ यांनी पाकिस्तानच्या जनतेविरुद्ध युद्ध पुकारले आहे. हे तिन्ही विरोध-प्रवाह एकमेकांना बळकट करीत आहेत. पीपल्स पार्टी व्यतिरिक्त पार्लमेंटमधील विरोधी मंडळी अल्-कायदाच्या बाबतीत नकारात्मक राजकारण खेळत आहेत. ज्या सुप्रीम कोर्टाच्या न्यायाधीशांना पदच्युत करण्याचा अयशस्वी प्रयत्न मुशर्रफने केला, त्या कोर्टाने इस्लामाबादची लाल मशीद ह्या आठवड्यात अल्-कायदाच्या हस्तकाच्या स्वाधीन करुन विरोधाच्या तिसऱ्या प्रवाहावर, म्हणजे अल्-कायदावर आपण विसंबून आहोत हे स्पष्ट केले.'

प्रत्यक्ष परिस्थिती इतकी बिकट असूनही पाकिस्तानी लष्कराने ओसामाच्या धोक्याला नगण्य मानले होते. लष्कराचा प्रवक्ता मेजर जनरल वहीद अर्शद याने म्हटले, 'दहशतवादाचा नायनाट करणे व अतिरेकीपणाला उखडून टाकणे हे आमचे ध्येय आहे व राष्ट्रीय कर्तव्य आहे. व्हिडियोमधून अथवा अन्य कोणत्याही मार्गाने दिलेल्या अशा धमकीने आमच्या कर्तव्यात अडथळा येणार नाही.' हे वक्तव्य वीरवृत्तीचे द्योतक होते; पण त्यावेळी सत्तेवर असलेले सरसेनानी त्या शब्दांना जागू शकतील याची मुळीच खात्री दिसली नाही. उलट ओसामाने प्रत्यक्ष त्यांच्या वधाचे उघड उघड आवाहन केले होते, हे सत्य जनरलसाहेबांनी दृष्टीआड केलेले नसणार.

हे सर्व चालू असताना अमेरिकन सरकारने अल्-कायदाच्या पुनरुत्थानाबद्दल मुशर्रफ यांना जबाबदार धरले. मुशर्रफने सप्टेंबर २००६ मध्ये दहशतवाद्यांशी तह केला. त्या तहानुसार मागास टोळ्यांच्या डोंगराळ सीमा-प्रदेशातून पाकिस्तानी

पलटणी काढून घेण्यात आल्या व त्याचा मोबदला म्हणून टोळ्यांच्या सरदारांनी सरकारला वचन दिले की, अल्-कायदा व तालिबानचे फौजी पाकिस्तानात किंवा अफगाणिस्तानात हिंसाचार करणार नाहीत. या तहामुळे अल्-कायदाला बळकटी मिळाली असे अमेरिकन सरकारने म्हटले, व ते खोटे नव्हते. कारण तहाचा उलटा परिणाम झाला आणि अमेरिकन उपपरराष्ट्रमंत्री रिचर्ड बाउचर यांनी भाकीत केल्याप्रमाणे तहाच्या कालावधीत दहशतवाद्यांना सामील झालेल्या टोळी-सरदारांना एकत्र भेटण्यास, योजना आखण्यास, पैशांची व्यवस्था करण्यास आणि घातपात चालू ठेवण्यास उसंत मिळाली. जोडीला अफगाणिस्तानातही तालिबानी उच्छाद व आत्मघातकी बाँबहल्ले शिगेला पोचले.

गौप्यस्फोटक फाईल

ह्या गंभीर परिस्थितीचा भीषण कळस म्हणजे बेनझीर भुत्तोवर झालेले दोन प्राणघातक हल्ले व दुसऱ्या हल्ल्यात झालेला तिचा मृत्यू. पहिला हल्ला ती परदेशातून पाकिस्तानात परतली तेव्हा झाला. तोच इतका मोठा होता की, स्वत: बेनझीर त्यातून वाचली, तरी १४० माणसे ठार झाली. ह्या हल्ल्यामागे कोणते दहशतवादी होते, याची बेनझीरला जाणीव होती. ती म्हणाली, 'एक तालिबानची आत्मघातकी तुकडी होती, एक गट अल्-कायदाचा होता, एक आत्मघातकी तुकडी पाकिस्तानी तालिबानची होती, आणि चवथा एक गट मला वाटते कराचीचा होता.'

इतके असूनही ह्या खुनी हल्ल्यामागे नेमके कोण होते याचा अंदाज करणे शक्य नाही. जेवढी माणसे तेवढे तर्क अशी परिस्थिती आहे. प्रत्येक जण आपलाच तर्क खरा व असेच घडले, असा दावा करीत आहे. अर्थात पहिला संशय अल्-कायदावर होता व मुशर्रफने लगेच अल्-कायदाला जबाबदार ठरवले. अल्-कायदाचा एक वरिष्ठ नेता बैतुल्ला मेहसूद हा या हल्ल्याचा सूत्रधार आहे, असे सांगण्यात आले. पाक-अफगाण सरहद्दीवरील दुर्गम डोंगराळ प्रदेशावर मेहसूदची हुकूमशाही चालते. घटनेच्या वेळी त्याचे व दुसऱ्या एका दहशतवाद्याचे टेलिफोनवर संभाषण झाले व त्यात झाल्या प्रकाराबद्दल आनंद व्यक्त करण्यात आला, असा दावा करण्यात आला आणि तशी एक ध्वनिफीत प्रकट करण्यात आली. शिवाय बेनझीर अल्-कायदाच्या 'हिट-लिस्ट' वर होती, असे सरकारी प्रवक्त्याने सांगितले. मेहसूदने हा सरकारी आरोप धुडकावून लावला; पण तो असा हल्ला घडवून आणू शकणारा दहशतवादी नेता होता यात संशय नाही.

उलट बेनझीरने पहिल्या हल्ल्यानंतर जे वक्तव्य काढले त्यात तिने तालिबानचे

स्पष्टपणे नाव घेतले होते. तिचे अमेरिकेशी घनिष्ठ संबंध होते आणि इस्लामी दहशतवादाच्या प्रसाराला पायबंद घालण्याचा आपला निर्धार तिने अनेकदा बोलून दाखविला होता. त्यामुळे अल्-कायदा व तालिबान ह्या दोन्ही संघटना तिला पाण्यात पाहत होत्या, ही गोष्ट लपलेली नव्हती. दिनांक २७ डिसेंबर २००७ ला रावळपिंडीहून पाठवलेली एक बातमी वर्तमानपत्रात छापून आली. त्या बातमीनुसार तेथल्या एका तालिबान नेत्याने अशी उघड उघड धमकी दिली होती की, 'बेनझीर ऑक्टोबरमध्ये परत येईल, तेव्हा आत्मघातक बॉंबहल्ल्यांनी तिचे स्वागत करु.'

अखेरीस पाकिस्तानातील परिस्थितीचे दीर्घकाळ निरीक्षण करणारे जाणकार तज्ज्ञ व 'ब्रुकिंग्ज इन्स्टिटट्यूट' ह्या नामांकित संस्थेचे जेष्ठ सभासद स्टीफन कोहेन ह्यांचे मत सांगायचे म्हणजे, 'पाकिस्तानात निवृत्त गुप्तहेरांचा एक मोठा स्नेहसमागम आहे. ह्या मंडळाचे अस्तित्व सेना आणि गुप्तहेर खाते चालवून घेते किंवा कदाचित ही मंडळी त्यांच्या पकडीच्या पलीकडे आहेत. ह्या मंडळींनी हा प्रकार घडवून आणला असणे शक्य आहे.' ह्या मत-प्रदर्शनात कोहेनने स्पष्टपणे आयएसआयकडे बोट दाखविले आहे. बेनझीर आणि आयएसआय यांच्यामध्ये विळ्या-भोपळ्याची सोयरीक होती, हे जगजाहीर होते.

उलट अलीकडच्या बातम्यांवरून असा स्पष्ट संकेत मिळतो की, आयएसआयच्या काळ्या कारनाम्यांची तपशीलवार माहिती नमूद असलेली फाईल बेनझीरजवळ होती व याच फायलीमुळे तिला आपला जीव गमवावा लागला. श्याम भाटिया नावाच्या एका लंडनस्थित भारतीय पत्रकाराशी बेनझीरची मैत्री होती. त्याने दिनांक ३ जानेवारी २००८ रोजी बातमी पाठवली की, तिला निवडणुकीत हरविण्यासाठी मतदानात कशी फसवेगिरी करायची आणि पाकिस्तानात लष्करी राजवट कशी चालू ठेवायची, याची साद्यंत योजना उघड करणारा एक ३६-पानी दस्तऐवज तयार करण्यात आला होता व तो ज्या दिवशी उजेडात आणण्याचा तिचा बेत होता त्याच दिवशी तिला ठार मारण्यात आले. पाकिस्तानचे ब्रिटनमधील भूतपूर्व हायकमिशनर आणि बेनझीरचे ज्येष्ठ सहकारी वाजिद शमसुल हसन यांनी सांगितले की, 'दिनांक २७ ला (म्हणजे ज्या दिवशी बेनझीर भुत्तो मारली गेली, त्या दिवशी) अमेरिकन कॉंग्रेसच्या सभासदांसमवेत होणाऱ्या खान्याच्या प्रसंगी ती तो दस्तऐवज त्यांना देणार होती.'

दस्तऐवजात खुनाचे समर्थन स्पष्ट शब्दांत केलेले नाही; परंतु त्यात जे पोटविभाग आहेत, त्यात सरकारी अधिकारी व न्यायाधीश यांचे टेलिफोन कसे टॅप करावेत, खालच्या स्तरावरील कोर्टांना कसे वाकवावे, निवडणुकीसाठी उभ्या राहिलेल्या उमेदवारांचे चारित्र्यहनन, मतदानात हिंसक अडथळा आणणे व मतपेटीत

खोट्या मतपत्रिका कोंबणे इत्यादी तपशील आहे. वर्तमानपत्रांच्या बाबतीत स्पष्टपणे म्हटले आहे की, 'प्रत्येक बातमी विकृत स्वरुपात छापण्यासाठी निवडक वृत्त-संपादकांना गुप्तपणे पैसे चारावेत.'

हा दस्तऐवज केव्हा तयार झाला? असे हसन यांना विचारले, तेव्हा ते म्हणाले, 'त्याचा आराखडा तयार होऊन एक वर्षाहून अधिक दिवस झाले. त्यातला सर्व मजकूर खरा असला पाहिजे, यावर त्यांचा (बेनझीरचा) कटाक्ष होता.'

बेनझीरला शंका होती– नव्हे, तिला माहीत होते– की, आपल्याला केवळ सशस्त्र इस्लामी दहशतवाद्यांकडूनच धोका आहे, असे नव्हे, तर गुप्तहेर संघटनांकडूनही आहे. 'न्यूयॉर्क टाइम्स' ने म्हटले, 'तिने (बेनझीरने) खूप दिवसांपासून असा आरोप केला आहे की, सरकारचाच एक विभाग– म्हणजे पाकिस्तानी प्रमुख सैनिकी गुप्तहेर संस्था आयएसआय– आपल्या विरुद्ध आणि आपल्या पक्षाविरुद्ध कारवाया करीत आहे. भूतपूर्व लष्करशहा जनरल झिया यांनी घालून दिलेल्या धोरणाचा पाठपुरावा करण्यासाठी आयएसआयने काश्मीर आणि अफगाणिस्तानातल्या सशस्त्र अतिरेक्यांना कित्येक दशके पाठिंबा दिला आहे. भुत्तो यांनी म्हटले, कोणाला मला मारायचे आहे, हे मला नक्की माहीत आहे. जनरल झिया ह्यांच्या पूर्वीच्या राजवटीतली अधिकारी मंडळी आजच्या अतिरेकीपणाच्या पाठीशी आहेत.'

ह्या सर्व मतामतांच्या गलबल्यात सर्वात अधिक पटण्यासारखे कारण ओळखायचे असेल, तर असे म्हणता येईल की, 'अल्-कायदा', तालिबान आणि आयएसआय यांच्यामधल्या दीर्घकालीन संगनमताचा हा खुनी परिणाम होता.

या घटनेने अमेरिकन मंडळी इतकी हादरुन गेली की, ते म्हणाले, बुश यांना पडलेले हे एक भयंकर स्वप्नच म्हटले पाहिजे. ९/११ च्या हल्ल्यापासूनच्या जवळ जवळ प्रत्येक घातपाताचे धागेदोरे पाकिस्तानी भूमीपर्यंत पोचतात. त्यामुळे अमेरिकन गुप्तहेर यंत्रणेतल्या कित्येक लोकांना आता असे वाटू लागले आहे की, दहशतवादाविरुद्धच्या अमेरिकन युद्धाची मुख्य आघाडी इराक नसून पाकिस्तान आहे, असे बुश यांना वाटायला हवे.

आश्चर्याची गोष्ट म्हणजे बेनझीरवर पहिला हल्ला झाला तेव्हा तिने म्हटले, मी पाकिस्तान सरकारला दोष देत नाही; पण हल्ला होण्याच्या तीनच दिवस आधी ती म्हणाली होती की, आपल्याला तालिबानपेक्षा 'सरकारातल्या' जिहादींपासून अधिक धोका होता.

अमेरिकन पत्रकार क्रेग व्हिटलॉक याने दिनांक ९ सप्टेंबर २००७ ला पेशावरहून पाठविलेल्या बातमीत पुढीलप्रमाणे लिहिले : 'अल्-कायदाला नष्ट करण्यासाठी चाललेल्या १५ वर्षांच्या अयशस्वी मोहिमांपासून शिकून बिन लादेन

आणि त्याचे अनुयायी इतके हुशार झाले की, त्यांनी सोव्हिएट सैन्यापासून सौदी राजघराण्यापर्यंत व तेथून सीआयएपर्यंत बलशाली शत्रूंवर मात केली आहे. सन २००१ च्या आधी अल्-कायदाचे जसे चालले होते तसेच आजही चालले आहे. पैसा उभारणे, भरती आणि प्रशिक्षण ह्या सर्व गोष्टी पुन्हा सुरु झाल्या आहेत. शिवाय त्यांनी आपला प्रसार माध्यम विभाग अधिक विस्तृत केला आहे. आतापर्यंत कोठल्याही दहशतवादी जाळ्याने इतकी प्रभावी प्रचारयंत्रणा उभी केली नसेल.'

अल्-कायदाचे बरेच केंद्रीय नेते सध्या पाकिस्तानात तळ ठोकून आहेत. पाकिस्तानात व पाकव्याप्त काश्मीरात दहशतवाद्यांसाठी प्रशिक्षण शिबिरेही चालू आहेत. भारतीय सेनेचे लेफ्टनंट जनरल पनाग यांनी १५ सप्टेंबर २००७ रोजी उधमपूरला एका पत्रकार परिषदेत ही माहिती दिली व म्हटले की, अशी २५ ते ३० शिबिरे उत्तर पाकिस्तानात चालू आहेत व आणखी काही पाकव्याप्त काश्मीरमध्ये आहेत.

आपल्या कोलमडणाऱ्या राजवटीला सावरण्याचा एक शर्थीचा उपाय म्हणून जनरल मुशर्रफ यांनी पाकिस्तानभर आणीबाणी पुकारली. प्रमुख पाकिस्तानी वर्तमानपत्र 'डॉन'ने या कृत्याची निंदा करुन म्हटले, 'पाकिस्तान आता झपाट्याने झिया-युगाची आठवण करुन देणारी लष्करी राजवट होत आहे.' उलट मुशर्रफने असा दावा केला की, आणीबाणीमुळे त्यांनी जे जादा अधिकार हाती घेतले, त्यांच्या बळावर ज्या अतिरेक्यांनी पाकिस्तानच्या टोळी-प्रदेशात स्वत:चे लहानसे राज्य स्थापन केले त्यांना ते मागे ढकलू शकतील. वास्तविक अतिरेकी लोक नियंत्रणात यायच्या ऐवजी त्यांचे वर्चस्व पसरत चालले आहे, अधिकाधिक भूभाग ते बळकावीत आहेत, आणि घाबरलेल्या पोलिसांना पळायला लावीत आहेत. स्वातचा निसर्गरम्य पर्वतीय प्रदेश बहुतेक पूर्णपणे त्यांच्या कबजात गेला आहे. 'न्यूयॉर्क टाइम्स' ने तर दिनांक १६ नोव्हेंबर २००७ ला पेशावरहून अशी बातमी दिली की, अतिरेकी सीमाप्रदेशापेक्षा पाकिस्तानच्या अंतर्गत प्रदेशात अधिकाधिक खोलवर घुसत आहेत.

ह्या अतिरेकी राज्यावर मौलाना फजलुल्ला हा कट्टर मुल्ला राज्य करीत आहे. त्याने कमावलेल्या राज्यात तो शरीयत इस्लामी कायद्याची कडक अंमलबजावणी करीत आहे. इतकेच काय, पण ९ डिसेंबर २००७ च्या पीटीआयच्या बातमीनुसार स्वातवर फजलुल्लाची पकड इतकी मजबूत झाली आहे की, त्याने आपल्या रेडिओ स्टेशनवरुन घोषणा केली की, 'माझी शहीन कमांडो पलटण सरकारी सैन्याशी मुकाबला करायला पूर्णपणे सज्ज आहे. सर्व खेडेगावांत माझे अमीर (प्रतिनिधी) आहेत आणि सर्वांनी त्यांच्या आदेशानुसार वागावे.' ही आकाशवाणी स्वात खोऱ्यातल्या प्रमुख गावातून ऐकू आली. फजलुल्लाने असेही म्हटले की, 'माझ्या फौजींचे नैतिक

बळ खूप उच्च आहे व त्यांना स्वातमधून नष्ट करण्यास सरकारी सैन्याला 'शतके' लागतील.' त्याची मोहीम आता खोऱ्याच्या बाहेर शांगला जिल्हा व मलाकंद विभाग या लगतच्या प्रदेशातही पसरत चालली आहे.

स्वातमधील बिकट परिस्थितीत आणखी एक तापदायक गोष्ट म्हणजे जैश-ई-महंमद या दहशतवादी गटाने ह्या प्रदेशात आत्मघातकी बॉंब-हल्लेखोरांची भरती करणे आरंभले आहे, असे पाकिस्तानी सैन्याला आढळून आले. एका पत्रकात सैन्याने म्हटले की, जैश ही संघटना आत्मघातकी बॉंब-हल्लेखोरांना प्रशिक्षण व आश्रय देत असून तिच्यावर पाकिस्तानात बंदी आहे. जैश गट आतापर्यंत काश्मीरात उत्पात करीत होता तो आता स्वातमध्येही शिरला आहे, याचा हा पहिला पुरावा. स्वात हे स्थान पाकिस्तानची राजधानी इस्लामाबादपासून अवघ्या दीडशे किलोमीटर अंतरावर आहे.

अल्-कायदाचे राज्य

ह्या घटनेत अल्-कायदाचा हात आहे, हे दाखवून या परिस्थितीचे विश्लेषण करणाऱ्या अग्रलेखात पाकिस्तानी वर्तमानपत्र 'डेली टाइम्स' ने म्हटले,

'फजलुल्ला म्हणतो, मला केवळ शरिया (इस्लामी कायदा) हवा, दुसरे काही नको; पण सत्य काय ते सर्वांना माहीत आहे. त्याने पाकिस्तानची भूमी बळकावली आहे व तेथे एक राज्य स्थापन केले आहे. बैतुल्ला मेहसूदने दक्षिण वझीरीस्तानात जसे राज्य स्थापन केले आहे, त्याच धर्तीवर हे राज्य आहे. जे तथाकथित तालिबानी फजलुल्लाच्या सेनेच्या नावाखाली स्वातमध्ये लढत आहेत, त्यांच्याकडे पाहता शरियतच्या मोहिमेमागे खरोखरीच कोण आहे, हे आपल्याला कळते. हताश झालेले स्वातचे रहिवाशी म्हणतात की, लढणारे अतिरेकी आमची बोली बोलत नाहीत, कोठली तरी वेगळीच बोली बोलतात. त्यातले काही दक्षिण वझीरीस्तानातून आले आहेत, हे ओळखता आले; पण त्यात काही बाहेरचे लोक आहेत. ते बोलतच नाहीत. ते आपले चेहरे झाकून ठेवतात. हे लोक म्हणजे अल्-कायदाची मदत म्हणून बैतुल्ला मेहसूदने पाठविलेले 'परदेशी' फौजी आहेत, असा समज आहे. दक्षिण वझीरीस्तानचा युद्धपिपासू लष्करशहा बैतुल्ला मेहसूद हा कोणाचा हस्तक म्हणून हे सर्व करीत आहे, याचा आता संदेह उरला नाही. स्वातमध्ये 'परदेशी' शस्त्रधाऱ्यांचे अस्तित्व हे एक सत्य आहे; पण त्या सत्याला सामोरे जायला आपण धजत नाही.'

आणि हाच समस्येचा गाभा आहे, असे अग्रलेख म्हणतो. 'टोळी-प्रदेशात चाललेली लढाई वास्तविक प्रत्यक्ष पाकिस्तानासाठी चाललेली लढाई असू शकेल.

पाकिस्तानच्या अंतर्गत अल्-कायदाचे राज्य स्थापन करण्याच्या प्रयत्नाविरुद्ध ही लढाई असू शकेल. अल्-कायदाने आपल्या अफगाणिस्तानातल्या शिबिरात ज्या फौजींना प्रशिक्षण दिले आहे, त्यांच्याशी थेट संपर्क साधता यावा ह्या हेतूने तिने २००१ सालापासून जो मुलूख पादाक्रांत केला आहे, तो अखेर आपल्या स्वामित्वाखाली आणण्याचा प्रयत्न आता अल्-कायदाने आरंभला आहे.'

ह्या अती बिकट परिस्थितीतून अजूनही मार्ग काढता येईल, अशा आशेने अमेरिकन सैन्याने आता असे सुचविले आहे की, अल्-कायदाशी झुंज देण्यासाठी मागास टोळ्यांना आपल्या बाजूला वळवावे. 'न्यूयॉर्क टाइम्स' ने दिनांक १९ नोव्हेंबर २००७ रोजी वॉशिंग्टनहून अशी बातमी दिली की, अल्-कायदा व तालिबान यांच्याशी लढा देण्यासाठी पाकिस्तानच्या सरहद्दीवरच्या टोळी-सरदारांना आपल्याकडे वळविण्याची एक जोरदार मोहीम कशी चालवता येईल ह्याचा अमेरिकन सैन्याने एक आराखडा तयार केला आहे. ह्या योजनेत केलेल्या सूचना अशा : एक वेगळी ट्रायबल पॅरामिलिटरी (निम-लष्करी) फौज अस्तित्वात आहे; पण आतापर्यंत ती फारशी परिणामकारक झालेली नाही. तिला पैसा पुरवून पुनरुज्जीवित करणे; ज्या शस्त्रधारी तुकड्या अल्-कायदा व 'परदेशी' अतिरेक्यांशी लढायला तयार असतील, त्यांना आर्थिक मोबदला देणे. ह्या ठिकाणी एका संबंधित गोष्टीचा निर्देश करणे विषयाला धरुन होईल. ती म्हणजे अल्-कायदाने जेव्हा पाकिस्तानच्या टोळी-प्रदेशात प्रथम प्रवेश केला, तेव्हा टोळी-सरदारांचा समाचार कशा रीतीने घेतला होता, तर शेकडोंच्या संख्येने त्यांना ठार मारून.

ह्या सर्व गोंधळात एक गोष्ट अनपेक्षित भरीला भर पडली. ती म्हणजे पाकिस्तानच्या लष्करशहांच्या न संपणाऱ्या मालिकेतले अर्वाचीन हुकूमशहा जनरल परवेझ मुशर्रफ यांनी आपला लष्करी गणवेश उतरवला ते 'सिव्हिल' राष्ट्राध्यक्ष झाले, आणि पाकिस्तानचे सैन्य त्यांनी आपला विश्वसनीय हस्तक जनरल अशफाक कयानी यांच्या हवाली केले. सैन्य आणि राष्ट्राध्यक्षाचे पद या दोन्ही गोष्टी आपल्या हाती ठेवण्याचा एक आत्यंतिक उपाय म्हणून त्यांनी जी आणीबाणी पुकारली होती, ती देखील थोड्याच दिवसांत उठविण्यात आली. सैन्याचे सरसेनानीपद खांद्यावरुन उतरविताना मुशर्रफ यांनी जाहीरपणे म्हटले की, आता पाकिस्तानवर एक त्रयी राज्य करील– ते स्वतः, नवीन सरसेनानी आणि (जो कोणी असेल तो किंवा जी कोणी असेल ती) प्रधानमंत्री.

ह्या बदलामुळे दहशतवादाच्या परिस्थितीत प्रत्यक्ष फरक किती पडला? या प्रश्नाचे उत्तर म्हणजे कितीही फरक होताना वरवर दिसला, तरी वास्तविक 'जैसे थे'च असते. कारण पहिली गोष्ट म्हणजे आणीबाणी पुकारताना मुशर्रफने जाहीरपणे

सांगितले होते की, दहशतवाद्यांचा मुकाबला करण्यासाठी आपण अधिक अधिकार हाती घेत आहोत, तर मग सरसेनानीपद सोडण्याचा व आणीबाणी उठविण्याचा अर्थ स्पष्टपणे असा होतो की, त्यांचा हेतू निष्फळ ठरला. अणुशस्त्रसज्जित पाकिस्तानावर मुशर्रफची सर्वतोपरी सत्ता असणे, हा अमेरिकेच्या दहशतवादाविरुद्धच्या युद्धात एक मोक्याचा भाग होता; पण आता त्याचे महत्त्व नक्कीच उतरणीला लागणार होते. दुसरी गोष्ट म्हणजे सरसेनानी बदलला, तरी सेनेचा वरचष्मा बदलणार नव्हता. 'डॉन' वर्तमानपत्र 'पाकिस्तान एक लष्करी राजवट झाली आहे,' असे पुन: पुन्हा म्हणत असते. त्यात बदल होणार नाही. पाकिस्तानातले एक संपादक मूर्तजा रिझवी यांनी 'पाकिस्तानात जैसे थे ' नावाचा एक खरमरीत लेख लिहिला (व तो 'इंडियन एक्स्प्रेस' च्या ३०.११.२००७ च्या अंकात पुनर्मुद्रित झाला). त्याची सुरुवात पहा– 'पाकिस्तानला लागलेले दुखणे परवेझ मुशर्रफ नाहीत (मग ते लष्करी गणवेशात असोत की नसोत), राजकारणाच्या यंत्रणेत स्थैर्याचा अभाव हेही नाही. ही केवळ वरकरणी चिन्हे आहेत राज्याला आतून पोखरणाऱ्या रोगाची, व तो रोग म्हणजे सर्व सत्तेवर सैन्याची न सुटलेली पकड. आता सैन्य पडद्याआडून बाहुल्या नाचवेल एवढेच. तेव्हा पहिला सलाम पाकिस्तानच्या फौजेला! थोडक्यात काय, मुशर्रफ गेले काय, कयानी आले काय, लष्कराची कूच थांबणार नाही, आणि जेथे फौज तेथे आयएसआय हे ओघानेच आले. तेव्हा भारताच्या दृष्टीने दहशतवादाचा व्यापार करणाऱ्या पाकिस्तानचा 'एक्सपोर्ट बिझिनेस' मागील अंकावरुन पुढे चालूच राहणार, आणि पाकिस्तानी दहशतवाद म्हणजे अल्-कायदाचा दहशतवाद. कारण आता पाकिस्तानच्या बऱ्याच मोठ्या प्रदेशावर अल्-कायदाचे अधिराज्य आहे.

पाकिस्तानातल्या कोठल्याही घडामोडीबद्दल लिहिताना गुळमुळीत शब्दांत लिहिण्याची भारतातल्या इंग्रजी वर्तमानपत्रांची 'सुसंस्कृत' पद्धत आहे. ह्याचे उदाहरण म्हणजे पाकिस्तानचे नवे सरसेनानी कयानी यांच्याबद्दल 'इंडियन एक्स्प्रेस' चे लिखाण. या लिखाणात आशेचे सूर काढले आहेत, पण त्यात फारसा अर्थ नाही. कारण पहिली गोष्ट म्हणजे 'सर्व वरिष्ठ पाकिस्तानी सेनाधिकाऱ्यांप्रमाणेच कयानी भारताकडे अत्यंत साशंक नजनेने पाहतो,' असे पाकिस्तानी लष्करावर नजर ठेवून असलेले स्टीफन कोहेन यांनी स्पष्ट म्हटले आहे. दुसरी व भारताच्या दृष्टीने खूपच अधिक महत्त्वाची गोष्ट म्हणजे पूर्वी कयानी आयएसआयचे प्रमुख होते.

दिनांक ३० नोव्हेंबर २००७ च्या अंकात 'इंडियन एक्स्प्रेस' ने कयानी बद्दल अगदी मृदूमुलायम शब्दांत पुढीलप्रमाणे लिहिले : 'ऑक्टोबर २००४ मध्ये कयानी यांनी शक्तिशाली आयएसआयची सूत्रे आपल्या हाती घेतली, तेव्हा भारताच्या

सुरक्षा यंत्रणेला ती फार महत्त्वाची घटना वाटली. हे महत्त्व वाटण्याचे कारण राष्ट्राध्यक्ष मुशर्रफ यांनी कयानीवर एका विलक्षण जटिल अशा कार्याची जबाबदारी सोपवली– ते म्हणजे अतिरेकीपणावर सर्व बाजूंनी घणाघात करणे. पाकिस्तानी सुरक्षा यंत्रणेने उभ्या ६० वर्षांत असे काही केले नव्हते. शिवाय गुप्तहेर खात्याच्या या भूतपूर्व प्रमुखाला काश्मीर समस्येचे इत्यंभूत ज्ञान होते. गेल्या दशकात ह्या प्रदेशाच्या बाबतीतल्या पाकिस्तानी धोरणाचे ते प्रमुख शिल्पकार होते. सरसेनानी या नात्याने दहशतवाद चिरडण्याच्या कामी त्यांना तारेवरची कसरत करावी लागेल, असे भारतीय तज्ज्ञांना वाटते.'

एवढे लिहून झाल्यावर 'एक्स्प्रेस'ने एका वरिष्ठ सेनाधिकाऱ्याचे उद्धरण दिले आहे. ते असे : 'कयानी दहशतवादाला धारेवर धरतील यात शंका नाही; पण त्यांच्या मोहिमेत अग्रक्रम लागेल तो पश्चिम-विरोधी दहशतवादाचा नायनाट करण्याचा. काश्मीरमधील सशस्त्र अतिरेक्यांविरुद्ध त्यांची मोहीम सध्या तरी संभाव्य वाटत नाही.'

ह्या सर्व आडवळणी शब्दजंजाळाचा सरळ अर्थ लावायचा, तर पहिली गोष्ट लक्षात येते ती ही की, कयानी हे तब्बल दहा वर्षे पाकिस्तानच्या भारत-विरोधी दहशती-युद्धाचे मार्गदर्शक होते. याच काळात ते आयएसआयचे प्रमुख होते. दुसरी गोष्ट म्हणजे भारतात माजलेल्या दहशतवादावर हात उगारण्याची त्यांना घाई नाही. तिसरी गोष्ट म्हणजे पश्चिमविरोधी दहशतवादावरची त्यांची तथाकथित मोहीमही फारशी कोठे दिसत नाही. याची दोन-तीन कारणे आहेत. पहिले म्हणजे लष्करातून पळून जाणाऱ्या फौजींची संख्या फुगत चालली आहे. कारण अधिकाधिक पाकिस्तानी सैनिकांना वाटते की, पश्चिमविरोधी दहशतीचे प्रतिनिधित्व करणाऱ्या अल्-कायदाविरुद्ध लढणे हे इस्लाम-विरोधी आहे. दुसरे कारण म्हणजे अल्-कायदाला लढत देणे हे बोलायला सोपे पण करायला कठीण आहे. अल्-कायदाचा मुलूख झालेल्या सीमा-प्रदेशात 'फ्रॉंटियर कोर' नावाची जी निमलष्करी पलटण ठेवली आहे तिच्याजवळ एक तर पुरेशी शस्त्रे नाहीत, व दुसरे म्हणजे तिचे मनोबल इतके खाली घसरले आहे की पळून जाणाऱ्या फौजींची वाढती संख्या ही त्या पलटणीची एक गंभीर समस्या झाली आहे. ह्या पलटणीत मुख्यत्वे मागास वर्गातल्या पश्तून लोकांचा भरणा आहे व वांशिकदृष्ट्या हे फौजी आणि दहशतवादी एकाच गटातले आहेत. त्यामुळे त्यांना एकमेकांबद्दल एक प्रकारची वांशिक जवळीक वाटते आणि इस्लामी भाईचाराही वाटतो. शिवाय पुष्कळ सैनिकांना असेही वाटते की, ही लढाई आपल्या देशाच्या हितासाठी नाही, तर अमेरिकेच्या आदेशावरुन चालली आहे. 'पल्स' या पाकिस्तानी साप्ताहिकाचा पत्रकार सोहेल

इक्बाल स्पष्ट लिहितो, 'जी लढाई त्यांना आपली वाटत नाही, ती लढाई लढण्याची त्यांची इच्छा नाही.' आश्चर्याची गोष्ट म्हणजे त्यांच्या अधिकाऱ्यांनाही त्यांच्या नाखुषीची चांगलीच जाणीव आहे. म्हणून त्यांनी एक कायमचा हुकूम देऊन ठेवला आहे– दहशतवादी दिसले तर त्यांना ओरडून चालते व्हायला सांगा, गोळ्या झाडू नका!

अशा या अत्यंत विचित्र परिस्थितीतही अमेरिका पाकिस्तानच्या तथाकथित दहशतविरोधी युद्धात पैसा ओतीत आहे. सन २००१ साली हे युद्ध सुरु झाले. तेव्हापासूनच्या १० वर्षांच्या काळात पाकिस्तानने अमेरिकेकडून जेवढी शस्त्रास्त्रे विकत घेतली आहेत, त्यांची एकूण किंमत आधीच्या ५० वर्षांत विकत घेतलेल्या शस्त्रास्त्रांच्या किमतीपेक्षा जवळजवळ २० टक्के अधिक आहे. नोव्हेंबर २००७ मध्ये अमेरिकन काँग्रेसने तयार केलेल्या एका प्रतिवेदनात हे आश्चर्यकारक आकडे नमूद केलेले आहेत. सन २००६ च्या अवघ्या एका वर्षात पाकिस्तानने अमेरिकन शस्त्रास्त्रांची केलेली आयात ३.४९ बिलियन डॉलर एवढ्या किमतीची होती, तर २००१ सालापर्यंतच्या ५० वर्षांत ती ३.६५ बिलियन डॉलर इतकी होती. पाकिस्तानात आणीबाणी पुकारली गेली त्यानंतर थोड्याच दिवसांनी हा अहवाल तयार करण्यात आला होता. अहवालात म्हटले आहे की या राशीत एकदम एवढी प्रचंड वाढ होण्याचे कारण म्हणजे ३६ एफ्-१६ लढाऊ विमानांची १.४ बिलियन डॉलर किंमत. अमेरिकन सरकारच्या सुरक्षा मंत्रालयाने असा दावा केला की ही एफ्-१६ विमानांची खरेदी फार महत्त्वाची आहे; पण अमेरिकन काँग्रेसच्या दुसऱ्या एका अहवालाला हा सरकारी दावा फारसा खरा वाटत नाही. या अहवालात अमेरिका-पाकिस्तानमधल्या परस्पर-संबंधाची चर्चा केली आहे. दुसऱ्या एका मोठ्या सौद्यात पाकिस्तानला १०० हून अधिक स्वयंचलित हॉविट्झर तोफा पुरविण्यात आल्या. हा सौदा भारताच्या दृष्टीने अनिष्टसूचक आहे. कारण भारतीय तोफखान्याचे आधुनिकीकरण करण्याची योजना कित्येक वर्षे रेंगाळली आहे. याचा अर्थ असा होतो की पाकिस्तानाला 'दहशतविरोधी युद्धा'साठी मिळालेल्या शस्त्र-संभाराचा निदान काही भाग असा आहे की त्याच्यामुळे पारंपरिक शस्त्रास्त्र-संभारात पाकिस्तान भारतापेक्षा वरचढ होऊ शकेल. दरम्यान अमेरिकन काँग्रेसच्या शक्तिशाली परराष्ट्र-संबंध समितीचे अध्यक्ष जो बिडेन यांनी पाकिस्तानातील आणीबाणीवर एक परखड वक्तव्य काढून त्यात मागणी केली की पाकिस्तानाला देण्यात येणाऱ्या मदतीच्या बाबतीत फेरविचार करण्याची आवश्यकता आहे, आणि संरक्षणोपयोगी मदतीवर जर अटींचे बंधन घातले तरच 'पाकिस्तानी लष्कर अल्-कायदाला व तालिबानला अखेर चिरडेल.'

ही 'अखेर' होण्याची चिन्हे दिसणे तर दूरच, उलट दोन-तीन वर्षांपूर्वी 'सेंटर फॉर अमेरिकन प्रोग्रेस' नावाची संस्था आणि 'फॉरीन अफेअर्स' हे प्रतिष्ठित अमेरिकन मासिक या दोघांनी मिळून एक 'टेररिझम इन्डेक्स' तयार केला व त्यात त्यांनी देशांची वर्गवारी करुन असा निष्कर्ष काढला की अल्-कायदाची प्रबळ केंद्रस्थाने होऊ घातलेल्या देशात पहिल्या क्रमांकावरच्या सोमालियाच्या खालोखाल पाकिस्तानचा नंबर लागेल. हा अभ्यासपूर्ण अहवाल तयार करण्यासाठी परराष्ट्र धोरणाच्या क्षेत्रात जाणकार असलेल्या १०० हून अधिक तज्ज्ञांच्या मतांचे सर्वेक्षण करण्यात आले होते.

एवढी प्रबळ झालेली अल्-कायदा आता केवळ पाकिस्तान सरकारलाच धमकावण्यावर थांबलेली नाही, तर पाकिस्तानी जनतेलाही धमक्या देऊ लागली आहे. डिसेंबर २००९ मध्ये अल्-कायदाचा दोन-नंबरी नेता अयमन अल्-जवाहिरी ह्याने म्हटले की, अल्-कायदाच्या जिहादात सामील होणे हे 'प्रामाणिक' मुसलमानांचे कर्तव्य आहे. एवढेच म्हणून तो थांबला नाही, तर पुढे म्हणाला, मी पाकिस्तानच्या लोकांना इशारा देतो की, त्यांच्या देशाला अमेरिकेपासून जो 'गंभीर' धोका आहे, तो टाळण्यासाठी त्यांनी आम्हाला पाठिंबा दिला नाही, तर त्यांना अल्ला 'जबर शिक्षा' देईल. एका इस्लामी वेबसाईटवर हा संदेश प्रसारित करण्यात आला. त्यात त्याने म्हटले– 'आपण मुजाहिदीनांना पाठिंबा न देता स्वस्थ उभे राहिलो तर आपण पाकिस्तान व अफगाणिस्तानच्या विनाशाला हातभार लावू, इतकेच नव्हे तर अल्लाच्या जबर शिक्षेला पात्र होऊ.'

ह्या अशा टोकाच्या परिस्थितीत पंतप्रधान जिलानी यांनी सेनाप्रमुख कयानी यांना ३ वर्षांची मुदतवाढ नुकतीच जाहीर केली याचे आश्चर्य वाटायला नको. प्रारंभापासून आजपर्यंत सेना हीच पाकिस्तानची तारणहार राहिली आहे व ती पुढेही तशीच राहणार. राजकीय नेत्यांबद्दल सांगावे तेवढे थोडे. सत्ताधिष्ठित पक्षाने नावाला सिंहासनावर बसविलेले तथाकथित राष्ट्राध्यक्ष झरदारी यांनी गर्भगळीत होऊन जाहीरपणे (व फोटोत हसतमुखाने) आपल्या सर्वाधिकारावर तिलांजली सोडली आहे, तर मुस्लिम लीगचे नेते व माजी पंतप्रधान शरीफ एकीकडे आयएसआयच्या खिशात आहेत, तर दुसरीकडे अल्-कायदाच्या ताटाखालचे मांजर झालेले दिसतात. कारण ते पाच वेळा ओसामा बिन लादेनला भेटले आहेत. एक माजी आयएसआय अधिकारी खलीद ख्वाजा म्हणाला की मी स्वत: या भेटींची व्यवस्था केली होती.

ह्या पार्श्वभूमीवर ओसामा बिन लादेनने आपली पाकिस्तानशी हमदर्दी (किंवा आपले पाकिस्तानातले वजन) दाखविण्यासाठी सप्टेंबर २०१० मध्ये पाकिस्तानात आलेल्या प्रचंड पुराचा अवसर वापरला. दिनांक ९ ऑक्टोबरला जुम्म्याच्या दिवशी

प्रसारित झालेल्या एका चित्रफितीत त्याने पूरग्रस्त पाकिस्तानला मदत करण्याच्या बाबतीत मुस्लिम देशांच्या राजवटींनी दाखविलेल्या सुस्तपणावर टीका केली आणि मुस्लिम पीडितांना मदत करण्यासाठी एका नवीन यंत्रणेची मागणी केली. त्याने म्हटले की, समुद्र व अन्य जलाशयांच्या जवळील मुस्लिम प्रदेशांचे रक्षण करण्यासाठी त्यांचे अध्ययन करुन त्यांना मदत करील असा एक संपन्न साहाय्यक समूह उभारला पाहिजे. त्याच्या मते, मुस्लिम व्यापारी अशा प्रदेशांचे रक्षणकर्ते शिलेदार आहेत. ह्या आवाहनाचे एक वैशिष्ट्य म्हणजे २४ तासात ओसामाने आणखी एक फीत काढून मुस्लिम देशांवर अशीच टीका केली.

ओसामाच्या टीकेचा 'आंतर: कोपि हेतु' काही असला, तरी तिची सत्यता दर्शविणारे काही सूचक आकडे इंटरनेटवर उपलब्ध आहेत, ते असे : यूनोने ४६० बिलियन डॉलरची आवश्यकता असल्याचे म्हटले आहे. अमेरिकेने ५० बिलियन आणि ऑस्ट्रेलियाने ९ बिलियन देण्याचे आश्वासन दिले आहे. तालिबानने म्हटले आहे, पाश्चिमात्य पाखंड्यांची मदत अव्हेरावी, तर आम्ही २० बिलियन देऊ. कुवेतने ५ बिलियन कबूल केले आहेत, तुर्कस्तानने ०.२८ बिलियन, तर यूएईने ०.०२८ बिलियन!

अमेरिका

लाखो लोकांना क्षणार्धात अणुबॉंबने ठार मारण्याची धमकी देऊ शकणारी अल्-कायदा अमेरिकेत केव्हा शिरली, याचा ऐतिहासिक तपशील चकित करणारा आहे. कारण हा 'गृहप्रवेश' एक प्रकारे अल्-कायदा १९८८-८९ मध्ये स्थापन होण्याच्याही आधी झाला होता. सन १९८६ मध्ये, म्हणजे अल्-कायदाच्या जन्माच्या २/३ वर्षे आधी तिचा पूर्वजन्मातला अवतार असलेली 'मक्तब अल्-खिदमत' या संस्थेने अमेरिकेत चंचुप्रवेश केला होता व तिने अरीझोना प्रांत-राज्यात टुकसन नावाच्या शहरातल्या इस्लामी केंद्रात आपली पहिली अमेरिकन शाखा उघडली. दहशतविरोधी-तज्ज्ञ रिटा कॅट्ज हिने पुढे म्हटले की, हे केंद्र मूलत: अल्-कायदाचा पहिला गुप्तगट ('सेल्') होता. येथून सर्व गोष्टींचा प्रारंभ झाला. या गटात खालील माणसे प्रमुख होती :

- महंमद बयाझीद– पुढे दोन वर्षांनी स्थापन होणाऱ्या अल्-कायदाच्या स्थापकांपैकी एक.
- हमझा जुलैदन– भावी अल्-कायदाचा आणखी एक संस्थापक. हा कोट्याधीश होता व काही वर्षे टुकसनच्या इस्लामी केंद्राचा प्रमुख होता.
- वादी अल्-हागे– बिन लादेनचा भावी निजी सचिव, आणि

- मुबारक अल्-दुरी– अल्-कायदासाठी सर्वसंहारक शस्त्रे ('डब्ल्यूएम्डी') खरेदी करणारा चीफ एजंट.

१९८० च्या सबंध दशकात टुकसनच्या मशिदीने अफगाणिस्तानात लढणाऱ्या मुजाहिदीनांना पैसा, माणसे आणि अन्य सहाय्यता पुरवली.

सन १९९६ साली बिन लादेनने एक फतवा काढला, तो अमेरिका व तिचे साथीदार यांच्याविरुद्ध युद्धाचा जाहीरनामाच होता असे म्हणायला हरकत नाही. पुढे दिनांक २३ फेब्रुवारी १९९८ रोजी ओसामा बिन लादेन, अयमन अल्-जवाहिरी व त्यांचे आणखी काही साथीदार मिळून 'ज्यू आणि ख्रिश्चन यांच्या विरुद्ध जिहाद' अशा शीर्षकाचे एक वक्तव्य प्रकाशित केले. त्यात त्यांनी अमेरिकेवर आरोप केला की, 'अमेरिकनांनी अल्ला, त्याचा प्रेषित आणि मुस्लिम जनतेवर उघड उघड युद्ध पुकारले आहे म्हणून अल्लाचा हुकूम पाळण्यासाठी आम्ही असा फतवा जाहीर करीत आहोत की, अमेरिकन माणसे जेथे जेथे व जेव्हा जेव्हा सापडतील, तेथे व तेव्हा त्यांना ठार मारावे आणि त्यांचा पैसा लुटावा.' पुढे म्हटले, 'ह्या आदेशानुसार प्रत्येक मुसलमानाचे कर्तव्य आहे की त्याने अमेरिकन लोक व त्यांचे साथीदार– मग ते सैनिक असोत की सामान्य नागरिक– दोघांनाही ठार मारावे. कोठल्याही देशात त्यांना शक्य असेल तेथे त्यांनी असे करणे सर्वशक्तिमान अल्लाच्या वचनानुसार आहे.'

नोव्हेंबर १९९८ मध्ये अमेरिकेने अल्-कायदावर खटला भरला, तेव्हा सादर केलेल्या आरोपपत्रकात पुढील प्रमुख मुद्दे होते : हा आंतरराष्ट्रीय दहशतवादी समूह १९८९ च्या सुमारास बिन लादेन व महंमद अतीफ यांनी स्थापन केला असून तो गैर-इस्लामी देशांना हिंसक विरोध करण्यास वाहिलेला आहे. अल्-कायदाचा इतर दहशती संघटनांशी संबंध असून त्यांचे अन्य देशातले घातपात ह्या संघटनेच्या छत्राखाली चालतात. ही संघटना अफगाणिस्तान, पाकिस्तान, सोमालिया, केनया इत्यादी निरनिराळ्या देशांत दहशतवाद्यांसाठी प्रशिक्षण शिबिरे चालविते, आश्रयस्थाने पुरविते व त्यांचा स्वत:साठी उपयोग करते. बिन लादेन आणि त्याचे सहकारी सर्व जगभर निरनिराळ्या देशांत अल्-कायदा गटांच्या सदस्यांना पैसा व शस्त्रास्त्रे यांचा पुरवठा करतात. बिन लादेनने अल्-कायदाचे मुख्यालय सुदानमध्ये खार्टूम येथे स्थापन केले असून तेथे घातपाताला लागणारा पैसा उभारण्यासाठी निरनिराळे उद्योगधंदे चालविले आहेत.

पुढे २९ ऑक्टोबर २००४ रोजी, म्हणजे अमेरिकेतील अध्यक्षीय निवडणुकीच्या चार दिवस आधी ओसामा बिन लादेन 'अल् जझीरा' ह्या गाजलेल्या अरबी टेलिव्हिजन वृत्तसंस्थेच्या व्हिडियो-प्रक्षेपणात दिसला. त्या वेळी त्याने असा

दावा केला की, २००१ सालचा न्यूयॉर्कमधला महाविध्वंसक हल्ला आम्ही घडवून आणला होता. तो म्हणाला, 'अल्-कायदाने ठरवले होते की न्यूयॉर्कचे वर्ल्ड ट्रेड सेंटर जमीनदोस्त करायचे.'

आणि आता अगदी हल्लीच म्हणजे दिनांक २३ मे २०१० रोजी एक अमेरिकन-येमेनी मुल्ला अन्वर अल्-औलाकी याने एका चित्रफितीत येमेनहून आवाहन केले आहे की अमेरिकन नागरिकांना ठार मारा. असे म्हणतात की अमेरिकेत झालेले घातपात ह्या मुल्लाच्या इंटरनेटवरील प्रवचनांनी प्रेरित झालेल्या दहशतवाद्यांनी केलेले आहेत (अशीही एक किंवदन्ती आहे की ज्या अमेरिकेच्या महाशत्रूंना 'खतम' करायचे आहे अशा व्यक्तींची एक यादी सीआयएने केली आहे, त्या यादीत ह्या मुल्लाचे नाव घालण्यात आले आहे– तो अमेरिकन नागरिक असूनही).

अशा रीतीने अल्-कायदाची अमेरिकेतली कामगिरी भीषणतेच्या बाबतीत प्रगती-पथावरच राहिली आहे. वर्ल्ड ट्रेड सेंटरवर दोन दहशती हल्ले झाले होते. सन १९९३ साली रामझी युसुफ नावाच्या दहशतवाद्याने बाँबनी भरलेला ट्रक ट्रेड सेंटरच्या मनोऱ्यावर नेऊन आदळला. ह्या हल्ल्यात पहिल्या टॉवरचा पाया मोडून तो टॉवर दुसऱ्या टॉवरवर कोलमडून पडेल व अशा रीतीने दोन्ही टॉवर जमीनदोस्त करायचे, अशी योजना होती. ह्या हल्ल्यात अडीच लाख माणसे मरतील अशी युसुफला आशा होती. मनोरे हादरले, झाडाप्रमाणे झुलले; पण पाया मजबूत व स्थिर राहिला. फक्त सहा माणसे मेली; मात्र पाच हजारांहून अधिक जखमी झाली व ३० कोटी डॉलर मालमत्तेचे नुकसान झाले. हा हल्ला जरी फसला तरी त्याचे वैशिष्ट्य हे होते की, त्याच्या कटात अल्-कायदाच्या जोडीला अल्-गामात अल् इस्लामिया नावाची दहशतवादी संघटनाही सामील होती. तिचा नेता शेख उमर अब्दल रहमान हा ह्या व इतरही अनेक कटांचा सूत्रधार होता. हल्ल्यानंतर युसुफ अमेरिकेतून निसटून पाकिस्तानला गेला व तेथून फिलिपाइन्समध्ये मॅनिलाला पोचला. तेथे त्याने तीन-चार मोठे कट रचले– डझनभर अमेरिकन विमाने एकाच वेळी बाँबने उडवणे, पोप जॉन पॉल आणि अमेरिकन राष्ट्राध्यक्ष बिल क्लिंटन यांची हत्या करणे, आणि सीआयएच्या मुख्यालयावर विमान आदळविणे. पुढे तो पाकिस्तानात पकडला गेला. क्लिंटन मॅनिलाला १९९७ साली एका आंतरराष्ट्रीय परिषदेसाठी गेले तेव्हा तेथे त्यांची हत्या करण्याचा कट ओसामा बिन लादेनने स्वत: रचला होता असे म्हणतात; पण परिषदेला जाण्यासाठी क्लिंटन गाडीत बसण्याच्या केवळ काही मिनिटेच आधी त्याचा गुप्त संदेश उघडकीला येऊन मधल्या मध्ये अडवला गेल्याने तो कट फसला.

त्यानंतरचा भीषण हल्ला म्हणजे '९/११'– ११ सप्टेंबर २००१. इस्लामी दहशतवादाने अमेरिकेवर केलेला सर्वाधिक विध्वंसक घातपाती प्रहार. ह्या हल्ल्यात ३००० लोक मृत्युमुखी पडले. दोन मोठी प्रवासी विमाने (आतल्या प्रवाशांसह) वर्ल्ड ट्रेड सेंटरच्या मनोऱ्यावर आदळण्यात आली व तिसरे पेंटागॉनवर– वॉशिंग्टनमधील सुप्रसिद्ध पंचकोनी सुरक्षा मुख्यालयावर. चौथे कॅपिटॉलवर म्हणजे वॉशिंग्टनमध्ये अमेरिकन काँग्रेस विधान परिषदेच्या मुख्यालयावर आदळण्याचा बेत होता; पण ते पेन्सिलव्हानियात एका शेतात कोसळले. सन १९९८ साली ओसामा बिन लादेनने अमेरिकेविरुद्ध जो फतवा काढला होता, त्याबरहुकूम हे हल्ले झाले होते. हल्ल्यानंतर केलेल्या वक्तव्यात ओसामाने त्यात आपला हात असल्याचा इन्कार केला, पण हल्ल्याची प्रशंसा केली. त्याने म्हटले, अमेरिका 'पॅलेस्टाइन, चेचन्या, काश्मीर व इराक' मध्ये मुसलमानांची कत्तल करीत आहे, तेव्हा मुसलमानांना 'बदल्यात हल्ले करण्याचा हक्क' असला पाहिजे. प्रथम हा हल्ला अमेरिकेच्या पूर्व किनाऱ्यावरील अणुशक्तीकेंद्रांवर करण्याचा बेत असावा असे दर्शविणारा पुरावा उपलब्ध आहे. हे हल्ले करणाऱ्या एकूण १९ विमान-अपहरणकर्त्यांपैकी सर्व जहाल वहाबी होते, व त्यातले १५ सौदी अरब होते. ह्या कटाचा सूत्रधार महंमद आता ह्याला पाकिस्तानातून एक लाख डॉलर पाठविण्यात आले होते (हे पैसे त्याला आयएसआय-प्रमुख लेफ्टनंट जनरल महमूद अहमद याच्या सांगण्यावरुन पाठविण्यात आले होते. म्हणून पुढे अमेरिकेच्या हट्टावरुन अहमदला बडतर्फ करण्यात आले). या हल्ल्यात पाकिस्तानाबरोबर सौदी अरबस्तान अशा दोन्ही अमेरिकेच्या तथाकथित मित्रराष्ट्रांचा हात होता, असे सूचित करणारा पुरावा उपलब्ध झाला आहे.

आणि आता ह्या अनुषंगाने ओसामाने अमेरिकेला नवीन धमकी दिली होती –तुम्ही ९/११ चा कट करणाऱ्यांना फाशी द्याल तर आम्ही पकडलेल्या अमेरिकनांना ठार मारू. दिनांक २४ मार्च २०१० रोजी प्रसारित झालेल्या एका नवीन संदेशात त्याने म्हटले होते की, अमेरिकेने जर ह्या हल्ल्याचा सूत्रधार व इतर अल्-कायदा संशयितांना देहांताची शिक्षा दिली, तर जो कोणी अमेरिकन आम्ही पकडू त्याला ठार मारु. या संदेशाची ध्वनिफीत नेहमीप्रमाणे अल्-जझीरा टेलिव्हिजनवर प्रसारित करण्यात आली होती. तिच्यात खलीद शेख महंमद याच्या नावाचा स्पष्ट उल्लेख होता. खलीदला पूर्वी २००३ साली पाकिस्तानात अटक झाली होती. सन २००८ साली अमेरिकेने ९/११ च्या संदर्भात खलीदवर खून आणि 'वॉर क्राइम्स' चा आरोप ठेवला आणि पेंटॅगॉनच्या अधिकाऱ्यांनी म्हटले की त्याला देहांताची शिक्षा झाली पाहिजे अशी आम्ही मागणी करु. त्याच्याबरोबर त्याचे चार साथीदारही तुरुंगात आहेत. अमेरिकन जनतेला उद्देशून ओसामा म्हणाला होता, 'व्हाइट

हाऊसने त्यांना फाशी देण्याची इच्छा दाखविली आहे. ज्या दिवशी हा निर्णय होईल, त्याच दिवशी त्यांनी आमच्या हाती पडणाऱ्या तुमच्यापैकी कोणालाही देहांताची शिक्षा दिली असे होईल.'

अल्-कायदा अमेरिकेत जे घातपात करीत आहे त्यांच्या बद्दलच्या बहुतेक सर्व माहितीचे दोन मुख्य स्त्रोत होते - ९/११ च्या हल्ल्यानंतर झालेला पोलीस तपास आणि डिसेंबर १९९९ मध्ये लॉस अँजेलिसच्या विमानतळावर करण्यात आलेल्या अयशस्वी हल्ल्याचा तपास. एक दहशतवादी ऑगस्ट २००१ मध्ये पकडला गेला, तेव्हा त्याच्यावर अमेरिकेत भरलेल्या खटल्याच्या आरोप-पत्रकात विमाने हायजॅक करणारे लोक हल्ल्याच्या कित्येक महिने आधी अमेरिकेत राहत होते, त्यांनी राहण्यासाठी भाड्याने घरे घेतली होती, ते विमान चालवायचे शिक्षण घेत होते, ते हेल्थ क्लबचे सभासद देखील झाले होते आणि बाहेरुन येणाऱ्या पैशांवर राहत होते इत्यादी तपशिलाचे वर्णन आहे.

ह्या सर्व अविश्वसनीय परिस्थितीचे रसभरित वर्णन एका प्रथितयश अमेरिकन कादंबरीकाराच्या एका 'बेस्ट-सेलर' कादंबरीत वाचायला मिळते. ते असे : '९/११ नंतर बर्कला एफबीआय किंवा सीआयए मध्ये फारसे तथ्य वाटेनासे झाले. तोपर्यंत हे जगजाहीर झाले होते की हायजॅक करणाऱ्या दहशतवाद्यांपैकी दोघेजण चक्क एफबीआयच्या एका 'खबऱ्या' बरोबर राहत होते. इतर काही जणांना फ्लॉरिडामध्ये एका 'डेल्टा' पलटणीच्या निवृत्त कमांडोने चाकू-सुऱ्याने कशी झटापट करायची याचे प्रशिक्षण दिले होते, एकाने तर विमान चालविण्याचे शिक्षण घेताना सांगितले होते की मला फक्त जम्बो जेट हवेत उडत असताना ते कसे चालवायचे एवढेच शिकायचे आहे (विमान कसे सुरु करायचे व खाली कसे उतरवायचे याचे धडे नकोत); तरीही त्याच्या कॉम्प्यूटरची छाननी करण्यास एफबीआय तयार नव्हते म्हणतात. ह्यातले आणखी काही दहशतवादी डझनभर प्रवासी विमानात बॉंब ठेवण्याचा कट करण्यासाठी कौलालुंपूर येथे झालेल्या एका गुप्त बैठकीला हजर होते असे सीआयएने शोधून काढले होते. त्यानंतरही त्यांना व्हिसा देण्यात आला होता. हे सर्व बर्कने वर्तमानपत्रात वाचले होते. आणखी काय काय घडले होते, कोणास ठाऊक!'

सीआयए आणि एफबीआयचे हे वर्णन काल्पनिक कादंबरीपुरते मर्यादित नाही. त्याची प्रत्यक्ष उदाहरणे देखील आहेत. खलीद दीक नावाचा एक अल्-कायदाचा कार्यकर्ता १९९७ च्या दशकात कॅलिफोर्नियात लष्करी प्रशिक्षण शिबिरे चालवीत होता. तो ऑरेंज नावाच्या जिल्ह्यात अल्-कायदाच्या एका सुप्त गुप्त गटाचा ('स्लीपर सेल') सभासद होता. त्याच्यावर एफबीआयच्या गुप्तहेरांची बरीच

वर्षे पाळत होती. दहशतविरोधी-निरीक्षक रिटा कॅट्झला त्या शिबिरांची माहिती एका एफबीआय एजंटशी बोलताना मिळाली. तो तिला म्हणाला, एफबीआयला त्या शिबिरांची बरीच वर्षे माहिती आहे; पण आम्ही काही प्रत्यक्ष पावले उचलली नाहीत. कारण गुन्हेगारीचा तपास आणि गुप्तहेरगिरीचा तपास यांच्यामध्ये एक 'भिंत' आहे. शिबिरांची माहिती गुप्तहेरगिरीशी संबंधित आहे. ती आमच्या खात्याला 'निरुपयोगी' आहे. म्हणजे चाललेला प्रकार एफबीआय उघड्या डोळ्यांनी फक्त बघत होती. उलट सीआयए तर हातभार लावीत असल्याचे उदाहरण आहे. बिली वॉ नावाचा एक सीआयएचा 'प्रशिक्षण-कंत्राटदार' दहा-बारा वर्षे जगभर हिंडून अल्-कायदाच्या दहशतवाद्यांना प्रशिक्षण देत होता. सन २००४ साली त्याने आत्मकथा लिहिली, तिच्यात लिहिले– 'मी अल्-कायदाच्या कार्यकर्त्यांच्या संगतीत काम केले.' सीआयएने त्याला १९८९ साली पगारी ठेवला, तेव्हापासून २००१ पर्यंत त्याने हे काम केले. २००१ साली सीआयएने त्याला शेवटच्या कामगिरीवर पाठविले होते.

एकंदरीत ९/११ ला जबाबदार असणारे दहशतवादी हुडकून काढण्याच्या कामी सीआयएने इतका कमालीचा हलगर्जीपणा दाखविला की त्याला अक्षम्य अक्षमता म्हणता येईल. जणू काय या प्रमादाचे परिमार्जन करण्यासाठी सीआयएने काय केले, तर २००२ मध्ये पकडलेल्या संशयितांचा उलटतपासणीत छळ केला. त्यांच्याशी प्रश्नोत्तराच्या वेळी हा छळ चाललेला दाखविणाऱ्या दोन चित्रफिती सन २००५ मध्ये सीआयएने तयार केल्या अशी बातमी 'न्यूयॉर्क टाइम्स' ने दिनांक ७ डिसेंबर २००७ च्या अंकात छापली. त्या संशयितांवर कोर्ट केस चालू असतानाही त्या चित्रफिती कोर्टाला सादर करण्यात आल्या नाहीत. इतकेच नव्हे तर राष्ट्राध्यक्ष बुश व अमेरिकन काँग्रेसने नेमलेल्या '९/११ कमिशन' पासूनही त्या लपवून ठेवण्यात आल्या. सीआयएचे तत्कालीन संचालक मायकेल हेडन यांनी याचे समर्थन करणाऱ्या एका वक्तव्यात म्हटले की त्या फिती उघड झाल्या असत्या तर अल्-कायदाने व तिच्या साथीदारांनी त्या सीआयए अधिकाऱ्यांवर व त्यांच्या कुटुंबीयांवर सूड उगविला असता अशी शक्यता होती.

आणखी एक-दोन दिवसांनी 'न्यूयॉर्क टाइम्स' ने बातमी छापली की अशा 'शेकडो तासांच्या चित्रफिती' नष्ट करण्यात आल्या. या फितीत मुख्यत्वे अबू झुबेदा व अब्दुल अल्-रहीम अल्-बशीरी या दोन अल्-कायदा संशयितांच्या तपासणीच्या वेळी कठोर तंत्राचा उपयोग करण्यात आला त्याचे चित्रीकरण होते. अमेरिकन नौसेनेचे डिस्ट्रॉयर प्रकाराचे लढाऊ जहाज 'कोल' वर २००० साली हल्ला झाला होता, त्याचा मुख्य योजक अल्-बशीरी होता असे म्हणतात; तर मार्च

२००२ मध्ये पकडला गेलेला झुबेदा हा ९/११ च्या हल्ल्यानंतर ओसामाचे जे जवळचे साथीदार पकडले गेले, त्यात आधी पकडला गेला होता. त्याची तपासणी करताना सीआयएने 'जबरदस्ती' चे तंत्र वापरले. हे तंत्र म्हणजे 'छळ' होत नाही, असे कायदेशीर मत अमेरिकन न्यायालयाने दिले; पण ही कायदेशीर मुभा मिळण्याच्या आधीच सीआयएने या तंत्राचा उपयोग केला होता. राष्ट्राध्यक्ष बुश यांनी असा युक्तिवाद केला की, अबू झुबेदाच्या प्रकरणावरुन या तंत्राचे महत्त्व सिद्ध होते, कारण ते तंत्र वापरल्यावरच त्याने ९/११ च्या कटाबद्दल महत्त्वाच्या गुप्त गोष्टी उघड केल्या.

१२००० दहशतवादी

वर्ल्ड ट्रेड सेंटरवरील हल्ल्याच्याही पलीकडची गोष्ट म्हणजे अमेरिकन राष्ट्राध्यक्षाचे निवासस्थान असलेले व्हाइट हाऊस अल्-कायदाचे मुख्य लक्ष्य होते, अशी बातमी रशियन वर्तमानपत्र 'कोमूसोमॉलस्काया प्रावदा' ने दिनांक १३ नोव्हेंबर २००६ च्या अंकात छापली. बातमीत म्हटले होते की अमेरिकेत गुपचूप शिरुन व्हाइट हाऊसवर हल्ला करण्यासाठी अल्-कायदा १२००० दहशतवाद्यांची सबंध फौजच तयार करीत आहे.

ही केवळ एक वावडी वाटत नाही. अल्-कायदा खरोखरीच अशी तयारी करीत असावी. कारण त्याच्या दोन वर्षे आधी फ्लॉरिडा राज्याच्या महामार्ग सुरक्षा खात्याने एक जाहीर पत्रक छापले होते. त्यात अदनान शुक्रीजुमा नावाच्या एका सौदी अरब दहशतवाद्याची माहिती त्याच्या फोटोसह छापली होती. पत्रकात म्हटले होते की, हा इसम अमेरिकेत अल्-कायदाचे हल्ले घडवून आणण्याचा कट करीत आहे. तो एक 'अगदी वरच्या टोकाचा अल्-कायदा अधिकारी' आहे व एका निर्ढावलेल्या गुन्हेगार टोळीच्या प्रमुखाशी त्याची गाठभेट होत असते. ही सशस्त्र गुन्हेगारांची टोळी साल्वादोर ह्या दक्षिण अमेरिकेतल्या देशाची असून तिचा तळ मेक्सिकोमध्ये आहे व वॉशिंग्टनच्या आसमंतात तिचे मजबूत बस्तान आहे. हा माणूस अल्-कायदाच्या गुप्त गटाचा मोक्याचा प्रमुख असून अमेरिकन सरकारने त्याच्यावर ५० लाख डॉलर्सचे इनाम लावले आहे. त्याच्या संबंधातल्या टोळीतले बरेच गुंड अंगावर १३ चा आकडा गोंदवून खूण म्हणून वापरतात. म्हणून ती पोलिसांना एमएस-१३ या नावाने ओळखीची आहे. ह्या गुंडांकडे सौदी अरबस्तान, त्रिनिदाद, गयाना आणि कॅनडा अशा निरनिराळ्या देशांचे पासपोर्ट आहेत. मेक्सिकोमधून अमेरिकेत गुपचूप घुसण्याच्या मार्गावर या टोळीचा कबजा असल्याने शुक्रीजुमाने तिच्याशी संपर्क साधला. तो स्वत: फ्लॉरिडाचा रहिवाशी व पायलट असून ९/११

च्या हल्ल्याची आखणी करण्याच्या कामी त्याने मदत केली होती, असा संशय आहे.

अमेरिकेतले अल्-कायदा दहशतवादी आणि परदेशी घुसखोरांची चोरटी 'आयात' करणारी टोळी यांचे हे संगनमत चांगलेच किफायतशीर असल्याचे दिसते. कारण 'बॉर्डर-जंपर' म्हणून ओळखल्या जाणाऱ्या घुसखोरांना गुपचूप आत आणण्यात ही टोळी चांगलीच वाकबगार आहे. अमेरिकेचे ॲटर्नी जनरल जॉन ॲशक्रॉफ्ट म्हणाले, हे बॉर्डर-जंपर अफगाणिस्तान, इंडोनेशिया, इराण, इराक, जॉर्डन, पाकिस्तान, फिलिपाइन्स, सौदी अरेबिया व सुदान अशा विविध मुस्लिम देशांतून येत असल्याचे आढळून आले आहे. एमएस-१३ टोळी १०/१५ अमेरिकन शहरांत पसरली असून केवळ वॉशिंग्टन परिसरात तिचे ७००० हून अधिक गुंड आहेत.

या गंभीर परिस्थितीला प्राप्त झालेला एक नवीन आयाम म्हणजे 'इंटरनेट इमामां'नी अमेरिकेविरुद्ध 'सायबर' (संगणकीय) जिहाद पुकारलेले दिसते. 'न्यूजवीक' या अमेरिकन नियतकालिकाने जुलै २००७ मध्ये बातमी दिली की, अमेरिकेतल्या पुष्कळ नवीन वेबसाईट आता अरबीच्या जोडीला इंग्रजीतही प्रकाशित होत आहेत, आणि त्यात अमेरिकेवर हल्ले करण्याचे आवाहन करीत आहेत. अमेरिकेला कसे हरविता येईल याची 'तात्त्विक' चर्चा, प्रचार आणि 'ब्रेनवॉशिंग' यांचा सतत ओघ चालू ठेवण्यासाठी ही इमाम मंडळी 'वेब'-आधारित टेलिव्हिजन, इंटरनेट 'चॅटरुम', 'वृत्त'- प्रसारण वेबसाईट, त्याचप्रमाणे दहशतवादाचे व गनिमी लढाईचे प्रशिक्षण देणारी 'व्हर्चुअल' शिबिरे असे अनेक प्रगल्भ तंत्रज्ञानाचे मार्ग वापरीत आहेत. या अद्ययावत प्रचारतंत्राचे ठळक उदाहरण म्हणजे सन २००४ च्या अमेरिकन अध्यक्षीय निवडणुकीच्या चार दिवस आधी ओसामा बिन लादेनने अमेरिकन जनतेला उद्देशून केलेले भाषण. या भाषणात जोरदार भाषणबाजी तर होतीच, पण जोडीला 'फॅरनहाइट ९/११' ह्या हॉलिवुडच्या चित्रपटातली उदाहरणेही होती.

अल्-कायदाच्या प्रचारातील आधुनिकतेचे आणखी एक लक्षणीय उदाहरण म्हणजे अल्-जवाहिरीने एक अगदी अद्यतन दर्जाची वेब-व्हिडिओ फिल्म काढली. तिच्यात इंग्रजीत 'सब्-टायटल्स' देऊन अनेक विषयांची सफाईदार चर्चा केली– इराकला पाठविल्या जाणाऱ्या अमेरिकन पलटणींच्या लोंढ्यात कशी घसरण होत चालली आहे येथपासून थेट निवृत्त अमेरिकन सैनिकांची 'हेल्थकेअर समस्या' आणि 'ग्लोबल वॉर्मिंग' पर्यंत.

अल्-कायदाचा एक अधिकाधिक प्रकाशात येत चाललेला प्रवक्ता ख्रिस्ती धर्म सोडून मुसलमान झालेला अमेरिकन माणूस आहे. त्याचे नाव आदम गदाहन

असून तो आझम अल्-अमरीकी या नावाने ओळखला जातो. अल्-कायदाचे अन्य काही प्रचारक विशेष प्रसिद्ध नसले तरी परिणामकारक आहेत. त्यांच्यात अबू मुसद अल् सूरी नावाचा एक इराकी माणूस आहे. सन २००५ मध्ये त्याला पाकिस्तानात अटक करण्यात आली. त्याच्या आधी त्याने 'जागतिक जिहाद' आणि ते लढण्यासाठी कोणते मार्ग वापरणे आवश्यक आहे, यावर विचार मांडण्यासाठी हजारो पाने मजकूर लिहून काढला होता. 'वर्ल्डवाइड वेब' वर हा मजकूर खूप मोठ्या प्रमाणात प्रसारित होत आहे. अल् सूरीने पूर्वी एकदा अफगाणिस्तानात दहशतवाद-प्रशिक्षण शिबिर चालविले होते आणि त्यातले काही धडे जसेच्या तसे पाश्चिमात्य देशांत शिकवता येतील असा प्रस्ताव मांडला होता. त्याने हल्ल्यांच्या लक्ष्यांच्या याद्याच्या याद्या छापल्या. त्यात लंडनच्या भुयारी लोकलगाड्यांचाही समावेश होता. तो म्हणाला, '९/११ च्या हल्ल्यात व नंतरच्या काळात जे मारले गेले ते तर केवळ सुरुवात आहेत. आमच्या मुजाहिदीनांनी बिलाची फक्त थोडीशीच रक्कम वसूल केली आहे.'

अमेरिकेतल्या वेबसाइट्सवर 'इंटरनेट जिहादीं'नी कशी गर्दी केली आहे याचे आणखी एक मोठे उदाहरण म्हणजे समीरखान नावाचा एक अमेरिकन युवक. तो तर नॉर्थ कॅरोलायना राज्यात आई-वडिलांच्या बरोबर राहतो व घरातून आपला 'ब्लॉग' चालवतो. निरनिराळे घातक इस्लामी गट जे 'मल्टीमीडिया उत्पादन' तयार करतात त्यांना पाश्चिमात्य प्रदेशांत प्रसृत करण्याचे केंद्र म्हणून हा युवक आपला ब्लॉग चालवतो. एकदा तर त्याने हिंसक जिहादचे समर्थन करणारा 'विद्वत्ताप्रचुर' लेख इंग्रजीत भाषांतरित करुन आपल्या ब्लॉगवर प्रसारित केला होता. इराकमध्ये तयार झालेले नवनवीन दहशती व्हिडियो ज्या गुप्त संकेतस्थळांवर वाचायला मिळू शकतील अशा शेकडो स्थळांची यादी त्याने आपल्या वाचकांच्या सोयीसाठी प्रसारित केली आहे. समीरखानचा जन्म सौदी अरबस्तानात झाला, पण तो न्यूयॉर्कमध्ये एका मध्यमवर्गीय कुटुंबात वाढला आहे. अल्-कायदा ज्याला इस्लामी जिहादी प्रसार माध्यम म्हणते त्याचा हा एक लक्षात न येणारा पाईक आहे, असे 'न्यूयॉर्क टाइम्स' ने १५.१०.२००७ च्या आपल्या अंकात त्याचे वर्णन केले आहे. 'न्यूयॉर्क टाइम्स' ने पुढे म्हटले, 'खान आपला ब्लॉग दहशती नेत्यांशी संगनमत करुन चालवीत आहे किंवा तो एखादी बेकायदेशीर गोष्ट करीत आहे असे दर्शविणारा काही पुरावा नाही; पण अल्-कायदाचा प्रचार स्वतंत्रपणे करणाऱ्या लोकांची संख्या वाढत असून हा माणूस त्यांच्यापैकीच एक दिसतो.'

आणखी एक गंभीर तथ्य अमेरिकन मंडळींच्या लक्षात आलेले दिसते व ते म्हणजे अल्-कायदाचा जगभर झालेला प्रसार केवळ मुस्लिम देशांत झाला आहे

असे नाही, तर मुस्लिमेतर देशांतही खूप झाला आहे आणि म्हणूनच की काय, दिनांक ६ जून २०१० रोजी वर्तमानपत्रात बातमी छापून आली की अल्-कायदा आणि तिचे दहशतवादी भाईबंद यांच्याविरुद्ध 'गुप्त लढाई' लढण्यासाठी नवनिर्वाचित अमेरिकन राष्ट्राध्यक्ष बराक हुसेन ओबामा ह्यांनी जगातल्या ७५ देशांत अमेरिकन फौजेची, खास पथके पाठविण्याचा गुप्त आदेश दिला होता.

एकूण अल्-कायदाच्या बाबतीत अमेरिका इतकी निकरावर आली होती की पुन्हा एखादा ९/११ सारखा हल्ला आपल्यावर झाला तर अल्-कायदाला त्याची अद्दल घडवायची असे तिने ठरविल्याचे वृत्त होते. म्हणजे अल्-कायदाचे अड्डे जेथे जेथे आहेत किंवा पूर्वी होते, अशा दीडशे ठिकाणांची यादी सीआयजवळ आहे, त्या सर्व ठिकाणांवर हल्ले करण्यात येतील, व त्या वेळी त्या ठिकाणी कोण राहत आहे याची पर्वा केली जाणार नाही.

युरोप

अल्-कायदा आणि तिच्याशी संलग्न असलेल्या दहशतवादी संघटना ज्या देशांत घातपात करीत आहे, त्यांची लांबलचक यादी 'जेन्स सेक्युरिटी न्यूज' नियतकालिकाने काही वर्षांपूर्वी तयार केली होती, याचा निर्देश पूर्वी आलाच आहे. त्या यादीत बॉसनिया (ख्रिश्चन युरोपच्या मध्यभागी असलेले एक नवनिर्मित मुस्लिम राज्य) व कोसोव्हो (असेच आणखी एक राज्य) यांचा समावेश आहे. त्यांच्या जोडीला पोलीस खात्यांना आढळून आले आहे की ब्रिटन, फ्रान्स, स्पेन, जर्मनी, अल्बेनिया आणि नेदरलंड या युरोपीय देशांतही अल्-कायदाचे गुप्त गट आहेत. युरोपच्या अनेक भागांत आता उत्तर आफ्रिकन लोकांची दाट वस्ती झाली आहे. तिच्यात अल्-कायदाचे लोक मिसळून जाऊन लपू शकतात, 'कार्यकर्त्यां'ची भरती करु शकतात व पैसेही उभारु शकतात. अमेरिकन प्रशासनातला एक ज्येष्ठ दहशतवाद-विरोध-तज्ज्ञ ब्रूस रिडेल म्हणतो, पुष्कळ अल्-कायदा दहशतवाद्यांजवळ युरोपीय पासपोर्ट असतात आणि पुनर्रचना झालेली अल्-कायदा आता इतकी 'सक्षम झाली आहे की, ती ९/११ पेक्षाही अधिक मोठ्या लक्ष्यावर प्रहार करु शकते.'

सबंध युरोपभर दहशतवादी परिस्थिती अधिकाधिक बिकट होत चालली आहे, हे एका अमेरिकन वृत्तसंस्थेने माद्रिद (स्पेन) येथून १५ ऑक्टोबर २००७ रोजी पाठविलेल्या बातमीवरुन सूचित होते. बातमीत म्हटले आहे की, अमेरिकन व युरोपीय दहशत-विरोध-तज्ज्ञांच्या मते प्रशिक्षण घेण्यासाठी व पश्चिम-विरोधी कट करण्यासाठी युरोपातून पाकिस्तानला जाणाऱ्या अतिरेक्यांची संख्या हल्ली वाढत आहे. पुढे म्हटले आहे, 'गेल्या महिन्यात जर्मनी व डेन्मार्कमध्ये जे बॉंब कट

उघडकीस आणून मोडून काढण्यात आले, त्यांच्यावरुन एक नवीन मार्ग खुला झालेला दिसतो.' मुजाहिदीन होण्याची आकांक्षा बाळगणाऱ्या लोकांत धर्मांतरित झालेले युरोपीय आहेत; तसेच अरब, तुर्की व उत्तर आफ्रिकन पार्श्वभूमीचे लोकही आहेत. एका उच्चपदस्थ बेल्जियन दहशतविरोधी अधिकाऱ्याने म्हटले, 'मला इराकपेक्षा पाकिस्तानची जास्त चिंता वाटते.' त्यांच्या देशातले मुसलमान पाकिस्तानात अतिरेकी प्रशिक्षण घेतात, तर जर्मनीतले १०/१२ संशयित प्रथम सौदी अरेबियाच्या व सीरियाच्या मदरसा शाळेत गेले, तेथून इराणला गेले व तेथून पाकिस्तानला.

पूर्वी युरोपला मुख्य भीती होती ती ब्रिटन व अमेरिकेला लक्ष्य करणाऱ्या ब्रिटनमधल्या मोठ्या पाकिस्तानी लोकवस्तीची. सन २००३ साली पाच-सहा कटात असे घडले की पाकिस्तानला जाऊन प्रशिक्षण घेतलेल्या ब्रिटिश मुस्लिम अतिरेक्यांनी अल्-कायदाच्या गुप्त नेत्यांशी संपर्क साधला व मग घरी येऊन हल्ले केले. ह्यात जुलै २००६ मध्ये त्यांना यश मिळाले. हा पश्चिम युरोपातला पहिला आत्मघातकी हल्ला होता. त्याचे लक्ष्य लंडनची वाहतूक यंत्रणा होती व या हल्ल्यात ५२ लोकांचे प्राण गेले. याच्या उलट जर्मनी, फ्रान्स, स्पेन व इटलीत स्थायिक झालेले उत्तर आफ्रिकन व अरब रहिवाशी उत्तर आफ्रिकेतल्या व इराकी प्रदेशातल्या दहशतवाद्यांच्या गटांना जाऊन मिळण्याची अधिक शक्यता होती.

मात्र आता अशी परिस्थिती आहे की बेल्जियम, डेन्मार्क व स्वित्झर्लंडसारख्या देशातले गैरपाकिस्तानी अतिरेकीदेखील पाकिस्तानी प्रशिक्षण-शिबिरात जात आहेत. याच्या जोडीला 'मेनलॅन्ड' युरोपातील स्थायिक पाकिस्तान्यांची लोकसंख्या ब्रिटनच्या मानाने लहान असली तरी तिचा निरनिराळ्या जाळ्यांना एकमेकांशी जोडण्याच्या कामी उपयोग होतो. स्पेनमध्ये अतिरेकी पाकिस्तानी इमाम आणि भरती करणारे एजंट मुख्यत्वे उत्तर आफ्रिकन मशिदीतून पसरत आहेत; तर इटलीत मोरोक्को व ट्यूनिशियाहून आलेले अतिरेकी पाकिस्तानातल्या अतिरेक्यांशी इंटरनेटने संपर्क ठेवीत आहेत. ह्या नवीन लागेबांध्यांचा आणि जर्मनी व डेन्मार्कमध्ये उघडकीला आलेल्या अभूतपूर्व कटांचा अर्थ असा होतो की दहशतवादी आकाशातले काळे ढग आता अधिकच काळे होत चालले आहेत. ऑक्सफोर्ड रिसर्च ग्रुप या ब्रिटिश विचारकेंद्राने असा निष्कर्ष काढला आहे की अमेरिकेचे दहशतवादविरोधी युद्ध अपयशी होत आहे व त्यामुळे अल्-कायदासारख्या अतिरेकी इस्लामी चळवळींच्याबद्दल लोकांना अधिकाधिक सहानुभूती वाटत आहे. ह्या विचारकेंद्राच्या अहवालाचा लेखक प्रा. पॉल रॉजर्स याने अमेरिकेच्या आधिपत्याखाली करण्यात आलेल्या इराकवरील आक्रमणाला 'महाभयंकर चूक' म्हटले आणि तिच्यामुळे अल्-कायदाच्या दहशतवाद्यांसाठी इराक देश म्हणजे एक 'अत्यंत मौल्यवान रणनीती-प्रशिक्षण क्षेत्र'

झाला, असे परखड मत ऑक्टोबर २००७ मध्ये व्यक्त केले.

आता अलीकडच्या काळात ओसामाने युरोपला धमकी दिली होती की अमेरिकेला मदत करणे थांबवा, नाही तर परिणाम वाईट होतील. नोव्हेंबर २४, २००७ रोजी 'असोशिएटेड प्रेस' वृत्तसंस्थेने कैरोहून पाठविलेल्या बातमीनुसार त्या दिवशी एका वृत्तफितीत ओसामाने ही धमकी अफगाणिस्तानात चाललेल्या युद्धाच्या संदर्भात दिली होती. त्याने म्हटले होते, ९/११ च्या हल्ल्यानंतर मला आश्रय देण्याबद्दल अफगाणिस्तानावर आक्रमण करणे 'अन्याय' आहे. कारण न्यूयॉर्क व वॉशिंग्टनमध्ये झालेल्या हल्ल्यांना मी एकटाच जबाबदार होतो– 'मॅनहॅटनमध्ये घडलेल्या घटना म्हणजे पॅलेस्टाइन व लेबॅनॉनमधील आमच्या लोकांवर अमेरिकन-इस्रायली कंपूने केलेल्या आक्रमणाचा बदला होता. त्यांना मी एकटा जबाबदार आहे. अफगाण जनता व सरकार यांना त्याची काही माहिती नव्हती.'

प्रारंभी या फितीतले दोन लहानसे परिच्छेद 'युरोपीय जनतेला संदेश' या नावाने 'अल्-जझीरा' टेलिव्हिजनने प्रसारित केले होते. त्या संपूर्ण पाच मिनिटांच्या फितीचे इंग्रजी भाषांतर नंतर 'असोशिएटेड प्रेस' वृत्तसंस्थेला दहशतवादी वेबसाईटवर लक्ष ठेवून असणाऱ्या मंडळींनी पुरविले होते. हा संदेश म्हणजे 'दहशतवादाचा प्रणेता' ओसामा बिन लादेनने पाश्चिमात्य जनमानसाला प्रभावित करण्याचा आणखी एक प्रयत्न होता. याच्या आधी सन २००४ साली त्याने असा प्रस्ताव केला होता की, युरोपियनांनी मुस्लिमांवर हल्ला करणे थांबविले तर आपण त्यांच्याशी 'तह' करु. त्यानंतर अमेरिकेशी देखील अशा प्रकारचा तह करण्याची भाषा त्याने केली होती. या दोन्ही वेळी आपला प्रस्ताव फेटाळल्याबद्दल त्याने त्यांची कडक शब्दांत निर्भत्सना केली होती. सध्या अफगाणिस्तानात चाललेल्या युद्धाबद्दल ओसामाने म्हटले होते की अफगाण जनतेच्या विरुद्ध हे युद्ध करणाऱ्या लोकांना तसे करण्याचा काही अधिकार नाही. नवल म्हणजे संयुक्त सैन्याने युद्धाचा 'रीत-रिवाज' न पाळल्याने त्यांच्या बहुतेक बॉंबहल्ल्यात बायका-मुले मेली असा त्याने कनवाळू कांगावा केला.

बिन लादेनने सन २००८ साली महिन्या-दीड महिन्याच्या कालावधीत लागोपाठ चार वेळा धमकीवजा जाहीर वक्तव्ये काढली होती. - दिनांक ७ सप्टेंबर, ११ सप्टेंबर व २२ ऑक्टोबर या दिवशी. 'संदेश' या नावाने दिलेल्या ह्या धमक्या इतक्या भराभर देण्यात आल्या, हे अल्-कायदाची तांत्रिक सफाई वाढली असल्याचे व तिच्या नेत्यांना स्वतःच्या सुरक्षिततेबद्दल वाढता विश्वास वाटत असल्याचे चिन्ह होते.

धमक्यांचे हे सत्र थांबलेले नाही. कारण ऑक्टोबर २०१० मध्ये सौदी सरकारच्या गुप्तहेरखात्याने पुन्हा इशारा दिला की अल्-कायदाच्या येमेनमधल्या

संघटनेने युरोपमध्ये घातपाती हल्ले करण्याची तयारी चालविली आहे. अमेरिकेच्या एका दहशतविरोधी अधिकाऱ्याने ह्या इशाऱ्याला दुजोरा देऊन म्हटले, 'दुर्दैवाने युरोपला दहशतवादाचा धोका कमी झालेला नाही.'

ब्रिटन

ब्रिटनमधील दहशतीची चर्चा करताना मागे उल्लेख केलेले रॉबिन कुक याचे भाकीत आठवते. त्याने अशी धोक्याची सूचना दिली होती की अफगाण युद्ध संपले की शस्त्रसज्ज पण निरुद्योगी मुजाहिदीन फौज पश्चिमेकडे मोर्चा वळवील. त्याच्या स्वत:च्या देशाबद्दल ही भयावह भविष्यवाणी खरी ठरली आहे. हाऊस ऑफ लॉर्ड्सचे ज्येष्ठ सभासद आता असे म्हणत आहेत की 'अतिरेकी इस्लाम ब्रिटनमध्ये खूप खोलवर घुसला आहे.' इतकेच नव्हे, तर इस्लामी अतिरेक्यांनी अशी उघड घोषणा केली आहे की, ब्रिटन 'दार-उल्-हरब' म्हणजे 'युद्धभूमी' आहे.

हजारो ब्रिटिश मुस्लिम युवकांनी स्वत:ला इस्लामच्या सेवेला वाहून घेतले आहे व ते अतिरेकी जिहादी झाले आहेत. त्यांचे काही घातपात फसले, पण का, तर 'इस्रायल न्यूज' वर्तमानपत्र म्हणते, त्यांची घातपाती सफाई अजून 'किंडरगार्टन' स्तरावर आहे, म्हणून.

पण हे 'बालपण' आता संपलेले दिसते. कारण दिनांक १३ जून २०१० ला अशी बातमी आली की, मुंबई हल्ल्याच्या धर्तीवर ब्रिटनमधील लक्ष्यांवर हल्ले करण्यासाठी अल्-कायदा ब्रिटिश मुस्लिम युवकांना तयार करीत आहे. ब्रिटनचे अंतर्गत गुप्तहेर खाते एमआय-५ ने धोक्याचा इशारा दिला आहे की, हे युवक 'मुंबईत झालेल्या कत्तलीच्या धर्तीवर योजना करायला सोप्या अशा छुप्या दहशती हल्ल्यांची लाट उसळवू शकतील.'

ह्या परिस्थितीची व तिच्यावरील उपाययोजनेची चर्चा करताना ब्रिटिश पंतप्रधान गॉर्डन ब्राउन म्हणाले, अल्-कायदाचा गाभा आता अफगाणिस्तानातून पाकिस्तानला हलला आहे व दहशतवादावरचे आपले युद्ध ब्रिटनने आता 'नवीन पातळी' वर नेले आहे. ब्रिटिश सरकारने 'कॉन्टेस्ट टू' नावाची एक नवीन व्यूहरचना ('स्ट्रॅटेजी') दहशतवादाविरुद्ध लढण्यासाठी तयार केली असून इतका सर्वांगीण व्यूह जगातल्या अन्य कोठल्याही प्रशासनाने केलेला नाही असे त्यांनी म्हटले.

'ऑब्झरवर' वर्तमानपत्रात लिहिलेल्या लेखात ब्राउन म्हणाले, 'आम्हाला माहीत आहे की अल्-कायदाचा एक गाभ्याचा भाग उत्तर पाकिस्तानात असून तो ब्रिटनवर हल्ले करण्याची योजना करीत आहे. या देशातही त्यांचे बरेच जाळे आहे,

हेही आम्हाला माहीत आहे.' हा नवीन व्यूह रचताना मुंबईवरच्या हल्ल्यांची जाणीव ठेवण्यात आली आहे. ब्राउन पुढे म्हणाले, 'ब्रिटनविरुद्ध रचण्यात आलेल्या कटांपैकी दोन तृतीयांशपेक्षाही अधिक कट पाकिस्तानाशी संबंधित आहेत.' लादेन पाकिस्तानातच सापडल्यामुळे वरील विवेचनाला दुजोराच मिळाल्यासारखे झाले आहे.

ह्या छुप्या इस्लामी दहशतवादाच्या जोडीला उघड माथ्याने वावरणारा कट्टर इस्लामवादही ब्रिटनमध्ये किती अनिर्बंध पसरत आहे, याचे एक थक्क करणारे उदाहरणही उपलब्ध आहे. ते म्हणजे नोव्हेंबर २००९ मध्ये अशी बातमी छापून आली की, ब्रिटनमध्ये शरियत कायदा अमलात आला पाहिजे अशी मागणी करणारे अतिरेकी ब्रिटिश मुस्लिम नागरिक आता चक्क असे म्हणू लागले आहेत की आम्ही राणीला बुरखा घालायला भाग पाडू. 'इस्लाम फॉर यूथ' नावाची एक मुस्लिम संस्था शरियतची मोहीम चालवीत आहे. तिचा प्रवक्ता अबू समेसा याने म्हटले आहे की राणी बाहेर पडेल तेव्हा तिला आम्ही नखशिखांत बुरखा घालायला (फक्त डोळ्यांच्या फटी सोडून) भाग पाडू. 'राणी जर बाहेर गेली, तर तिने इतर स्त्रियांप्रमाणे स्वतःला झाकले पाहिजे,' असे ब्रिटिश इस्लामवादी नेता अंजाम चौधरी यानेही म्हटल्याचे 'डेली एक्स्प्रेस' वर्तमानपत्राने छापले. मागे शेख उमर बाकरी महंमद नावाच्या मुल्लाला ब्रिटनने हद्दपार केले, त्याचा अंजाम उजवा हात होता. हा बुरखाधारी इस्लामवाद म्हणजे भीषण भविष्याची चाहूल आहे, हे ओळखून एक ब्रिटिश पार्लमेंट-सदस्य फिलिप हॉलोबोन यांनी पार्लमेंटमध्ये विधेयक मांडले आहे की बुरख्यावर बंदी घालणारा कायदा करावा.

असल्या जहाल इस्लामवादाच्या प्रसाराला पायबंद घालण्याचा आणखी एक उपाय म्हणून विषारी प्रवचने करणाऱ्या एका कट्टर भारतीय मुल्लाला ब्रिटिश सरकारने आपल्या देशात प्रवेश नाकारला आहे. हा मुल्ला म्हणतो, 'ओसामा बिन लादेन जर मुस्लिमांच्या बाजूने लढत असेल तर मी त्याच्या बाजूला आहे.'

याच्या उलट दिशेला आधुनिक इंग्लंडमध्ये मध्ययुगीन इस्लाम शाळकरी मुलांपर्यंत पोचत आहे. नोव्हेंबर २०१० मध्ये बीबीसीने अशी माहिती दिली की ब्रिटिश मुस्लिम विद्यार्थ्यांना त्यांच्यासाठी चालणाऱ्या साप्ताहिक शाळांतून शरियत कायद्यानुसार चोरांचे हात कसे कलम करावेत व पाय तोडावेत हे शिकविले जात आहे. अशा ४० शाळांचे जाळे असून लंडनमधली अशी एक शाळा सौदी सरकारची आहे. या शाळांतून ५ ते १८ वर्षे वयाची ५००० मुले शिकत आहेत.

डेन्मार्क

युरोप खंडात सर्वत्र अल्-कायदा आपले आंतरराष्ट्रीय जाळे पसरवीत

आहे, हे डेन्मार्कमध्ये उघडकीला आले. अलीकडच्याच काळात डेन्मार्कच्या गुप्तहेर खात्याने अल्-कायदाच्या एका गुप्त गटाचा बीमोड केला. तो गट एका नियोजित हल्ल्यासाठी बॉंब तयार करीत होता अशी 'एक्स्ट्रॉ ब्लॅडेस्ट' नावाच्या वर्तमानपत्राने बातमी दिली. या कटात गुंतलेले आठ इसम पकडण्यात आले. त्यातले अर्धे पाकिस्तानी होते.

हा कट उघडकीला आणून हाणून पाडल्यानंतर बेल्जियन पोलीस खात्याच्या गुप्तहेर विभाग प्रमुखाने एक पत्रकार परिषद घेतली तेव्हा त्याने म्हटले की डेन्मार्क मध्ये असे दहशती गट तयार झाले आहेत की त्यांच्याजवळ घातपाती हल्ले घडवून आणण्याची क्षमता आहे, इच्छा आहे व संधीही आहे. त्याने पुढे म्हटले, जे लोक आता पकडले गेले आहेत ते अतिरेकी इस्लामी असून त्यांचे अल्-कायदाच्या प्रमुख नेत्यांबरोबर आंतरराष्ट्रीय संबंध आहेत.

जर्मनी

जर्मन नियतकालिक 'स्टर्न' ने सन २००१ मध्ये अशी बातमी दिली की जर्मन गुप्तहेरखाते 'बीएनडी' च्या मते सुमारे ३० दहशती गट देशात सक्रिय आहेत. अन्य काही निरीक्षकांनी असा संशय व्यक्त केला आहे की, बिन लादेनने आता जर्मनीत तळच तयार केला आहे. एका अन्य नियतकालिकाने म्हटले की '९/११' सारखे २५/३० आत्मघातकी हल्ले घडवून आणणे जर्मनीतल्या दहशतवाद्यांना शक्य आहे.

'दर स्पायगेल' या जर्मन साप्ताहिकाने तर नोव्हेंबर २०१० मध्ये अशी बातमी छापली आहे की, जर्मन पार्लमेंटवर मुंबई-टाइप हल्ला करण्यासाटी अल्-कायदाचा एक घातपाती गट येणार आहे व त्याला जर्मनीत गुपचूप घुसण्यासाठी दाऊद इब्राहिम हा पाकिस्तानात जाऊन बसलेला कुप्रसिद्ध भारतीय 'डॉन' मदत करणार आहे, असा इशारा अमेरिकेच्या एफबीआयने जर्मन पोलिसांना दिला आहे.

फ्रान्स

अल्-कायदाचा निशाणा होऊ घातलेला आणखी एक युरोपीय देश म्हणजे फ्रान्स. फ्रान्सने बुरख्याविरुद्ध ठाम भूमिका घेतल्याने ओसामाला सात्त्विक इस्लामी संताप आला होता. अल्-जझीराने प्रसृत केलेल्या एका चित्रफितीत त्याने नुकतीच धमकी दिली होती की, तुम्ही अफगाणिस्तानात चाललेल्या युद्धात मुसलमानांना मारत आहात, तसे आम्ही फ्रेंच लोकांना मारु. शिवाय बुरखाबंदीचा बदला म्हणून फ्रेंच राष्ट्राध्यक्षांच्या पत्नीला मारण्याचा कट होत असल्याचेही वृत्त आहे; पण अशा

कोठल्याही धमकीला आम्ही जुमानणार नाही, असे फ्रेंच राष्ट्राध्यक्ष सारकोझी म्हणाले. काही दिवसांपूर्वी 'इस्लामी माघरेबी अल्-कायदा' ने आफ्रिकेत नायजरमध्ये पाच फ्रेंच नागरिकांचे अपहरण केले व त्यांच्या सुटकेसाठी वाटाघाटी झाल्या पाहिजेत अशी मागणी केली. तीही सारकोझी यांनी धुडकावून लावली. (येथे कंदाहारच्या भारतीय शरणागतीची आठवण येते.)

युरोपात 'इस्लामिक आर्मी'

सन २००७ व २००८ या दोन वर्षांत ओसामा बिन लादेनने युरोपला ४/५ वेळा जाहीर धमकी दिली होती. ती केवळ पोकळ धमकी नव्हती, तर त्याप्रमाणे घातपाताची तयारीदेखील होत आहे, असे दर्शविणाऱ्या बातम्या सप्टेंबर-ऑक्टोबर २०१० च्या काळात लागोपाठ येऊ लागल्या. ३० सप्टेंबरला बातमी आली की, अल्-कायदा युरोपात निरनिराळ्या शहरांवर दहशती हल्ले करण्याचा कट रचीत असून त्यात ८ जर्मन मुस्लिम व दोन ब्रिटिश मुस्लिम भाऊ-भाऊ गुंतले आहेत. ब्रिटिश वर्तमानपत्र 'डेली टेलीग्राफ'ने बातमी दिली की अल्-कायदाने पाकिस्तानात चालविलेल्या दहशत-प्रशिक्षण-केंद्रात निदान २० ब्रिटिश मुस्लिम प्रशिक्षण घेत आहेत व ते ब्रिटनमध्ये मुंबईछाप हल्ला करण्याच्या कटात सामील आहेत. ब्रिटन, फ्रान्स व जर्मनीत एकाच वेळी मुंबईतल्याप्रमाणे उघड उघड गोळीबार करण्याचा कट शिजत असून तो सध्या प्राथमिक अवस्थेत आहे; पण तो उघडकीला आला असूनही त्याची तयारी चालू आहे.

यानंतर थोड्याच दिवसांनी बातमी आली की स्वत: बिन लादेन हा कट रचीत होता, असे अमेरिकन गुप्तहेरांचे मत आहे. ह्या कटाचे अस्तित्व प्रमुख युरोपीय देशांनी व युरोपियन युनियनच्या प्रशासनानेही मान्य केले आहे. वास्तविक मुंबईछाप हल्ले युरोपात होऊ शकतील अशी भीती युरोपीय व अमेरिकन सुरक्षा अधिकाऱ्यांना बरेच दिवस वाटत होती, ती आता खरी ठरत आहे. असल्या हल्ल्यांची दाट शक्यता लक्षात घेऊन सबंध युरोपात– विशेषत: ब्रिटन, फ्रान्स व जर्मनीत– दक्षता वाढविण्यात आली आहे. अमेरिकेच्या स्वदेश-सुरक्षा ('होमलँड सेक्युरिटी') खात्याचे माजी प्रमुख मायकेल चरटॉफ यांनी युरोपात राहणाऱ्या अथवा प्रवास करीत असलेल्या अमेरिकनांना सावधगिरीच्या सूचना दिल्या आहेत, त्यातली एक सूचना– पाठीवर अमेरिकन झेंड्याचे चित्र असलेले कपडे घालून रस्त्याने हिंडू नका.

ब्रिटिश परराष्ट्र-खात्याने म्हटले आहे की, फ्रान्स व जर्मनीला अशा हल्ल्यांचा सांप्रत बराच धोका आहे. त्याचबरोबर ब्रिटिश गृहमंत्री टेरेसा मे यांनी कबूल केले

की ब्रिटनला स्वत:ला देखील अशा हल्ल्याची 'तीव्र' भीती आहे. याचे कारण म्हणजे प्रत्यक्ष लंडनवर हल्ला करण्याची तयारी पाकिस्तानात बसलेले दहशतवादी करीत असल्याचे ब्रिटिश सरकारच्या इलेक्ट्रॉनिक टेहळणी यंत्रणेला आढळले आहे. हे दहशतवादी पाकिस्तानच्या उत्तर वझीरीस्तान प्रांतात लपलेले आहेत.

या सर्व घडामोडीवर जणू शिक्कामोर्तब म्हणजे हे हल्ले एकाच वेळी लंडन, पॅरीस व इतर अन्य युरोपीय शहरांवर करण्यासाठी 'इस्लामिक आर्मी ऑफ ग्रेट ब्रिटन' नावाचा १० ते २० जणांचा एक दहशती गट स्थापन झाला असून त्याचा नेता अब्दुल जब्बार हा अमेरिकन 'ड्रोन' हल्ल्यात मारला गेला, अशी बातमी बीबीसीने दिनांक ६ ऑक्टोबर २०१० रोजी दिली. या वृत्तानुसार उत्तर वझीरीस्तानात सुमारे ३०० दहशतवाद्यांची एक बैठक झाली होती, त्या बैठकीत जब्बार ह्या ब्रिटिश मुसलमानाला गटाचा नेता करण्यात आले; पण त्याला आंतरराष्ट्रीय दहशती घातपाताचा तितकासा अनुभव नसल्याने त्याच्या निवडीवरुन मतभेद झाल्याने नक्की निर्णयासाठी दुसरी बैठक बोलावण्यात आली होती; पण या गुप्त बैठकीची बातमी गुप्तहेरांना कळल्यामुळे तिचा लाभ घेऊन अमेरिकेने हल्ला केला व त्यात जब्बार मारला गेला. जब्बारबद्दल अधिक माहिती देऊन लंडनच्या 'टाइम्स'ने म्हटले आहे, तो मँचेस्टरला राहत होता व पूर्वी पोलीस ऑफिसर होता अशी शक्यता आहे. तो अल्-कायदाचा 'उगवता तारा' होता, असे सुरक्षा अधिकाऱ्यांनी त्याचे वर्णन केले. तीन वर्षांपूर्वी त्यांनी अशा 'अतिरेकी' पोलीस अधिकाऱ्यांची गुप्त यादी तयार केली होती. याचा अर्थ असा होतो की तेव्हापासून अल्-कायदाचा ब्रिटनमधला गट तेथल्या सुरक्षा यंत्रणेत गुपचूप घुसण्याचा प्रयत्न करीत आहे.

बीबीसीनंतर सीएनएनने बातमी दिली की, हे हल्ले करण्याच्या कटाचा सूत्रसंचालक अल्-कायदाचा पाकिस्तानातला एक वरिष्ठ नेता युनीस अल् कैरेतनी हा आहे. कैरेतनी हा उत्तर आफ्रिकन असून अल्-कायदाचा क्रमांक तीनचा ज्येष्ठ नेता झाला आहे. विश्वस्त सूत्रांकडून बीबीसीला कळले की पाच निरनिराळ्या युरोपीय विमानतळांवर जमलेल्या प्रवाशांवर हल्ला करण्याची योजना होती.

ह्या सर्व संकल्पित हल्ल्यांच्या संदर्भात त्यांच्या तयारीबद्दल एक गोष्ट सांगायची म्हणजे पाकिस्तानच्या 'फाटा' प्रदेशात अल्-कायदाने मूळच्या पाकिस्तानी असलेल्या १०० पाश्चिमात्यांना दहशती प्रशिक्षण देऊन त्यांच्या हस्ते युरोप-अमेरिकेत हल्ले घडविण्यासाठी महंमद सिद्दीकी खान होता, तर २१/७ च्या अयशस्वी हल्ल्यांचा नेता आणि ब्रिटनमधल्या अल्-कायदाचा तेव्हाचा नेता धिरेन बारोट ऊर्फ 'अबू इसा ब्रित्तनी' होता. अमेरिका व ब्रिटनमध्ये निरनिराळ्या ठिकाणी हल्ले करण्याच्या योजनेबद्दल सल्लामसलत करण्यासाठी अबू इसा पाकिस्तानात

वझीरीस्तानला जाऊन अल्-कायदा नेत्यांना भेटला होता.

मध्यपूर्व

इस्लामी दहशतवादाचे प्रतिनिधित्व करणारी जगातली पहिल्या क्रमांकाची संघटना या नात्याने अल्-कायदा मुस्लिम मध्यपूर्वेत सर्वत्र खूप जोरात सक्रिय असावी यात नवल नाही. पॅलेस्टाइनच्या गाझा पट्टीतला 'फते इस्लाम सेना' गट व उत्तर लेबॅनॉनमधली 'फते अल् इस्लाम' संघटना यांच्याशी अल्-कायदाने खूपच जवळचे संबंध प्रस्थापित केले आहेत असे फावस गार्जिस या लेखकाने 'जर्नी ऑफ द जिहादिस्ट : इन्साइड मुस्लिम मिलिटन्सी' या आपल्या पुस्तकात म्हटले आहे. ह्या प्रदेशातील जमातींच्या वजनदार सरदारांशीही अल्-कायदा संपर्क साधीत आहे.

त्याचप्रमाणे लिबियातल्या 'इस्लामिक फायटिंग ग्रुप' बरोबर संगनमत करण्यासाठी अल्-कायदा वाटाघाटी करीत आहे. अन्य मध्यपूर्वीय देशातही अल्-कायदाचे अस्तित्व असल्याचे 'जेन्स' नियतकालिकाने आधीच दाखविले आहे. ते देश म्हणजे तुर्कस्तान, जॉर्डन, सीरिया, कुवेत, बाहरीन, येमेन, सुदान, इराक आणि अर्थात सौदी अरबस्तान. या यादीत इराक सर्वात वर आहे.

इराक

'इराकी अल्-कायदा' या दहशतवादी संघटनेचा इराकमध्ये सर्वाधिक दरारा आहे, कारण ती सर्वाधिक क्रूर आहे. तिचा नेता अबू मुसद अल्-झरकावी नावाचा एक क्रूरकर्मा होता. तो २००६ मध्ये मेल्यावर त्याची जागा अबू हमजा अल्-मुजाहिद ऊर्फ अबू सय्यद अल् मसरी याने घेतली आहे. झरकावीची क्रूरता इतकी विकृत मानसिकतेची होती की, तो एखाद्या माणसाचे डोके उडवीत असताना त्या घटनेची चित्रफीत काढून घेत असे. त्याची आधीची एक संघटना होती, तिचे नाव जमात अल्-तौहीद अल्-जिहाद असे होते, तिचेच अल्-कायदामध्ये रुपांतर झाले. ह्या संघटनेने ऑक्टोबर २००४ मध्ये ओसामा बिन लादेनशी एकनिष्ठ राहण्याचा अधिकृत जाहीरनागा काढला, तेव्हा तिचे नवीन नाव 'तंझिम कायदात अल्-जिहाद फी बिलाद अल्-रफादेन' (म्हणजे 'दोन नद्यांच्या देशात जिहादचा पाया ठेवणारी संघटना') असे ठेवण्यात आले. प्रारंभी प्रचलित नाव 'इराकी अल्-कायदा' होते; पण आता तेच नाव अधिकृत झाले आहे.

शिवाय इराकमध्ये 'जागृती' अर्थाच्या नावाची एक सुन्नी संघटना तेथल्या शिया सरकारच्या बाजूची होती; पण आता अल्-कायदाच्या दबावामुळे तिचे शेकडो प्रशिक्षित फौजी मेसोपोटेमियात अल्-कायदाला जाऊन मिळत आहेत. ही संघटना

एक प्रकारचा 'डेटा-बेस' आहे. तिचा उपयोग करुन अल्-कायदाला आतापर्यंत ज्या ठिकाणांवर हल्ला करता येत नव्हता तेथेही हल्ला करणे शक्य होईल.

इराकी अल्-कायदाचे कमीत कमी एक हजार (व अधिकात अधिक 'कित्येक' हजार) फौजी असावेत, असा कयास आहे; मात्र तिचे नेते सुमारे ७० टक्के परदेशी आहेत असे म्हणतात. इराकमध्ये काही परकीय घातपाती गट आहेत. त्यांच्याशी देखील इराकी अल्-कायदाची खूप जवळीक आहे. शिवाय तिचे स्वत:चे विस्तीर्ण आंतरराष्ट्रीय सहाय्यक जाळे असून ते मध्यपूर्वेच्या बाहेरही उत्तर आफ्रिका, दक्षिण आफ्रिका व युरोपमध्ये पसरलेले आहे, असे अमेरिकन प्रशासनाच्या परराष्ट्र खात्याने म्हटले आहे.

इराकमध्ये चालू असलेल्या लढाईत अल्-कायदा ही अमेरिकेचा सर्वात मोठा शत्रू आहे, व तिच्याशी मुकाबला करण्यासाठी अमेरिकेने प्रचंड प्रमाणावर लष्करी उपाययोजना केली आहे. उदाहरणार्थ, बगदादच्या जवळ दक्षिण दिशेला सुन्नी खेड्यांचा समूह अल्-कायदाचा बालेकिल्ला असून 'मृत्यूचा त्रिकोण' या नावाने ओळखला जातो. त्याच्यावर अमेरिकेने अलीकडच्या काळात प्रचंड हल्ला केला. तेव्हा त्या हल्ल्यात ६०० सैनिक होते व एफ-१६ लढाऊ विमानांनी ५००-पाउंडी वजनाच्या बॉंबचा मारा केला होता.

परंतु 'इंटरनॅशनल इन्स्टिट्यूट फॉर स्ट्रॅटेजिक स्टडीज' ह्या प्रतिष्ठित लंडनस्थित विचार-केंद्राने आपल्या नवीन वार्षिक अहवालात म्हटले की अमेरिकेच्या आक्रमणाने अल्-कायदाला मार बसायच्या ऐवजी तिचे जाळे अधिकच मजबूत केले आहे. केंद्राच्या अहवालात म्हटले आहे की अमेरिकन आक्रमणामुळे अल्-कायदाच्या सैन्य-भरतीला व पैसे गोळा करण्याच्या मोहिमेला खूप मोठा उठाव मिळाला आहे, व सध्या या संघटनेचे १०० दहशतवादी इराकमध्ये आहेत. अशा प्रकारे इराकी अल्-कायदाजवळ भरपूर मनुष्यबळ तर आहेच, पण तिची वृत्तीही निर्दयी आहे. आपला दरारा कायम ठेवण्यासाठी ती मुद्दाम जवळ जवळ दररोज निरपराध स्त्री-पुरुषांचा व लहान मुलांचाही बळी घेत असल्याचे वृत्त आहे.

इराकमधील दहशती परिस्थितीची चर्चा रोहन गुणरत्न यांनी मागे उल्लेखिलेल्या 'आयजीए' त्रैमासिकाच्या एप्रिल-जून २००९ च्या अंकात आपल्या लेखात केली. त्यात त्यांनी अशी गंभीर संभावना व्यक्त केली की, इराकमधले अमेरिकन सैन्य हळूहळू काढून घेतले जात आहे; पण तसे करताना अमेरिकेने 'वास्तववादी दृष्टिकोन' स्वीकारला नाही तर अल्-कायदा व तिच्याशी संबंधित असलेल्या संघटना मध्यपूर्व, उत्तर आफ्रिका, पूर्व आफ्रिका आणि पाश्चिमात्य देश या भूभागात घातपात करण्यासाठी आघाडीचा तळ ('फॉरवर्ड बेस') म्हणून इराकचा उपयोग

करतील. त्यांनी असेही अनुमान केले की, पॅलेस्टाइन भूभागातले बव्हंशी दहशती हल्ले हमास, पॅलेस्टिनियन इस्लामिक जिहाद, व अल-अक्सा शहीद ब्रिगेड ह्या संघटना करतील, व त्यांच्या जोडीला नवीन अल्-कायदा प्रेरित संघटना उद्‌भवताना दिसतील. आधीच 'इराकी इस्लामी राज्य' नावाचीही एक दर्शनी संघटना ('फ्रन्ट') आहे व तिने सप्टेंबर २०१० मध्ये बगदादमध्ये दोन बॉंबहल्ले केले. त्यातला एक हल्ला सरकारच्या सुरक्षा खात्यावर होता व दुसरा एका मोबाईल फोन कंपनीच्या दुकानावर होता. इराकचे शिया सरकार या दोन्ही ठिकाणी विरोधकांवर पाळत ठेवीत आहे, असा 'अल्-कायदा आणि कंपनी'ने दावा केला.

इराकमध्ये अमेरिकन सैन्य आता इतके निकरावर आले आहे की ते अल्-कायदाला नामोहरम करण्यासाठी सुचेल ते उपाय करीत आहे. याचे एक उदाहरण म्हणजे लाच देऊन पाहणे. दिनांक ९ सप्टेंबर २००७ ला 'सन्डे टाइम्स' ने बातमी दिली की, सशस्त्र अतिरेक्यांनी आपल्या बाजूला सामील व्हावे आणि अल्-कायदाला हरविण्यास मदत करावी म्हणून अमेरिकन सेनाधिकारी त्यांना लाखो डॉलरची रोख लाच चारीत आहेत. ह्या वर्तमानपत्राच्या इराकमधल्या वार्ताहरांनी ही सौदेबाजी प्रचंड प्रमाणावर प्रत्यक्ष पाहिली. बगदादच्या दक्षिणेला असलेल्या एका गावातल्या शेखला त्याने गावाजवळच्या अल्-कायदा शिबिरातून फौजींना हुसकून लावावे म्हणून ३८००० डॉलर देण्यात आले व पुढील तीन महिन्यांत आणखी १ लाख ८२ हजार डॉलर देऊ असे वचन देण्यात आले.

येमेन

इराकच्या जोडीला अल्-कायदाच्या घातपातामुळे अधिकाधिक कुप्रसिद्ध होत असलेला मध्यपूर्वीय देश म्हणजे सौदी अरेबियाच्या दक्षिणेचा येमेन हा अरब देश. येमेन हा आता दहशतवाद्यांचे माहेरघर झाला आहे. कुप्रसिद्ध ग्वांटानामो तुरुंगातून सुटणाऱ्या अमेरिकन दहशत्यांना येमेनचे खुले आमंत्रण आहे– आमच्याकडे या. आणि त्यांच्या सोयीसाठी येमेनी अल्-कायदा एक इंग्रजी प्रकाशनही इंटरनेटवर चालविते. त्यातल्या एका लेखाचे शीर्षक होते– 'तुमच्या आईच्या घरात बॉंब तयार करा.' दुसरे एक प्रकाशन 'इन्स्पायर' ('प्रेरणा') नावाचे आहे– त्यात समीरखान नावाच्या अमेरिकन दहशतवाद्याने लिहिलेल्या लेखाचे शीर्षक आहे - 'मी देशद्रोही अमेरिकन आहे, याचा मला अभिमान वाटतो.'

अल्-कायदाच्या उच्छादाने त्रस्त झालेला येमेनचा राष्ट्राध्यक्ष अली अब्दुल्ला साले याने अमेरिकन पाठिंब्याने दहशतविरोधी मोहीम चालवली आहे. उलट अल्-कायदाने त्याला धमकी दिली की, तुमची राजवट उलथून पाडण्यासाठी आम्ही एक

'नवीन फौज' उभारीत आहोत. तिचा लष्करी प्रमुख कासिम अल्-रैमी याने राष्ट्राध्यक्षाला इशारा दिला– 'जीव घेऊन पळा !' त्याने पुढे म्हटले, आमच्या संघटनेत इतक्या फौजींना यायचे आहे की आमच्या पलटणी ओसंडून चालल्या आहेत व पुष्कळ जणांना नाही म्हणावे लागते.

आता तर येमेनी अल्-कायदाची इतकी मजल गेली आहे की हज यात्रेसाठी मक्केला येणाऱ्या २० लाख यात्रेकरुंवर तिचा हल्ला होण्याची शक्यता आहे, असे सौदी गृहमंत्र्याने म्हटले. मात्र अल्-कायदाने याचा इन्कार करुन म्हटले, 'मक्का आम्हाला सर्वाधिक पवित्र आहे.'

अशा रीतीने सर्व बाजूंनी बिकट झालेल्या परिस्थितीचे विश्लेषण 'टाइम्स' या सुप्रसिद्ध नियतकालिकाने आपल्या दिनांक २६ मे २००४ च्या अंकात 'व्हाय अल्-कायदा थ्राइव्ज?' ('अल्-कायदा का फोफावत आहे?') शीर्षकाच्या लेखात केले. 'टाइम' ने म्हटले, राष्ट्राध्यक्ष बुश यांनी इराकवर भाषण करताना म्हटले की, हा देश 'दहशतीवरील युद्धाची मध्यवर्ती आघाडी झाला आहे.' पुढे ते म्हणाले, तेथल्या आपल्या शत्रूचे व अल्-कायदाचे उद्दिष्ट सारखेच आहे, व ते म्हणजे 'तालिबान-टाइप' राजवट स्थापन करणे. तर मग अफगाणिस्तानातली सुरक्षित आश्रयस्थाने हरपल्यानंतरही व आपले अनेक पाईक मारले गेल्यानंतरही अल्-कायदा का फोफावत आहे? सुरक्षा-तज्ज्ञांच्या मते, अल्-कायदाचा धोका दूर करायचा असेल तर मुस्लिम जगतात तिला पाठिंबा देणारी राजकीय परिस्थिती बदलणे आवश्यक आहे. उलट मुस्लिमांना अमेरिकेबद्दल वाटणारा राग प्रचंड प्रमाणात वाढला आहे व वाढतच आहे. अमेरिकेबद्दल वाटणारी सहानुभूती ह्या भूभागात इतकी खाली घसरली आहे की, ९/११ च्या नंतर मुस्लिम जगत अल्-कायदाच्या भरतीसाठी सुपीक जमीन झाले आहे. अमेरिकेच्या बाजूच्या तटस्थ राजवटी इराकी (व पॅलेस्टाइनी) जनतेच्या दुर्धर अवस्थेबद्दल काही करु शकत नाहीत. या परिस्थितीचा फायदा घेऊन ओसामा बिन लादेनने स्वत:ला व स्वत:च्या आत्मघातकी जिहादच्या राजकारणाला 'हाच इस्लामचा हरपलेला गौरव पुन्हा प्राप्त करण्याचा मार्ग आहे,' असा रंग दिला आहे.

आफ्रिका

आफ्रिकेतल्या अनेक देशांत अल्-कायदाचे अस्तित्व आहे, हे 'जेन्स' ने तयार केलेल्या लांबलचक जागतिक यादीवरुन दिसतेच आहे. तिच्यात अल्जीरिया, मोरोक्को, ट्यूनिशिया, केनया, टांझानिया, युगांडा, एथियोपिया आणि अर्थात अल-जवाहिरीचा इजिप्त यांचा समावेश आहे आणि त्यात सोमालिया सर्वात वर

आहे. हे अस्तित्व पसरत चालले आहे. सबंध उत्तर आफ्रिकेत अल्-कायदाने आता घातपाताचे 'कंत्राट' द्यायला सुरुवात केली आहे. स्थानिक अतिरेकी इस्लामी गटांना संघटित करायचे आणि त्यांच्या प्रदेशात शेजारच्या युरोपात हल्ले करण्यासाठी तळ तयार करायचे, असा हा डाव आहे. ह्या प्रक्रियेचा प्रारंभ ओसामाचा नंबर २ अयमन अल् जवाहिरी याने केला.

'९/११' च्या पाचव्या वार्षिक दिनानिमित्त जवाहिरीने घोषणा केली की माझे नेटवर्क अल्जीरियाची सर्वाधिक जहाल संघटना 'सलफिस्ट ग्रुप फॉर कॉल ॲन्ड कॉंबट' ('एसजीपीसी') हिच्यात विलीन झाले आहे. या घोषणेत त्याने स्पष्टपणे युरोपला– विशेषत: फ्रान्सला– धमकी दिली. जानेवारी २००७ मध्ये एसजीपीसीने आपले नाव जाहीररीत्या बदलून 'इस्लामी माघरेबची अल्-कायदा' असे ठेवले. तेव्हापासून अल्जीरिया, मोरोक्को व ट्यूनिशिया ह्या माघरेब प्रदेशातील देशांत घातपाती हल्ले खूप वाढले. त्यातला सर्वात भीषण हल्ला अल्जीरियाची राजधानी अल्जीयर्समध्ये झाला. तीन आत्मघातकी बॉंब हल्लेखोरांनी केलेल्या या हल्ल्यात ३३ लोक मेले व शेकडो जखमी झाले. तेथल्या सरकारने १९९१ साली निवडणुका जाहीर केल्या होत्या; पण त्या एखादा अतिरेकी इस्लामी पक्ष जिंकेल व इराण-पद्धतीची इस्लामी राजवट स्थापन करील, असे दिसल्यावर निवडणुका रद्द करण्यात आल्या. तेव्हापासून जहाल इस्लामवादी आणि सरकार यांच्यामध्ये रक्तरंजित व अत्यंत क्रूर पद्धतीचा संघर्ष चालला आहे. ह्या संघर्षात आतापर्यंत दीड ते दोन लाख माणसे मृत्युमुखी पडली आहेत असा अंदाज आहे. जां-लुई ब्रुग्वे नावाचे एक फ्रेंच न्यायाधीश एका मुलाखतीत म्हणाले, 'एसजीपीसी ही एक प्रकारे अल्-कायदाची प्रादेशिक शाखा झाली आहे.' मोरोक्को, लिबिया व ट्यूनिशिया या सर्व उत्तर आफ्रिकन प्रदेशातल्या सगळ्या अतिरेकी सलाफी संघटनांना एकत्रित करणे, त्याचप्रमाणे इराकी दहशतवाद्यांना हरप्रकारची कुमक पोचवणे हे तिचे उद्दिष्ट आहे. अल्जीरियन दहशतवाद्यांनी १९९० च्या दशकात पॅरीसमध्ये बॉंबहल्ले केले होते. सन २००४ मध्ये 'मोरोक्कन इस्लामिक कॉंबट ग्रुप' ('जीआयसीएम') नावाच्या गटाने जे बॉंबहल्ले केले, त्यात १९० माणसे मेली व २००० जखमी झाली. जीआयसीएम अल्-कायदाला मिळाली असल्याचे वृत्त आहे.

अल्-कायदाने माघरेबमध्ये घातपाताची कंत्राटे द्यायला सुरूवात केली आहे. या घटनेचे विशेष महत्त्व असे की खूप उत्तर आफ्रिकन लोक युरोपात स्थायिक झाले आहेत. ऑक्टोबर २००५ ते डिसेंबर २००६ दरम्यानच्या काळात ३४० लोकांना युरोपात संशयित दहशतवादी म्हणून अटक करण्यात आली, त्यातले बहुतेक जण अल्जीरिया, मोरोक्को व ट्यूनिशियामधून गेलेले होते आणि त्यातल्या पुष्कळांचा

एसजीपीसीबरोबर संबंध होता, असे युरोपियन युनियनच्या गुन्हेगारी अन्वेषण खात्याने आपल्या अहवालात म्हटले.

त्यातल्या काही जणांचा सलाफी ग्रुपशी संबंध होता. हा समूह हल्ली सबंध उत्तर आफ्रिकेत व सहारा वाळवंटाच्या सहेल विभागात सक्रिय आहे. या समूहात सामील होण्यासाठी पाकिस्तानातील अल्-कायदा नेत्यांनी सशस्त्र फौजींची कुमक पाठविली आहे. गेल्या काही काळात सलाफी समूहाने दर आठवड्याला चार म्हणजे दिवसाआड एक हल्ला केला. त्यातल्या एका हल्ल्यात अल्जीरियन राष्ट्राध्यक्ष अब्दल बुटेफ्लिका यांचा वध करण्याचा प्रयत्न झाला. फ्रान्स, स्पेन आणि बेनेलक्स देशात या समूहाने साहाय्यक जाळी प्रस्थापित केली आहेत.

शिवाय इराकमधील संघर्षात माघरेबमधले दहशतवादी लोक अधिकाधिक प्रमाणात भाग घेत आहेत, असे एका जर्मन विचार-केंद्राने आपल्या अध्ययनात म्हटले आहे. केंद्राने असा निष्कर्ष काढला आहे की, उत्तर आफ्रिकन दहशतवादी आपल्या मायदेशी परत न जाता पश्चिम युरोपात बरीच उत्तर आफ्रिकन लोकवस्ती आहे, तिच्यात जाऊन मिसळतील.

अल्-कायदा आता सोमालियातल्या जमातींशी घनिष्ठ संबंध प्रस्थापित करण्याचा प्रयत्न करीत आहे. शिवाय लिबियातल्या 'इस्लामिक फायटिंग ग्रुप' शी तिच्या अशाच वाटाघाटी चालू आहेत. एकूण पाहता सबंध आफ्रिकेत नवीन संघटना आणि जमातींचे नायक यांच्याशी संबंध प्रस्थापित करण्याचा प्रयत्न अल्-कायदा अविरत करीत आहे. अशा काही संघटनांना व टोळ्यांना ही सुवर्णसंधी वाटली आहे, कारण त्यांना अल्-कायदाच्या 'बँड नेम'शी आपले नाव जोडायचे आहे.

सोमालियाच्या दहशती परिस्थितीला एक नवीन व सूचक आयाम प्राप्त झालेला दिसतो. तो म्हणजे राजधानी मोगादिशू लगतच्या समुद्रात दिनांक ८ एप्रिल २००९ रोजी चाच्यांनी एक अमेरिकन जहाज 'सी-जॅक' केले. या घटनेचा अन्वयार्थ लावणारा एक लेख दहशत-तज्ज्ञ रमण यांनी 'पायोनियर' वर्तमानपत्राच्या २३ एप्रिलच्या अंकात लिहिला. 'जिहादीज ऑर पायरेट्स?' ('जिहादी की चाचे?') ह्या शीर्षकाच्या त्या लेखात रमण यांनी लिहिले, 'सागरी दहशतवादात अल्-कायदाच्या हाताकडे दुर्लक्ष करुन चालणार नाही. या सागरी प्रदेशात एका आठवड्यात सहा जहाजांचे चाच्यांनी अपहरण केले. पकडलेली जहाजे सोडण्यासाठी खंडणी म्हणून ते लाखो डॉलर मिळवीत आहेत. हा पैसा कोठे जातो? अल्-कायदा एका दशकाहून अधिक काळ सोमालियात सक्रिय आहे. तिला ही खंडणी मिळते काय? चाच्यांच्या गटांचा अल्-कायदाशी दुवा असण्याच्या शक्यतेचा गंभीरपणे विचार झाला पाहिजे. जर हे चाचे अल्-कायदाने चांगले प्रशिक्षित केले असतील व त्यांची मानसिकता

घडवली असेल, तर त्यांच्या रूपाने अल्-कायदाला प्राणवायूचा नवीन स्रोत मिळाल्यासारखे होईल.'

आग्नेय आशिया

'९/११' च्या पूर्वी आग्नेय आशियातील घातपाताला स्थानिक किंवा फार तर प्रादेशिक समजण्यात येत होते; पण '९/११' ने ह्या घातपात्यांना 'जाग' आणली आहे. कारण या प्रदेशातील राज्यकर्त्यांना आता आढळून येत आहे की, येथल्या बऱ्याच दहशतवादी संघटना केवळ स्थानिक फुटीरवादी गट नसून त्यांचा निकटचा व दीर्घकालीन संबंध आहे. 'जेन्स' च्या यादीनुसार या प्रदेशात भारताचा पूर्वेकडचा शेजारी ब्रह्मदेश (म्यानमार) याचा समावेश आधीपासूनच आहे; पण आता विशेष करुन ज्या चार आग्नेय आशियाई देशात आंतरराष्ट्रीय दहशतवाद जोराने फोफावत असल्याचे दिसते ते देश म्हणजे इंडोनेशिया, मलेशिया, सिंगापूर, व फिलिपाइन्स.

इंडोनेशिया

इंडोनेशियामध्ये इस्लामी फुटीरवादाचा उगम 'नदायतुल् उलामा' नावाच्या संस्थेच्या रुपाने १९२६ च्या सुमारास झाला होता. या संस्थेला इंडियन मुस्लिम लीग व देवबंदमुळे प्रेरणा मिळाली. दुसऱ्या महायुद्धानंतर तेथल्या इस्लामवाद्यांनी 'दारुल इस्लाम' नावाची संघटना काढली. तिचा पंचशीलला विरोध होता. राष्ट्राध्यक्ष वहीद आणि मेघवती सुकर्णपुत्री यांचा मवाळ इस्लामही त्यांना नको होता. त्यांना 'शरियत' आणि 'हादित' वर आधारलेले 'दीनी' सरकार लगेच हवे होते.

इंडोनेशियन दहशतवाद्यांची 'जेमा इस्लामिया' नावाची संघटना आहे. तिच्या काही संशयितांना अटक करण्यात आली तेव्हा पोलिसांना आढळले की, तिचे ३१ दहशतवादी फिलिपाइन्सच्या मिंडानाओ भागात अबू सय्यफने चालविलेल्या प्रशिक्षण शिबिरात सय्यफ व अल्-कायदाच्या शिक्षकांकडून प्रशिक्षण घेत होते. त्यांच्या जोडीला तालिबान व पाकिस्तानी गुप्तहेर खाते आयएसआयकडूनही इंडोनेशियन दहशतवाद्यांना प्रशिक्षण मिळाले आहे. 'जेमा इस्लामिया' ही संघटना इंडोनेशिया व मलेशिया ह्या दोन्ही देशांत इतकी प्रबळ आहे की तिला आग्नेय आशियाची छोटी अल्-कायदा म्हणतात.

सन १९६२ मध्ये स्थापन झालेली ही संघटना आता इंडोनेशिया-मलेशियातले सर्वात महत्त्वाचे इस्लामी केंद्र झाले आहे, व तिचे जाळे सिंगापूर, थायलंड, म्यानमार व कंबोडियातही पसरले आहे. या संघटनेमुळे आग्नेय आशियामधील

जिहादींचा अल्-कायदा व पाकिस्तानी आयएसआयशी संबंध जोडला गेला. जेमा इस्लामियाने 'नौ सतर राय' म्हणजे 'आग्नेय आशियाचे अखिल-इस्लामी प्रजासत्ताक राज्या'च्या संकल्पनेचा प्रचार केला, व त्यात फिलिपाइन्स, दक्षिण थायलंड, दक्षिण कंबोडिया व सिंगापूर एवढे प्रदेश इस्लामच्या छत्राखाली एकत्र यावेत असे म्हटले.

९/११ नंतरच्या काळात तर इंडोनेशियातल्या व संलग्न प्रदेशातल्या इस्लामी दहशतवादी संघटनांचे अल्-कायदाशी लागेबांधे असल्याचा खूप पुरावा उजेडात येत आहे. त्यात इंडोनेशियाची जेमा इस्लामिया तर आहेच, पण जोडीला मलेशियाची 'कुंपुलम् मुजाहिदीन' संघटनाही आहे. या दोन्ही संघटनांचे गुप्त गट आग्नेय आशियात सर्वत्र पसरलेले आहेत. त्यांच्या सभासदांनी थेट अफगाणिस्तानात जाऊनही प्रशिक्षण घेतले आहे. तेथून येऊन आपल्या भूभागात अल्-कायदाचे जाळे पसरविण्याच्या कामी त्यांनी सढळ हातभार लावला आहे. असे म्हणतात की अल्-जवाहिरी स्वत: जून २००० मध्ये इंडोनेशियाला गुप्त भेट देऊन पाहणी करुन गेला होता. सन २००३-२००४ च्या काळात झालेल्या बॉंब हल्ल्यावरुन स्पष्ट दिसते की जेमा इस्लामिया आजतागायत सक्रिय आहे व तिचे अल्-कायदा व आयएसआयशी असलेले धागेदोरे शाबूत आहेत. 'इंडोनेशियन इस्लामिक लिबरेशन फ्रंट' आणि 'लष्कर जिहाद' नावाच्या एतद्देशीय गटांचाही अल्-कायदाशी संबंध आहे.

मलेशिया

मलेशियामध्ये जिहादी इस्लामचा प्रवेश १९७० च्या दशकात झाला व तो वाढत जाऊन १९८० साली 'इस्लामिक कन्सलटेटिव्ह बॉडी' नावाची सरकारी यंत्रणा स्थापन झाली. या संस्थेचे काम कोठल्याही सरकारी धोरणात व विकास-कार्यक्रमात इस्लामी तत्त्वांचे उल्लंघन होता कामा नये यावर लक्ष ठेवणे हे आहे. ह्या धोरणाला अनुसरुन मलेशियन सरकारने अनेक इस्लाम-समर्थक पावले टाकली; पण त्याने कट्टरवाद्यांचे समाधान झाले नाही. उलट 'शरीया' व 'फिक' (इस्लामी न्यायपद्धती) यांच्याबद्दलची मागणी वाढतच गेली. परिणामत: या प्रदेशात अल्-कायदाचा प्रभाव वाढीला लागला.

मलेशियामध्ये जेमा इस्लामियाच्या जोडीला मागे उल्लेख केलेला कांपुलम मुजाहिदीन मलेशिया नावाचा स्वत:चा जिहादी गट होताच. हा गट १९९५ मध्ये जैनन इस्माइल नावाच्या पाकिस्तान-प्रशिक्षित जिहादीने स्थापन केला होता. त्याच्या ५० अनुयायांनी पाकिस्तानात मुरिदके येथील लष्कर-इ-तोयबाच्या केंद्रात दहशती प्रशिक्षण घेतले होते. जैननला आयएसआयकडून भरपूर पैसा मिळे, व कुवेतमधल्या पाकिस्तानी वकिलातीने त्याला पाकिस्तानी पासपोर्टही दिला होता.

अलीकडच्या काळात एफबीआयने तयार केलेल्या एका अहवालानुसार ९/११ च्या हल्ल्यासाठी प्राथमिक तयारीचे स्थान मलेशिया होते. मागे उल्लेख केलेल्या कादंबरीतील एक उद्धरण येथे पुन्हा द्यायचे म्हणजे 'डझनभर अमेरिकन प्रवासी विमानात बाँब ठेवण्याच्या कटासाठी ९/११ च्या आधी मलेशियात कौलालुंपूर येथे ९/११ च्या हायजॅक दहशतवाद्यांची बैठक झाली याचा सीआयएने शोध लावला होता.' प्रधानमंत्री महातीर महंमद यांनीही कबूल केले की ५० मलेशियन लोकांचा अल्-कायदाशी संबंध असल्याचे पोलिसांना आढळले.

सिंगापूर

सिंगापूर हे एका शहराचे राज्य आहे, व ह्या राज्यात सर्व बाबतीत कडक नियंत्रण असूनही येथे अल्-कायदा हजर असल्याचा पुरावा दिसू लागला आहे. डिसेंबर २००६ मध्ये बाँब हल्ल्यांचा कट रचण्याच्या आरोपावरुन जेमा इस्लामियाच्या येथल्या १३ सदस्यांना अटक करण्यात आली, तेव्हा अफगाणिस्तानाहून आणलेल्या काही दहशती टेप (फिती) सापडल्या. त्यांच्यावरुन ह्या लोकांचा अल्-कायदाशी सीधा संबंध होता असे दिसले.

थायलंड

सन १९४५ पासून थाय मुसलमानांत फुटीरपणा निर्माण झाला व त्यांनी स्वायत्ततेची मागणी करायला प्रारंभ केला. त्यानंतरच्या १० वर्षांत पाकिस्तानी, सौदी अरब व लिबियाच्या पैशाच्या बळावर दक्षिण थायलंडमध्ये बरेच मदरसे स्थापन झाले. त्यामुळे फुटीर व कट्टर इस्लामवादाला खतपाणी मिळाले. अहले हादिस संप्रदायाचे कित्येक भारतीय मुल्ला तिकडे गेले, व त्यांच्या शिकवणुकीमुळे हा कट्टरपणा वाढत गेला. त्यात अलीकडे बांगलादेशच्या 'हुजी' दहशतवादी संघटनेची भर पडली आहे. सध्या थायलंडमध्ये अतिरेकी इस्लामचा प्रचार करणाऱ्या आठ निरनिराळ्या संस्था आहेत. १९८० च्या दशकापर्यंत थायलंडच्या ३८ जिल्ह्यांत २००० मशिदी उभ्या राहिल्या. थाय सरकारी सूत्रानुसार ५००० थाय मुसलमानांनी इंडोनेशियाच्या व मलेशियाच्या मदरशात शिक्षण घेतले आहे, व ३००० मुसलमानांनी पाकिस्तानी व बांगलादेशी मदरशांत.

सन २००० ते २००४ या काळात दक्षिण थायलंडमध्ये घातपात अल्-कायदाच्या पद्धतीप्रमाणे झाले आहेत. या बाँबहल्ल्यात इंडोनेशिया, मलेशिया व सिंगापूरच्या दहशतवाद्यांनी मदत केली. सुमारे ३३५० थाय मुसलमान पाकिस्तानात कराची, लाहोर व पेशावरच्या मदरशांत शिकले. त्यांच्यापैकी सुमारे सव्वाशे जणांना

क्वेट्टाजवळ आयएसआयने चालविलेल्या शिबिरात सशस्त्र संघर्षाचे प्रशिक्षण देण्यात आले. आता थायलंडच्या तीन दक्षिण जिल्ह्यांत २७० मदरसे आहेत. येथल्या दहशतवाद्यांना जेमा इस्लामिया, बांगलादेश व आयएसआयचा पाठिंबा आहे याची थाय सरकारला जाणीव आहे.

ब्रह्मदेश

ब्रह्मदेशाच्या उत्तर अराकान प्रदेशात राहणारे मुसलमान रोहिंग्या म्हणून ओळखले जातात. लष्करी राजवटीत त्यांच्यावर होणाऱ्या दमनाचा फायदा घेऊन अल्-कायदाने त्यांच्यात दहशतवाद पसरविला. आता त्यांचे तीन अतिरेकी गट आहेत. शिवाय बांगलादेशात राहणाऱ्या रोहिंग्यांची 'रोहिंग्या सॉलिडॅरिटी ऑर्गनायझेशन' नावाची संघटना असून ती तालिबान व काश्मीरमधल्या हिज्ब उल्-मुजाहिदीनचे अनुकरण करते.

'साउथ एशिया इंटलिजन्स रिव्ह्यू' नावाच्या नियतकालिकाच्या वृत्तानुसार अल्-कायदाशी संबंधित अशा पाकिस्तानी व बांगलादेशी संघटनांचे तिला आर्थिक व तांत्रिक साहाय्य मिळत असते. ऑक्टोबर २००१ मध्ये अफगाणिस्तानात अमेरिकनांना काही चित्रफिती सापडल्या, त्यात हा दुवा दिसला. स्वत: ओसामा बिन लादेनने आपल्या भाषणात आपल्या म्यानमारी / ब्रह्मी समर्थकांचा उल्लेख केलेला आहे. अल्-कायदा व आयएसआयने प्रशिक्षण दिलेले १००० रोहिंग्या मुसलमान चितगाव भागातल्या छावणीत राहत आहेत. त्यांना भरतीच्या वेळी ३०,००० टाका (रुपये) व दरमहा १०,००० टाका पगारही मिळतो.

अतिपूर्व

अफगाणिस्तानातले जिहाद जिंकल्यावर अल्-कायदा व आयएसआयने ठरविले की हे जिहाद पूर्वेतही छेडायचे. या उद्देशाने ओसामा बिन लादेनने आपला मेव्हणा महंमद जमाल खलीफा याला फिलिपाइन्समध्ये ठेवले. खलीफाने अनेक दर्शनी कार्यालये उघडली, उद्योगधंदे व धर्मादाय संस्था काढल्या, आणि त्यांच्या माध्यमातून दहशतवादी जाळे विणले. अशा रीतीने मॅनिला शहरात अल्-कायदाचा एक गुप्त गट तयार झाला व त्याला पाकिस्तानी प्रशिक्षकांची जोड मिळाली.

फिलिपाइन्स

फिलिपाइन्समध्ये १९६५ साली 'मुस्लिम नॅशनल लीग' स्थापन झाली, तेव्हापासून तेथे मुस्लिम चळवळीला प्रारंभ झाला. याच सुमारास फिलिपिनो मुस्लिम

मजुरी करण्यासाठी पाकिस्तान, इजिप्त, सौदी अरेबिया आणि लिबिया ह्या मुस्लिम देशांत जाऊ लागले. काही जण तेथल्या मदरशांत शिकायला गेले. असे सुमारे ५५० विद्यार्थी पाकिस्तानात होते व ४००० अन्य देशांत. तेथे त्यांना कट्टर वहाबी इस्लामचे शिक्षण मिळाले. फिलिपाइन्स युनिव्हर्सिटीत नूर मिसौरी नावाचा प्राध्यापक होता. तो मुस्लिम नेता होता व त्याच्या प्रोत्साहनामुळे शेकडो फिलिपिनो मुस्लिम पाकिस्तानी मदरशांत दाखल झाले. अर्थात आयएसआयने त्याला हातात घेतले, त्याला पैसे पुरवले, पेशावर व कराचीत त्याला अतिथिगृहात ठेवून त्याची सरबराई केली, व अशा रीतीने त्याच्या मार्फत फिलिपिनो मुजाहिदीन तयार केले.

पुढे या मुजाहिदीनांनी 'मोरो इस्लामिक लिबरेशन फ्रन्ट' नावाची अतिरेकी संघटना १९८४ साली स्थापन केली व तिच्यातून 'अबू सय्यफ ग्रुप' ही दहशतवादी संघटना निघाली. रसूल सय्यफ नावाचा कट्टर वहाबी ह्या ग्रुपचा नेता होता म्हणून त्याला सय्यफ ग्रुप नाव पडले. हा ग्रुप घातपाती कृत्यांमुळे बराच कुप्रसिद्ध झाला व '९/११' नंतर त्याला अमेरिकेने दहशत संघटना म्हणून घोषित केले. या ग्रुपच्या सुमारे ४०० मोरो जमातीच्या मुसलमानांना सीआयए आणि सौदी अरेबियाच्या सांगण्यावरुन आयएसआयने आपल्या शिबिरात मुजाहिदीन म्हणून प्रशिक्षण दिले. जनजमानी नावाचे दोन मोरो मुजाहिदीन अफगाणिस्तानात असताना सौदी अरब मुजाहिदीन ओसामा बिन लादेन याच्याशी त्यांची दोस्ती झाली. अशा रीतीने 'सय्यफ ग्रुप', बिन लादेन व आयएसआय यांच्या संगनमताने फिलिपाइन्समध्ये जिहादी कट रचण्यात येऊ लागले, व स्वतंत्र मुस्लिम राज्याची मागणी करण्यात येऊ लागली. अखेर मिंडानाओ ह्या मुस्लिम-बहुसंख्याक प्रदेशात 'ऑटॉनॉमस रीजन ऑफ मुस्लिम मिंडानाओ' ('एआरएमएम') नावाची स्वायत्त सत्ता प्रस्थापित झाली. दक्षिण फिलिपाइन्सच्या ह्या प्रदेशात अबू सय्यफ ग्रुपने लागोपाठ अनेक विदेशी लोकांचे अपहरण करुन त्यांना सोडण्यासाठी मोठमोठ्या खंडण्यांची मागणी केली.

आपल्या देशात दहशतवाद्यांना येऊ न देण्यासाठी फिलिपाइन्स सरकारने एक 'इमिग्रेशन ब्लॅक लिस्ट' तयार केली. 'अल्-कायदा / तालिबान दुवा' नावाच्या या यादीत ५० देशांतल्या सुमारे ५०० माणसांची नावे होती. दिनांक २५ जुलै ते १० ऑगस्ट २००७ यांच्या दरम्यान आग्नेय आशियाई देशांच्या परराष्ट्रमंत्र्यांची एक परिषद मॅनिला येथे भरविण्यात आली होती, त्या वेळी सुरक्षा-व्यवस्थेचा एक भाग म्हणून या यादीनुसार निर्बंध घालण्यात आले होते.

चीन

चीनचा जिनज्यांग प्रांत आता अल्-कायदाचा प्रदेश झाला असल्याचे 'जेन्स'च्या

यादीत म्हटलेच आहे. या प्रदेशातल्या उईघुर व हान मुसलमानांनी ऑगस्ट २००९ मध्ये खूप मोठ्या प्रमाणावर सशस्त्र बंडाळी केली होती. प्रांतिक राजधानी उरुमकी येथे झालेल्या रक्तपातात दीडशे लोक मेले व हजारो जखमी झाले. अर्थात साम्यवादी चिनी सरकारने जशास तशी पावले उचलली. उरुमकी शहरात जवळजवळ मार्शल लॉ पुकारला गेला व सबंध जिनज्यांग प्रांतातल्या मशिदीतून जुम्म्याच्या नमाजावर देखील बंदी घालण्यात आली होती. या ठिकाणी एक गोष्ट प्रामुख्याने लक्षात येते, ती ही की ऊठसूट अमेरिकेला (व आता भारताला देखील) धमकी देणाऱ्या ओसामा बिन लादेनने चिनी सरकारच्या कठोर कारवाईविरुद्ध गेल्या वर्षभरात धमकीचा ब्रदेखील काढला नाही.

जपान

जपानमध्येही अल्-कायदाचा प्रवेश झाला असल्याचे सुचविणारी घटना अलीकडच्या काळात घडली. ऑक्टोबर २००७ मध्ये जपानचे तत्कालीन न्यायमंत्री कुनियो हाटोयामा यांनी म्हटले की, त्यांच्या एका मित्राचा एक मित्र अल्-कायदाचा सदस्य होता व तो पुष्कळ वेळा खोट्या पासपोर्टवर जपानला आला होता. जपानमध्ये प्रवेश करणाऱ्या परदेशी लोकांचे 'फिंगरप्रिंट' (बोटांचे ठसे) घेण्याची पद्धत सुरु करण्यात आली, तिचे समर्थन करताना त्यांनी ही माहिती दिली. हाटोयामा यांनी म्हटले की बालीमध्ये झालेल्या बॉंब हल्ल्यात ह्या इसमाचा हात होता व त्यांना स्वत:ला अशी धोक्याची सूचना देण्यात आली होती की स्वत:च्या सुरक्षिततेसाठी त्यांनी बालीला जाऊ नये. ते म्हणाले, 'माझ्या मित्राच्या ह्या मित्राला मी कधीही भेटलेलो नाही; पण तो अनेकदा जपानला आला होता असे मी २/३ वर्षांपूर्वी ऐकले होते.'

ऑस्ट्रेलिया

पृथ्वीच्या तळाशी ('डाउन अंडर') असलेल्या ऑस्ट्रेलिया खंडातही अल्-कायदाचे जाळे हवे म्हणून १९९० च्या दशकाच्या प्रारंभी अल्-जवाहिरी तेथे गेला होता. त्याची मुलाखत घेणाऱ्या पाकिस्तानी पत्रकार हमीद मीरने म्हटले की सदस्य भरतीसाठी आणि पैसे उभारण्यासाठी अल्-कायदाच्या दोन-नंबरी नेत्याने ऑस्ट्रेलियाला गुप्त भेटी दिल्या होत्या. दहशतवादाविरुद्ध चाललेल्या युद्धाला पाठिंबा दिल्याबद्दल ऑस्ट्रेलियावरही अल्-कायदाचा हल्ला होऊ शकेल अशी भीती व्यक्त करण्यात येत आहे.

या संबंधात एका विचित्र घटनेचा उल्लेख करायचा म्हणले अलीकडच्या काळात

एका ऑस्ट्रेलियन शहरात चित्रांचे प्रदर्शन भरवण्यात आले होते, त्यात कोणीतरी ओसामा बिन लादेनचे येशू ख्रिस्तासारखे दिसणारे चित्र गुपचूप लटकावले होते.

तरीदेखील मुस्लिम अतिरेक्यांच्या बाबतीत जो वाखाणण्यासारखा कणखरपणा ऑस्ट्रेलियन प्रशासनाने दाखविला आहे तो भारताच्या राज्यकर्त्यांनी अनुकरण करण्यासारखा आहे. ऑस्ट्रलियात राहणाऱ्या मुस्लिमांच्या नेत्यांचे एक शिष्टमंडळ ऑक्टोबर २००६ मध्ये तत्कालीन पंतप्रधान जॉन हॉवर्ड यांना भेटायला गेले, तेव्हा पंतप्रधानांनी त्यांना स्पष्टपणे सांगितले की ज्या मुसलमानांना शरियत कायदाप्रमाणे राहायचे असेल त्यांनी ऑस्ट्रेलिया सोडून जावे. त्यांनी व त्यांच्या मंत्र्यांनी इशारा दिला की, आम्ही अतिरेक्यांचा समाचार घेऊ. अर्थमंत्री पीटर कॉस्टेलो यांनी सूचित केले की, जे अतिरेकी मुल्ला ऑस्ट्रेलिया हा सेक्युलर देश आहे व त्याचे कायदे पार्लमेंटने केलेले आहेत हे मान्य करीत नसतील त्यांना देश सोडून जायला सांगण्यात येईल. राष्ट्रीय टेलिव्हिजनवर बोलताना मंत्र्यांनी त्यांना उद्देशून म्हटले, 'जर ही तुमची मूल्ये नसतील आणि जर तुम्हाला शरियत कायद्याप्रमाणे चालणारे धार्मिक राज्य हवे असेल, तर ऑस्ट्रेलिया देश तुमच्यासाठी नाही.' शिक्षणमंत्री ब्रेंडन नेल्सन पत्रकारांशी बोलताना म्हणाले, 'ज्या लोकांना ऑस्ट्रेलियन व्हायचे नसेल आणि ज्यांना ऑस्ट्रेलियन मूल्यांप्रमाणे राहायचे नसेल, त्यांनी येथून गाशा गुंडाळावा.'

ऑस्ट्रेलियातील मशिदींवर सरकारच्या गुप्तहेर खात्याची नजर असते, ह्याचे समर्थन करुन पंतप्रधान हॉवर्ड म्हणाले, 'ऑस्ट्रेलियात राहायला येणाऱ्या लोकांनी स्वत: येथल्या परिस्थितीशी मिळते घेतले पाहिजे. ऑस्ट्रेलियन नागरिकांचे ते काम नाही. हे आहे हे असे आहे. आपण काही व्यक्तींना किंवा त्यांच्या संस्कृतीला दुखवीत आहोत की काय, ह्याची चिंता करीत बसण्याचा मला कंटाळा आला आहे. आम्ही आमच्या संस्कृतीत सुखी आहोत, व तिच्यात बदल करायची आम्हाला इच्छा नाही. हा आमचा देश आहे, ही आमची भूमी आहे व आमची जीवनशैली आहे आणि ह्या सर्व गोष्टींचा सुखेनैव उपभोग घेण्याची प्रत्येक संधी आम्ही तुम्हाला देऊ; पण आमचा ध्वज, आमची राष्ट्रीय शपथ, आमच्या ख्रिश्चन श्रद्धा किंवा आमची जीवनपद्धती यांच्याबद्दल तुम्ही सारखी तक्रार करीत बसणार असाल तर तुमचे रडगाणे संपल्यावर आणखी एका महान ऑस्ट्रेलियन स्वातंत्र्याचा तुम्ही लाभ घ्यावा असा मी तुम्हाला खूप आग्रह करीन– ते स्वातंत्र्य म्हणजे निघून जाण्याचा हक्क.'

ह्या निश्चयी स्पष्टोक्तीत एक गोष्ट प्रकर्षाने जाणवते, ती म्हणजे ऑस्ट्रेलियन राज्यकर्ते आमचा देश सेक्युलर आहे, तरी ख्रिश्चन आहे, असे ठणकावून सांगतात; उलट भारतीय राज्यकर्ते आमचा देश सेक्युलर आहे असे घोकत असतात, पण तो

हिंदू आहे असे सांगायला धजत नाहीत. फक्त त्यांच्या बाजूचे विचारवंत करणसिंग यांनी 'किती केले तरी भारत हा हिंदू देश आहे,' हे सत्य सांगण्याचे धैर्य दाखविले.

अखेरीस अगदी अलीकडच्या काळात अल्-कायदाची लागण लागलेल्या देश/प्रदेशांत एका आणखी देशाची भर पडल्यासारखी दिसते, तो देश म्हणजे अतिपूर्वेच्या ऑस्ट्रेलियापासून थेट दुसऱ्या टोकाला अतिपश्चिमेचा कॅनडा.

कॅनडा

दिनांक २७ ऑगस्ट २०१० रोजी 'ग्लोब अॅन्ड मेल' नावाच्या कॅनडियन वर्तमानपत्राने बातमी छापली की ओटावा शहरात कॅनडियन नागरिक असलेल्या दहशतवादी मुस्लिमांचा एक गुप्त गट असून तो कॅनडाच्या राजधानीत घातपाताची तयारी करीत असल्याचे उघडकीस आले. पोलीस-तपासात आढळले की या कटात सहा माणसे होती. त्यातले तीन पकडले गेले असून त्यातला एक डॉक्टर आहे. अन्य तीन सापडले नाहीत. ते बहुतेक परदेशात असावेत. या घातपात्यांनी अफगाणिस्तानच्या धर्तीवर हल्ले करण्याचे प्रशिक्षण घेतले होते, व ते हल्ल्याच्या तयारीसाठी गुप्तपणे शस्त्रास्त्रे व दारुगोळ्याचे सामान खरेदी करीत होते. बॉंब कसे करायचे हे शिकविणारे लिखाणही त्यांच्याजवळ होते. त्यांनी ५० इलेक्ट्रॉनिक सर्कीट बोर्ड तयार केले होते व ते रिमोट कंट्रोलने उडविण्याची योजना होती. हा हल्ला थोड्याच महिन्यांत होणार होता, असे पोलीस म्हणाले. या गटातला हिवा महंमद अलीजादे नावाचा दहशतवादी इलेक्ट्रिकल इंजिनियरिंग शिकलेला होता. तो अन्य दहशतवादी गटांसाठी पैसे गोळा करण्याचे कामही करीत होता. सुरक्षा अधिकारी त्याच्यावर वर्षभर नजर ठेवून होते. अलीजादेचे सहकारी 'कुटुंबवत्सल', चांगले विद्यार्थी व खेळांची आवड असणारे इसम होते. त्यात खुर्रम शेर हा मॉंट्रियल शहरातल्या मॅकगिल विश्वविद्यालयात शिकलेला डॉक्टर होता.

ह्या कटाच्या तपासणीत असे आढळले की त्याचे धागेदोरे ओटावापासून पाकिस्तान, अफगाणिस्तान, इराण व दुबईपर्यंत गेलेले आहेत. न सापडलेले कटवाले बहुतेक यांच्यापैकीच एखाद्या देशात असावेत, असे रॉयल कॅनडियन माउंटेड पोलीस खात्याला वाटते. ह्या बेपत्ता इसमांची नावे रिजगर अलीजादे, झकारिया मामोस्ता व जेम्स लारा अशी आहेत. हे सर्व दहशतवादी सुशिक्षित आहेत.

ह्या कटाच्या पोलीस तपासात एक महत्त्वाची गोष्ट उघडकीस आली, ती म्हणजे कॅनडियन दहशतवाद्यांचा कॅनडाच्या अंतर्गत घातपात करण्याचा हा पहिला कट असला तरी कॅनडात इस्लामी दहशतवादाचे अस्तित्व नवीन नाही. सहा वर्षांपूर्वी मोमीन ख्वाजा नावाच्या माणसाच्या घरावर ओटावा पोलिसांनी छापा

घातला तेव्हा त्यांना शस्त्रास्त्रांचा साठा व सर्कीट बोर्ड सापडले. त्यानंतर चार वर्षांपूर्वी टोरोंटो पोलिसांनी १८ संशयितांच्या घरावर छापे घातले. त्यांच्या टोळी प्रमुखाने बाँब उडविणारा डिटोनेटर तयार करीत असताना स्वत:ला दाखविणारी चित्रफीत काढून घेतली होती.

कॅनडातल्या इस्लामी दहशतवादाचे– विशेषत: अल्-कायदाचे– आंतरराष्ट्रीय लागेबांधे सिद्ध करणारे प्रमुख उदाहरण म्हणजे अहमद रेशम हा दहशतवादी. हा अल्जीरियन मुसलमान अल्-कायदाचा माणूस असून मॉंट्रियलला राहत होता. तो ५/६ इतर नावांनीही वावरत असे. त्यात बेन्नी मॉरिस हे नाव विशेष प्रचलित होते. सन १९९९ मध्ये अमेरिकेत लॉस अँजेलिस विमानतळावर बाँबहल्ला करण्याच्या अयशस्वी कारस्थानाचा तो सूत्रधार होता, व त्यात तो पकडला गेला. प्रारंभी त्याला २२ वर्षे तुरुंगवासाची शिक्षा झाली; पण फेब्रुवारी २०१० मध्ये अपील कोर्टाने आदेश दिला की ही शिक्षा फारच सौम्य असून कायद्यातल्या तरतुदीनुसार ती कमीत कमी ६५ वर्षांचा व अधिकाधिक १३० वर्षांचा तुरुंगवास एवढी वाढविण्यात यावी! मार्चमध्ये बचावाच्या वकिलाने म्हटले, आम्ही यावर फेरअपील करु.

रेशमची एकूण कहाणी ही अल्-कायदाची गुप्त कथा आहे. मॉंट्रियलमध्ये स्थायिक झालेल्या अल्जीरियन लोकवस्तीतल्या काही जणांचा एक 'आर्म्ड इस्लामी ग्रुप' ('जीआयए') नावाचा दहशती गट ओसामा बिन लादेनच्या जाळ्याशी संबंधित होता, त्या लोकांबरोबर तो राहत होता. पुढे तो अल्-कायदात भरती झाला. सन १९९६ पासून कॅनडियन गुप्तहेर खात्याची त्याच्यावर पाळत होती. रेशमचा एक मित्र राउफ हनाची नावाचा मुल्ला मॉंट्रियलच्या असुना मशीद नावाच्या मशिदीत मुअझीन होता, म्हणजे तेथे तो प्रवचन करी. तो अल्-कायदाचा सभासद होता. त्याच्या मशिदीत जुम्म्याच्या नमाजासाठी जवळजवळ दीड हजार अल्जीरियन जात. त्याने रेशम व त्याच्या बरोबर राहणारा मुस्तफा लब्सी यांना जिहादी होण्यासाठी प्रोत्साहित केले व त्यांना अफगाणिस्तानात प्रशिक्षण शिबिरात पाठविण्याची व्यवस्थाही केली. दिनांक १७ मार्च १९९८ रोजी रेशम कराचीला गेला व तेथून पेशावरला जाऊन अल्-कायदा नेता अबू झुबेदाला भेटला. झुबेदा हा अफगाणिस्तानात बिन लादेनने चालविलेल्या दहशत प्रशिक्षण शिबिरांचा सर्वाधिकारी होता. रेशमने तीन निरनिराळ्या शिबिरांत निरनिराळ्या प्रकारचे शिक्षण घेतले. त्यात मशिनगन, हातबाँब, स्फोटके, निरनिराळ्या प्रकारचे विष, विषारी वायू, खून करणे, शहरी लढाई इत्यादी विषयांचा समावेश होता. या शिबिरांत जॉर्डन, अल्जीरिया, येमेन, सौदी अरबस्तान, चेचन्या, तुर्कस्तान, स्वीडन, जर्मनी व फ्रान्समधले प्रशिक्षार्थी होते.

रेशमच्या कॅनडामधील गुप्तगटाचे मार्गदर्शन पाकिस्तानात अबू जाफर व

युरोपात अबू दोहा हे दहशतवादी करीत होते. रेशमने ऑगस्ट १९९९ मध्ये ठरवले की लॉस अँजेलिस विमानतळावर बॉबहल्ला करायचा. त्या वेळी हा विमानतळ जगात तिसऱ्या क्रमांकाचा विमानतळ होता. डिसेंबरमध्ये रेशमने अफगाणिस्तानात अबू जाफरला विचारले की हल्ल्याचे श्रेय ओसामा बिन लादेनला हवे आहे का, पण त्याला उत्तर मिळाले नाही. तो कॅनडाहून ब्रिटिश कोलंबियाला गेला व तेथून त्याने 'फेरी' बोटीने अमेरिकेत प्रवेश केला. त्याची मोटरगाडी फेरीतून धक्क्यावर उतरली तेव्हा कस्टम खात्याने तिची तपासणी केली, आणि ती स्फोटकांनी ठासून भरलेली आढळली तेव्हा तो पकडला गेला.

त्याच्यावर अमेरिकेत खटला भरण्यात आला तेव्हा त्याने कोर्टात दिलेल्या जबानीत अमेरिकेत व सहा अन्य देशांत अल्-कायदा संघटना कार्यरत असल्याचे उघड केले. अमेरिकेत तिचे सुप्तगुप्त गट ('स्लीपर सेल') आहेत, असा त्याने गौप्यस्फोट केला, व ही माहिती दिनांक ६ ऑगस्ट २००१ रोजी प्रेसिडेंट बुश यांना देण्यात येणाऱ्या दैनिक रिपोर्टात समाविष्ट करण्यात आली. आपल्या जबानीत त्याने अबू झुबेदाबद्दलही माहिती दिली; पण त्याच्या आणखी एका साथीदाराबद्दल 'विकीपीडिया' ऑन-लाईन ज्ञानकोशाने पुढील महत्त्वाचा वृत्तांत दिला :

आणखी एका इसमाबद्दल त्याला ९/११ घडेपर्यंत विचारले नव्हते, तो म्हणजे झकारियास मौसौई. रेशमने त्याला ओळखले व म्हटले, हा माझ्याबरोबर अफगाणिस्तानात खालदेन शिबिरात होता. मौसौई हा अल्-कायदाचा सभासद होता व ९/११ च्या कटात सामील होता. एफबीआयने त्याला दिनांक १६ ऑगस्ट २००१ रोजी अटक केली. प्रत्यक्ष ज्या एफबीआयच्या गुप्तहेरांनी त्याला पकडले त्यांनी त्याचे सामान व लॅपटॉप कॉम्प्यूटरची झडती घेण्याच्या परवानगीसाठी कोर्टाचे वॉरंट मिळवून द्यावे अशी आपल्या वरिष्ठ अधिकाऱ्यांकडे मागणी केली, पण असे वॉरंट मिळण्यासाठी आवश्यक असा पुरेसा पुरावा आपल्याजवळ आहे असे ते अधिकाऱ्यांना पटवू शकले नाहीत. ९/११ कमिशनच्या अहवालात असे मत व्यक्त करण्यात आले की, रेशमला मौसौईबद्दल आधीच विचारले असते तर ही कोंडी फुटली असती. अहवालाच्या मते तसे झाले असते, तर कदाचित अमेरिकेला ९/११ चे हल्ले रोखता आले असते, किंवा ते पूर्णपणे आधीच हाणून पाडता आले असते.

- ० -

३. जहाल ब्रेनवॉशिंग

अल्-कायदाचा नेता ओसामा बिन लादेन ह्याला 'जिहादचा सर्वोच्च प्रणेता' म्हणत असत. तेव्हा अल्-कायदाच्या खुनी दहशतवादाचा वैचारिक मूलाधार जिहादची जहाल इस्लामी संकल्पना आहे, हे उघड आहे. ह्या संकल्पनेचा प्रचारक व ओसामाचा मार्गदर्शक महंमद अब्दुल्ला आझम नावाचा मुल्ला होता, व तो असा प्रचार करी की सर्व देश-प्रदेश इस्लामचे आहेत, म्हणून सर्वत्र जिहाद करणे प्रत्येक मुसलमानाचे पवित्र कर्तव्य आहे. तो म्हणाला, 'सर्व संख्येच्या व हत्यारांच्या शक्तीनिशी अल्लाच्या कार्यासाठी पवित्र लढाई करणे म्हणजे जिहाद...जिहादने इस्लाम प्रस्थापित होतो... जिहाद सोडला तर इस्लाम नष्ट होतो... जिहाद हे प्रत्येक मुसलमानाचे अनिवार्य इस्लामी कर्तव्य आहे.' हे या मुल्लाचे शब्द अल्-कायदाचे प्रत्येक पत्रक, पुस्तक, ध्वनिफीत व चित्रफितीत अखंड उच्चारले जातात.

फक्त सुन्नी इस्लाम

पण अल्-कायदाचा हा धर्मगुरु जेव्हा 'प्रत्येक मुसलमाना'च्या पवित्र कर्तव्याचा उपदेश करीत असतो, तेव्हा तो खरे म्हणजे फक्त सुन्नी मुसलमानांना उद्देशून बोलत असतो. कारण अल्-कायदा ही अखिल मुस्लिम दहशतवादी संघटना नाही, ती सुन्नी इस्लामी दहशतवादी संघटना आहे. तिचे ठाम मत आहे की बाकीचे सर्व लोक 'पाखंडी' आहेत. त्यात शिया मुसलमानांचाही समावेश आहे; तेव्हा त्यांच्या विरुद्धही जिहाद

पुकारले पाहिजे. म्हणून या जिहादात अल्-कायदाच्या जागतिक जाळ्यात निरनिराळ्या देशांत विद्यमान असलेल्या सुन्नी गटांना-संघटनांना सामावून घेण्यात आले आहे. परिणामतः जागतिक स्तरावर– विशेषतः उत्तर आफ्रिका, पॅलेस्टाइन, मध्य आशिया व पाकिस्तान ह्या विस्तीर्ण भूभागात– संघटित सुन्नी अतिरेकी जाळे तयार झाले आहे. ह्यातल्या काही दहशतवादी संघटनांना तर त्या त्या देशातल्या राजवटींचाही सक्रिय पाठिंबा आहे.

'पाखंडी कोण' याची सुन्नी व्याख्या मुस्लिम जगतात वेळोवेळी जे फतवे काढले जातात त्यांच्यावरुन ठरत असते; मात्र त्या सर्वात एक भीतिदायक समानता असते, ती म्हणजे त्यांची व्यापकता. काही दिवसांपूर्वी असा एक फतवा काढण्यात आला की, 'पाखंडी' देशात राहणारे सर्व लोक पाखंडी आहेत; मग ते फौजी असोत की सर्वसाधारण नागरिक असोत; म्हणून त्यांना जिहादमध्ये मारले पाहिजे. महंमद पैगंबर जिवंत असताना त्याने 'अहल् अल् धिम्मा' म्हणजे 'धिम्मी (पाखंडी) लोकांचा प्रतिकार' करण्याचे जे धोरण राबविले होते, त्याचेच हे अनुकरण आहे, असा खुलासा करण्यात येतो. एप्रिल २००२ मध्ये कुवेतमधील अतिरेकी 'सलाफी' संप्रदायाचा नेता असलेल्या व 'इस्लामी संस्कृती'वर प्रवचने करणाऱ्या शेख हमीद अल्-अली नावाच्या मुल्लाने फतवा काढला होता, त्यात जिहादमध्ये कोणत्या परिस्थितीत सामान्य जनतेला ठार मारण्याची परवानगी आहे याचे स्पष्टीकरण केले होते. त्यानंतर थोड्याच दिवसांनी इजिप्तच्या अल् अझर विद्यापीठातील विद्वान मुल्ला-मौलवींनी जाहीर घोषणा केली की पॅलेस्टाइनमधील संघर्षात शक्य तेवढे अधिक इस्रायली नागरिक मारणे हे जिहादचे सर्वश्रेष्ठ कार्य आहे.' या फतव्याचे स्पष्टीकरण करताना त्यांनी म्हटले, जिहाद करताना फौजी व सामान्य जनता असा फरक करायचा नसतो; तर शांततेचे चाहते (मुसलमान) आणि युद्धपिपासू (पाखंडी) असा फरक करायचा असतो, व विरोधकांनी सैनिकी गणवेश अथवा साधे कपडे असे कोणत्याही प्रकारचे कपडे घातले असले तरी ते पाखंडी शत्रू असू शकतात.

हिंसक वहाबी पंथ

पुष्कळदा असे म्हटले जाते की, अल्-कायदा नुसतीच सुन्नी नाही, तर वहाबी आहे. वहाबी पंथ हा एक अत्यंत जहाल, हिंसक इस्लामी पंथ असून तो १८ व्या शतकात महंमद बिन वहाब नावाच्या मुल्लाने स्थापन केला होता. 'इस्लामचा एक अत्यंत जहाल व हिंसक प्रकार' असे पाश्चिमात्य इस्लाम-तज्ज्ञ बर्नार्ड लीविस याने या पंथाचे वर्णन केले आहे. 'अत्यंत कडक व कर्मठ' अशा या पंथाचा कुराणातल्या वचनांचा शब्दशः अर्थ लावण्यावर दुराग्रह आहे. वहाबी मतानुसार

पाखंडी हे 'सर्वात हीन' प्राणी असून त्यांचे धर्मपरिवर्तन तरी केले पाहिजे, नाही तर त्यांना ठार मारले पाहिजे. कारण 'अल्ला त्यांचा तिरस्कार करतो'. वहाबी पंथाचे अनुयायी जगाची दोन भागांत विभागणी करतात. एक दार-उल्-इस्लाम म्हणजे इस्लामचे घर. येथे कुराणाचा आदेश पाळला जातो. दुसरा दार-उल्-हरब म्हणजे युद्धाचे क्षेत्र. येथे पाखंडी राहतात. ते आज ना उद्या खिलाफतीला शरण येणार आहेत. जोपर्यंत इस्लामचा विजय होत नाही व जग खिलाफतीच्या आधिपत्याखाली एकत्र येत नाही, तोपर्यंत जगात शांतता नांदणार नाही.

वहाबींच्या अतिरेकी कर्मठपणाला थडग्याची पूजा, मशिदीवर रोषणाई, नाच-गाणे, महंमद पैगंबराची गीते, पैगंबराचा जन्मदिन असल्या गोष्टी अजिबात मान्य नाहीत. शिवाय वहाबी पंथाच्या मते मुसलमानांच्या फक्त पहिल्या तीन पिढ्या ह्याच खऱ्या मुसलमान होत्या. ह्या अतिरेकी मताचा प्रत्यक्ष परिणाम म्हणजे सन १९२५ साली महंमदाच्या वंशाशी आपल्या संबंधाचा दावा करणाऱ्या हशेमाइट घराण्यातल्या सगळ्या मृतांची थडगी उकरुन काढण्यात आली. त्याचप्रमाणे पैगंबराची पत्नी, त्याच्या मुली, चुलते, चुलत भाऊ, त्याच्या फौजेचे उच्च अधिकारी व कित्येक शतके अरबस्तानात राहिलेले इस्लामी विद्वान यांची थडगी मक्का, मदीना व रियाद येथे होती ती सर्व तोडून मोडून त्यांचे दगड-विटांचे ढीग करण्यात आले, म्हणजे त्या सर्वांची स्मृती नष्ट करण्यात आली.

सरकारी संप्रदाय

ह्याच हिंस्र इस्लामवादाचा सर्व जगभर प्रचंड प्रमाणावर प्रचार करण्याचा उद्योग गेली सुमारे ५० वर्षे सौदी अरब राजघराण्याने चालविला आहे. हे राजघराणे वहाबी आहे. इतकेच नव्हे, तर त्याचे प्रत्यक्ष वहाबशी पूर्वीपासून रक्ताचे संबंध आहेत. वहाबी पंथाचा जगभर प्रसार करण्यासाठी सौदी सरकारने १९७० च्या दशकाच्या प्रारंभापासून आतापर्यंत ७५ बिलियन (७५०० कोटी) डॉलर खर्च केले आहेत, असा अंदाज आहे. ह्या प्रचंड पैशांच्या बळावर जगभर हजारो मशिदी बांधल्या गेल्या आहेत, मदरसे उघडले गेले आहेत, व इस्लाम-प्रचाराला वाहिलेल्या पुस्तकांच्या लाखो प्रती छापण्यात आल्या आहेत.

सौदी सरकारचे इस्लामी कार्य मंत्रालय ही वहाबी मतप्रणालीचा जागतिक प्रसार करणारी सर्वात महत्त्वाची यंत्रणा आहे. वहाबचा एक वंशज या खात्याचा प्रमुख आहे. आफ्रिका व आशियातल्या अरब वकिलातीत या मंत्रालयाच्या अधिकाऱ्यांजवळ प्रत्यक्ष त्यांच्या राजदूतापेक्षा अधिक पैसा दिलेला असतो. हे अधिकारी सौदी सरकारच्या डिप्लोमॅट मंडळींच्या 'नैतिक' वर्तनावर नजर ठेवून

असतात. अमेरिकेतल्या सौदी वकिलातीत ४० जणांचा इस्लामी कार्य मंत्रालयाचा वेगळा विभाग आहे. तो राजदूताच्या अखत्यारीत नसून स्वतंत्रपणे काम करीत असतो. ह्या मंत्रालयाच्या पदरी ५०,००० माणसे आहेत.

'वॉशिंग्टन पोस्ट' वर्तमानपत्राने लावलेल्या तपासानुसार सौदी सरकारने ३८८४ वहाबी मुल्लांना पगारी नेमले आहे. परदेशातल्या ७७ सौदी वकिलातीत ६५७ डिप्लोमॅटिक स्तरावरचे अधिकारी आहेत, त्यांच्यापेक्षा ह्या पगारी मुल्लांची संख्या सहापट मोठी आहे. सौदी सरकारच्या या इस्लामी खात्याच्या मंत्रालयाचे वार्षिक बजेट ५३ कोटी डॉलर एवढे असल्याचे अनुमान आहे. शिवाय सौदी राजे व राजपुत्र वेळोवेळी स्वत:चे लाखो डॉलर धर्मादाय (म्हणजे इस्लामच्या प्रचारासाठी) देत असतात, ते वेगळेच. ही एकूण रक्कम सुमारे दोन ते अडीच बिलियन डॉलर इतकी आहे.

वहाबीवादाचे 'आंतरराष्ट्रीयीकरण' सन १९७३ च्या पहिल्या 'खनिज तेल धक्क्या'पासून प्रारंभ झाले. म्हणजे त्या वर्षापासून अचानक सौदी अरेबियाच्या हाती खनिज तेल उत्पन्नाचा गडगंज पैसा खेळू लागला. पेट्रोलियम उद्योगातील एका अमेरिकन तज्ज्ञाने म्हटले आहे की सौदी राजाचा एक खास 'पेट्रोलियम अकाउंट' आहे. त्यात १.८ बिलियन डॉलर (रोज दोन लाख पिंपे पेट्रोलियम तेलाचे उत्पन्न) एवढी राशी वहाबी पंथाच्या प्रसारासाठी १९८७ च्या दशकापासून राखून ठेवण्यात आली आहे. खरे म्हणजे सर्व जगातल्या मुस्लिम लोकसंख्येत सौदी अरबस्तानचा वाटा केवळ १ टक्का आहे; पण इस्लामच्या जागतिक प्रसारासाठी होणाऱ्या खर्चाचा ९० टक्के भार एकटी सौदी अरेबिया आपल्या पेट्रो-डॉलर उत्पन्नाच्या बळावर वाहत असते.

जागतिक स्तरावर जहाल धर्मांधता पसरविण्याच्या ह्या सौदी सरकारी मोहिमेचा ओसामा बिन लादेनने अल्-कायदाच्या प्रसारासाठी भरपूर फायदा घेतला होता. सौदी पैशावर उभारलेल्या बहुतेक सर्व मशिदी सौदी पैशावरच पोसलेल्या संस्था चालवीत असतात, व त्यांच्याशी अल्-कायदाचे लागेबांधे आहेत. या संस्थांत 'वर्ल्ड मुस्लिम लीग' आणि 'वर्ल्ड असोसिएशन फॉर मुस्लिम युथ' यांचा समावेश असून त्या अल्-कायदामध्ये भाग घेत असल्याचे आढळले आहे. शिवाय 'कौन्सिल फॉर अमेरिकन-इस्लामिक रिलेशन्स' ही वहाबी मतप्रणालीला वाहिलेली संस्था असून तिला या कामासाठी सौदी सरकारने साडेसात लाख डॉलर दिले. अमेरिकन राजधानी वॉशिंग्टनमध्ये आपल्या मुख्यालयासाठी इमारत विकत घेण्यासाठी सरकारी इस्लामिक डेव्हलपमेंट बँकेतर्फे देणगीही देण्यात आली.

अमेरिकेतल्या ८० टक्के मशिदी वहाबी प्रभावाखाली आहेत असा अंदाज आहे व त्यामुळे इस्लामी दहशतवाद्यांना हा एक उपयुक्त अतिरेकी मंच मिळाला आहे, असे मानण्यात येते. अशा एका मशिदीत अमेरिकेतील सौदी अरब वकिलातीने वाटलेल्या एका पुस्तकाची प्रत सापडली. त्यात मुसलमानांना आवाहन करण्यात आले आहे की, 'मुसलमानांनी पाखंड्यांचा केवळ विरोध करणे पुरेसे नाही; तर स्वधर्माच्या व अल्लाच्या खातर त्यांचा द्वेष केला पाहिजे.'

विशेष म्हणजे अमेरिकेत इस्लाम—त्यातूनही जहाल वहाबी इस्लाम - पसरविण्याचा जो निरंतर उद्योग सौदी अरब करीत आहेत तो त्यांनी लपविलेला नाही. सौदी सरकारने आपल्या वेबसाईटवर सन २००७ मध्ये जाहीरपणे सांगितले की वॉशिंग्टन, लॉस अँजेलिस, न्यूयॉर्क, डेनव्हर व उत्तर व्हर्जिनियात इस्लामिक केंद्रे स्थापन करण्यासाठी आणि लॉस अँजेलिस व कॅलिफोर्नियात मशिदी उभारण्यासाठी अर्थसाहाय्य देण्यात आले. त्याचप्रमाणे कॅलिफोर्नियात एक प्राथमिक शाळा व राजा फहद यांच्या नावाची मशीद यांच्याशीही सरकारी संबंध आहे. लॉस अँजेलिस येथे वहाबी पंथाचा इतिहासकालीन धर्मगुरु समदिया याच्या नावाची मशीद बांधण्यासाठी सौदी सरकारने ४० लाख डॉलर दिले. एकूण २००३ पर्यंतच्या कालावधीत अमेरिकेत इस्लामी संस्था स्थापन करण्यासाठी सौदी अरब सरकारने ३२.४ कोटी डॉलर खर्च केले असा अंदाज आहे.

परिणामत: अमेरिकेतला अरब प्रभाव इस्लामी केंद्रापासून विद्यार्थी संघटनांपर्यंत आणि संस्थांपासून पुस्तकांच्या दुकानापर्यंत सर्वत्र दिसून येतो. सौदी सरकारने अमेरिकेतल्या शाळांतून व मशिदींतून जिहाद-समर्थक व अमेरिका-विरोधी साहित्य सर्रास वाटले आहे. अशा प्रकारचे साहित्य 'सबंध अमेरिकेत हजारो शाळांतून (प्राथमिक शाळांतून देखील)' वाटले जात आहे, असे 'इनव्हेस्टिगेटिव्ह प्रोजेक्ट' नावाच्या सूचना केंद्राच्या एका उच्च अधिकाऱ्याने सिनेटच्या एका समितीपुढे साक्ष देताना सांगितले.

मशिदीतून वितरित होणाऱ्या इस्लामी पुस्तकांचे एक उदाहरण दिलेच आहे. त्याच्या जोडीला राजा फहद मशिदीत सौदी वकिलातीतर्फे वाटण्यात आलेल्या एका अन्य पुस्तकाची प्रत सापडली. त्या पुस्तकात लिहिले आहे, 'पाखंड्यांशी संबंध सोडा, त्यांच्या धर्मामुळे त्यांचा द्वेष करा, त्यांच्यापासून दूर रहा, त्यांचा पाठिंबा मागू नका, त्यांची प्रशंसा करु नका आणि इस्लामी तत्त्वाला अनुसरुन त्यांचा हर प्रकारे विरोध करा.' ह्या सर्व शिकवणुकीचे मुख्य सूत्र असे आहे की मुस्लिम व मुस्लिमेतर हे शांततापूर्वक एकत्र नांदणे अशक्य आहे. शाळेतील दहावीच्या इयत्तेसाठी लिहिलेल्या 'तौहीदचे शास्त्र' नावाच्या एका सौदी सरकारी पाठ्यपुस्तकाच्या प्रती ह्यूस्टनला

अल-फरुक मशिदीत सापडल्या. त्या पुस्तकात पुढील शिकवण होती : 'जर एखाद्या मुसलमानाला वाटले की पाखंड्यांच्या वर्चस्वाखाली राहायला हरकत नाही व त्याला त्यात संतोष वाटला, तर तो मुसलमान राहिला नाही हे निश्चित.' दुसरे एक पुस्तक 'टू बी ए मुस्लिम' ('मुस्लिम कसा असावा') नावाचे असून ते सौदी अरबस्तानातील 'इस्लामिक पब्लिशिंग हाऊस'ने छापले आहे. त्याच्याही प्रती अल् फरुक मशिदीत सापडल्या व त्यातही अशीच द्वेषाची शिकवण आहे. आणखी एक पुस्तक सॅन डिएगो शहरात अबू बकर मशिदीत सापडले. त्यात लोकशाहीचा धिक्कार केला आहे, आणि तिचे अनिष्ट दूर करण्याचा मार्ग म्हणजे जिहाद व दहशत, अशी शिकवण अमेरिकेतील वहाबी मशिदीतून दिली जाते.

पाकिस्तानात तबलीगी जमात नावाची एक इस्लामी संस्था आहे, ती वहाबी पावलावर पाऊल टाकून जिहादी तत्त्वज्ञानाचा प्रसार करीत असते. तिचे मुख्यालय न्यूयॉर्कमधील अल् फतह मशिदीत आहे. ही संस्था पूर्वीपासून अल्-कायदासाठी भरती करीत असते व अजूनही करीत आहे, असे २००३ साली एफबीआयच्या उपप्रमुखाने म्हटल्याचे 'न्यूयॉर्क टाइम्स' मध्ये छापून आले होते. सौदी अरबस्तानचा 'ग्रँड मुफ्ती' अझीझ इब्न बाज ह्याने तबलीगच्या कार्याची प्रशंसा केली होती व तिच्या बाटवाबाटवीच्या 'मिशन' मध्ये वहाबी अनुयायांनी सहयोग करावा, असे आवाहन केले होते. 'वर्ल्ड मुस्लिम लीग' सारख्या धनाढ्य आंतरराष्ट्रीय मुस्लिम संघटनांच्या प्रचंड बजेटमधून तबलीगला पैसा मिळत असतो. पश्चिम युरोपात मुख्यालय स्थापण्यासाठीदेखील वर्ल्ड युनियन लीगने पैसा पुरवला. युरोपियन युनियन आपल्या शिक्षकांना जेवढा पगार देते त्यापेक्षा अधिक चांगला पगार तबलीगच्या मिशनऱ्यांना वहाबी पैशांतून मिळतो अशी माहिती ॲलेक्स ॲलेक्सीव्ह नावाच्या लेखकाने 'मिडल ईस्ट क्वॉर्टरली' प्रकाशनाच्या सन २००५ च्या एका अंकात 'तबलीगी जमात: जिहाद्स स्टील्दी लेजन्स' ('तबलीगी जमात: जिहादची छुपी फौज') ह्या आपल्या लेखात दिली आहे.

साधारणपणे ज्या सुमारास सौदी अरबस्तानात पेट्रोलियमच्या पाइपमधून पैशाचा पूर वाहू लागला त्या काळात अमेरिकन मोटरगाड्यांना पेट्रोलियमची तहान इतकी लागली की दोन्ही देशांची मैत्री झाली; पण ह्या विचित्र शय्या- सोबतीचा एक घातक परिणाम असा झाला की वहाबीवादाला वणव्याप्रमाणे पसरायला वाव मिळाला. १९७० च्या दशकाच्या सरत्या काळापर्यंत अफगाणिस्तानात वहाबीवाद नव्हता; पण त्यानंतर अवघ्या दोन दशकांच्या आत सर्व मुस्लिम जगतात तो प्रमुख धर्म झाला. तो इंडोनेशियापासून मोरोक्कोपर्यंत पसरला, व त्याने पेटविलेल्या संघर्षाच्या ज्वाळांनी अल्जीरिया, इंडोनेशिया व अन्य इस्लामी प्रदेशांना इतके ग्रासले की त्यात

लाखो लोकांचे जीव गेले. खुद्द अमेरिकेत ३००० लोकांचे जीव घेणाऱ्या '९/११' च्या हल्ल्यातले सर्व १९ 'हायजॅकर' वहाबी होते, व त्यांतले १५ जण सौदी अरब होते.

स्वत: ओसामा बिन लादेन वहाबी वातावरणात वाढला होता; तरी त्याच्या इस्लामी जीवनावर सर्वाधिक प्रभाव अब्दुल्ला आझम नावाच्या मुल्लाचा होता. तो सैयद क़ुतुब नावाच्या जहाल धर्मोपदेशकाचा अनुयायी होता. कुतुबने इजिप्तमध्ये 'इस्लामी ब्रदरहुड' नावाची संस्था उभी केली. जिहादच्या जहाल तत्त्वज्ञानाचा प्रचार प्रथम कुतुबने केला, व त्याच्या पावलावर पाऊल टाकून आझमने हेच काम सौदी अरबस्तान व पाकिस्तानात फार मोठ्या प्रमाणावर केले.

विनाशाचे विविधरूपी तत्त्वज्ञान

वहाब आणि कुतुब या दोघांच्या विनाशकारी मुशीतून निर्माण झालेल्या अल्-कायदाचे ध्येय 'दार-उल् इस्लाम', म्हणजे जगावर इस्लामचे वर्चस्व प्रस्थापित करणे हे आहे; मात्र निरनिराळ्या ठिकाणी या ध्येयाची निरनिराळ्या शब्दांत व्याख्या करण्यात आली आहे. 'विकीपीडिया' संगणकीय ज्ञानकोशानुसार अल्-कायदाचे ध्येय 'सबंध जगात अखिल-इस्लामी खिलाफत स्थापन करणे' हे आहे. ही खिलाफत इस्लामच्या शरीयत कायद्याप्रमाणे चालेल. 'न्यूयॉर्क टाइम्स'च्या वार्ताहरांनी अल्-कायदाचे एक गुप्त आश्रयस्थान ('सेफ हाऊस') शोधून काढले होते, त्यात त्यांना 'जिहादचे ध्येय' नावाचा एक लहानसा मजकूर सापडला होता. त्यात मुख्यत्वे 'अल्लाचे राज्य पृथ्वीवर स्थापन करणे' या ध्येयाचा निर्देश होता.

अमेरिकन मंडळी हीच गोष्ट निराळ्या शब्दांत मांडतात. अमेरिकन सरकारच्या संरक्षण-खात्याने म्हटले आहे की अल्-कायदाचा उद्देश 'सर्व जगभर इस्लामी राज्य स्थापन करणे' हा आहे. 'फॉरीन अफेअर्स' ह्या प्रसिद्ध अमेरिकन मासिकाने मे-जून २००७ च्या अंकात 'अल्-कायदा स्ट्राइक्स बॅक' नावाचा लेख प्रकाशित केला होता, त्याचा लेखक व मुस्लिम मध्यपूर्वेचा तज्ज्ञ म्हणून प्रसिद्ध असलेला ब्रुस रिडेल याने म्हटले, 'बिन लादेनचे ध्येय आणि त्याची मूलभूत कार्यपद्धती या दोन्ही गोष्टी पूर्वीसारख्याच कायम आहेत. सर्वत्र रक्तरंजित युद्धे पेटविणे हे त्याचे उद्दिष्ट आहे.' 'टाइम' साप्ताहिकाने म्हटले, बिन लादेनचे ध्येय 'इस्लामचे मध्ययुगीन साम्राज्य पुन्हा प्रस्थापित करणे' आणि 'तालिबान-टाइप राजवट' अमलात आणणे हे आहे.

इंग्लंडमध्ये अल्-कायदाचे एक पाठ्यपुस्तक सापडले, त्यात स्पष्ट लिहिले आहे की, अल्-कायदाचे 'दीर्घकालीन उद्दिष्ट' 'इस्लामी राज्य स्थापणे' हे आहे;

पण पुढे पुस्तक म्हणते, 'बॉब आणि बंदुकीशिवाय इस्लामी राजवट कधीही स्थापन होणार नाही. इस्लाम पाखंडाशी तडजोड करणार नाही. उलट त्याच्याविरुद्ध उभा राहील. या संघर्षात वादविवाद, ध्येयवाद, डिप्लोमसी यांना थारा नाही. इस्लामला वादविवाद माहीत आहे तो बंदुकीच्या गोळीचा; ध्येय माहीत आहे ते हत्या, बॉंब व विनाशाचे, आणि डिप्लोमसी माहीत आहे ती तोफ व मशिनगनची.'

अल्-कायदाच्या वैचारिक स्रोताचे विश्लेषण एका मुस्लीम विचारवंतानेही केले आहे. तो म्हणजे वलीद सादी. सादी हे जॉर्डनियन असून ते तुर्कस्तानात व यूनोमध्ये जॉर्डनचे प्रतिनिधी होते. आता ते स्तंभलेखक असून 'जॉर्डन टाइम्स' व 'अल् राय' वर्तमानपत्रांत लेखन करीत असतात. त्यांनी सप्टेंबर २००७ मध्ये एका लेखात अल्-कायदाच्या मूलभूत मानसिकतेची पुढीलप्रमाणे चर्चा केली आहे :

अल्-कायदाची सर्व जगाला भीती वाटते, कारण काही झाले तरी जगाची सांप्रतची व्यवस्था ('वर्ल्ड ऑर्डर') बदलायची असा तिचा निर्धार दिसतो. ही एक संमिश्र विचारधारेची चळवळ असून तिचे निरनिराळे स्रोत दिसतात. त्यातला एक म्हणजे हसन अल् बाना ह्याने इजिप्तमध्ये ५०/६० वर्षांपूर्वी स्थापन केलेली 'मुस्लिम ब्रदरहुड' ही चळवळ. दुसरा स्रोत वहाबी पंथ, व आणखी एक कदाचित सूफीवाद. या तिन्ही चळवळींची राजकीय उद्दिष्टे होती व धार्मिक कार्यक्रम होते, आणि ते साध्य करण्यासाठी सशस्त्र संघर्ष करायला त्यांची हरकत नव्हती. उदाहरणार्थ, बानाने पाश्चिमात्य जीवनपद्धतीविरुद्ध बंड पुकारले होते. त्याचे अंतिम उद्दिष्ट मुस्लिमांच्या जीवनातून मुस्लिमेतर जीवनपद्धती काढून टाकणे हे होते.

अल्-कायदा ह्याच परंपरागत चळवळींचे अनुकरण करीत आहे. तिने सर्व जगातल्या मुस्लिमांचे 'शुद्धीकरण' करण्याची आपली भूमिका असल्याचे दर्शविले आहे. हे करताना मुस्लिम बांधवांना खतम करावे लागले तरी चालेल, असे तिला वाटत असल्याचे दिसते. याचा अर्थ आपला राजकीय हेतू साध्य करण्यासाठी स्वत:चे लोक मारावे लागले तरी मारायचे, अशी अल्-कायदाची मनोवृत्ती दिसते. म्हणजे ही संघटना अंदाधुंद हत्येवर फोफावत आहे, असे म्हटले तरी चालेल.

इराक हे अल्-कायदाच्या मानसिकतेचे व कार्यपद्धतीचे एक जाज्वल्य उदाहरण आहे. तेथे निरपराध माणसे, स्त्रिया व लहान मुलांनाही मुद्दाम रोजच्या रोज मारण्यात येत आहे, कारण तसे केल्याने देशातली परिस्थिती अमेरिकनांसाठी अधिक बिकट होते; परंतु ती परिस्थिती अमेरिकेसाठी कठीण होत असतानाच इराकींचे जीवनही तिच्यामुळे दुर्धर होत आहे. अल्-कायदाचा डाव शिया व सुन्नी मुस्लिमात फाटाफूट निर्माण करुन दोन उद्दिष्टे साध्य करण्याचा दिसतो. एक म्हणजे इराकमधली परिस्थिती अमेरिकेच्या आवाक्याबाहेर नेणे, व दुसरे म्हणजे

इस्लामची अल्-कायदाप्रणीत आवृत्ती ज्यांना मान्य नाही अशा मुस्लिमांना जीवन असह्य करणे. अल्-कायदाने सांगितलेल्या इस्लामचे जे पालन करीत नाहीत, त्यांना ठार मारणे मुस्लिम समाजाच्या शुद्धीकरणासाठी आवश्यक आहे, अशी अल्-कायदाच्या नेत्यांची भूमिका आहे. खरे म्हणजे अशा प्रकारच्या विनाशवादाला पुष्कळ अनुयायी मिळणे अनैसर्गिक आहे; तरीदेखील अल्-कायदाला दूरदूरच्या प्रदेशांत समर्थक मिळत आहेत असे दिसते व तिला नष्ट करण्याचे सर्व प्रयत्न असफल ठरले आहेत.

- ० -

४. दहशतवादाचे कुराण

हिंसाचार हा अल्-कायदाच्या हिंस्र दहशतवादाचा गाभा असल्याने सामूहिक, तसेच वैयक्तिक अशा दोन्ही प्रकारच्या हिंसेचे निरनिराळे प्रकार आपल्या अनुयायांना शिकविणारे तिचे स्वत:चे पाठ्यपुस्तक असणार हे अपेक्षित आहे. असे एक पुस्तक खरोखरीच अस्तित्वात असून ते अल्-कायदाच्या पाइकांसाठी इतके महत्त्वाचे आहे की, पाश्चिमात्य मंडळी त्याला बिन लादेनचे 'टेररिझम बायबल' म्हणतात. वास्तविक त्याला 'दहशतवादाचे कुराण' म्हणणे अधिक सयुक्तिक होईल. कारण इस्लामच्या प्रसारासाठी खुनी दहशतवादाचे समर्थन करणारे व शिकवण देणारे जे-जे लिखाण ९/११ च्या हल्ल्यानंतरच्या काळात उघडकीला आले आहे, त्यात इतके थरकाप उडविणारे लिखाण क्वचितच असेल.

अल्-कायदाचा अधर्मग्रंथ

'मिलिटरी स्टडीज इन द जिहाद अगेन्स्ट द टायरॅन्ट्स' अशा अर्थाच्या शीर्षकाचे हे १८० पानांचे पुस्तक बिन लादेनच्या अनुयायांना घातपाती कृत्यांची नानाविध तंत्रे शिकविण्यासाठी लिहिले आहे. इंग्लंडच्या मँचेस्टर शहरात एका अल्-कायदा दहशतवाद्याच्या घराच्या झडतीत ते सापडले. त्यात हत्या करणे, खोटे कागदपत्र तयार करणे, निरनिराळ्या प्रकारचे विष तयार करणे असल्या विषयांवर जिहादींना मार्गदर्शन करण्यात आले आहे. त्यात १८ प्रकरणे असून त्यांना खरोखरीच हत्या व

घातपाताचे 'धडे' म्हटले आहे. प्रारंभिक दोन प्रकरणे आणि अखेरची दोन प्रकरणे सोडली तर 'धड्यां'ची अनुक्रमणिका पुढीलप्रमाणे आहे :

- **धडा ३** : खोट्या नोटा व खोटे दस्तऐवज तयार करणे
- **धडा ४** : लपायच्या जागा व लष्करी तळ तयार करणे
- **धडा ५** : संपर्क व वाहतुकीची व्यवस्था
- **धडा ६** : प्रशिक्षण
- **धडा ७** : शस्त्रास्त्रे : त्यांची खरेदी व ने-आण करण्यासाठी करायची उपाययोजना
- **धडा ८** : कार्यकर्त्यांची सुरक्षा
- **धडा ९** : सुरक्षा-व्यवस्थेचा आराखडा
- **धडा १०** : प्रत्यक्ष कारवाईसाठी खास डावपेच
- **धडा ११** : हेरगिरी (१) : उघड पद्धतीने माहिती गोळा करणे
- **धडा १२** : हेरगिरी (२) : गुप्त पद्धतीने माहिती गोळा करणे
- **धडा १३** : गुप्तलेखन व संकेत-शब्द
- **धडा १४** : बंदूक व पिस्तुलाने अपहरण व हत्या करणे
- **धडा १५** : स्फोटके
- **धडा १६** : विष व खंजिराने ठार मारणे

कार-बॉंब पाठ्यपुस्तक

हे साद्यंत 'टेररिझम बायबल' (की 'कुराणाची आधुनिक आवृत्ती') काढून भागले नाही. मोटारगाडीचा बॉंब कसा करावा, हे शिकविणारी एक 'मार्गदर्शिका' ही अल्-कायदाने इंटरनेटवर गुप्त संकेतस्थळावर केली आहे अशी बातमी 'इस्रायल न्यूज' वर्तमानपत्राने दिली आहे. ह्या बातमीनुसार इराकी अल्-कायदाने खूप मोठ्या सामूहिक प्रमाणात नरसंहार कसा करावा, या विषयातले आपले कौशल्य आपल्या जगभर पसरलेल्या 'कार्यकर्त्यांना' शिकविण्यासाठी बॉंबहल्ला-प्रशिक्षण-अभ्यासक्रम म्हणून ही माहिती इंटरनेटवर प्रस्तुत केली आहे.

हे गाईडबुक अरबी भाषेत लिहिलेले असून ते संगणकात जिहादी संकेतस्थळावर उपलब्ध आहे आणि कार-बॉंब-हल्लेखोरांसाठी त्यात महत्त्वाचे मार्गदर्शन आहे. त्यातल्या विशेष सावधगिरीच्या सूचना अशा :

- प्रतिबंधित ठिकाणी ('नो पार्किंग झोन') गाडी उभी करु नये. कारण वाहतूक पोलीस ती लक्ष्यापासून दूर हलविण्याची शक्यता असते.
- हल्लेखोराची योजना जर दुरुन बॉंब उडविण्याची असेल (अल्-कायदा ह्याला

'अ-शहीद' हल्ला म्हणते), तर त्याने गाडी उभी करून हळूच तेथून निघून जावे.

- गाडीमध्ये स्फोटके नेमकी कोठकोठल्या भागात ठासावीत याची साद्यंत शिकवण पुस्तकात आहे.

- त्याचप्रमाणे कोठली ठिकाणे लक्ष्य करावीत (उदा. सिनेमा थिएटर, खेळाचा स्टेडियम इ.) हेही सांगितले आहे.

- पुस्तकात म्हटले आहे की, 'शत्रू' कोठल्या रस्त्याने जातो, चित्रपट आटोपल्यावर अथवा खेळ संपल्यावर थिएटर किंवा स्टेडियमच्या बाहेर कोठल्या दिशेने गर्दी वळते हे हेरुन ठेवावे.

- 'शहीदी' (आत्मघातकी) बॉंबहल्ला कसा करावा हेही सविस्तर शिकविले आहे.

- सुरक्षा ठेवणाऱ्या पहारेकऱ्यांना कसे चकवावे, स्फोटकांनी ठासलेले वाहन लक्ष्यावर आदळण्यासाठी ते किती वेगाने चालवावे, हे देखील तपशीलवार सांगितले आहे.

- मोठे जमाव, निदर्शने, उत्सव इत्यादी प्रसंगांसाठी निरनिराळ्या प्रकारची स्फोटके वापरावीत, असे पुस्तकात शिकविले आहे.

हे कारबॉंब पाठ्यपुस्तक शिकून त्याबरहुकूम हल्ले होतात की नाही हे सांगणे कठीण; पण एक गोष्ट मात्र खरी, की स्फोटकांनी ठासून भरलेली मोटारगाडी किंवा ट्रक हे इराकपासून अमेरिकेपर्यंत जगभर दहशतवाद्यांचे आवडते शस्त्र झाले

आहे. हे शस्त्र 'कल्पनातीत परिणामकारक' असते, असा अमेरिकेतल्या मेरीलँड विश्वविद्यालयाचे दहशतवाद-तज्ज्ञ गॅरी लाफ्री यांनी निर्वाळा दिला आहे. सन १९७० ते २००७ या ३७ वर्षांच्या कालावधीत जगभरातल्या दहशतवाद्यांनी एकूण दीड हजार वेळा हे शस्त्र वापरले आहे, व असे हल्ले करणाऱ्या घातपातखोरांत सर्वात वरचा क्रमांक अल्-कायदा व तालिबान यांचा लागतो, असे त्या विश्वविद्यालयाच्या दहशतविरोधी अभ्यास-केंद्राला आढळले आहे.

आता (सन २०१० मध्ये) या अघोरी पाठ्यपुस्तकाची नवीन, 'सुधारित' आवृत्ती काढण्यात आलेली दिसते. कारण 'अमेरिकनांना व पाश्चिमात्यांना कसे ठार मारावे?' या विषयावर अल्-कायदाने एक लेखमाला इंटरनेटवर प्रसारित केल्याचे वृत्त दिनांक १४ ऑक्टोबरला लंडनहून आले. तिच्यात 'अल्-कायदाच्या शत्रूंना ट्रकच्या खाली कसे चिरडावे' यावर एक विशेष विभाग आहे. पाऊणशे पानांच्या ह्या इंग्रजी प्रकाशनाचे नाव 'इन्स्पायर' ('प्रेरणा') असून त्याला ओसामा बिन लादेनची प्रस्तावना आहे. तिच्यात त्याने अमेरिकनांना व इतर पाश्चिमात्यांना ठार मारण्यासाठी 'वैयक्तिक जिहाद' करण्याचे आवाहन केले आहे. गुप्तहेर मंडळींच्या मते समीरखान नावाचा एक मुस्लीम नागरिक सध्या येमेनमध्ये आहे. तो या प्रकाशनाच्या मागे आहे.

अल्-कायदाचे छळवणूक तंत्रज्ञान

मोठमोठ्या जमावांची कत्तल करण्यासाठी पद्धतशीर योजना आखणारी दहशतवादी संघटना एकेका व्यक्तीची छळवणूक करण्याच्या बाबतीत तरबेज असणार यात नवल नाही. दिनांक २४ एप्रिल २००७ रोजी इराकमधल्या अमेरिकन सैनिकांनी अल्-कायदाच्या एका गुप्त आश्रयस्थानावर धाड घातली होती, तेव्हा त्यांना त्या घरात अल्-कायदाच्या छळवणूक-पद्धतींची सचित्र माहिती देणारे कागद सापडले. ही चित्रे अमेरिकन प्रशासनाच्या सुरक्षा मंत्रालयाने त्या वर्षी प्रकाशित केली. ती इंटरनेटवर पाहायला मिळतात. शिवाय छळ करण्यासाठी वापरली जाणारी काही हत्यारेही त्या सैनिकांना सापडली. त्यात सुऱ्या, चाबूक, लोखंडी तार कापू शकणारी कातर इत्यादी गोष्टी होत्या.

बगदादमधल्या दुसऱ्या एका घरात अल्-कायदाचा 'छळवणूक कक्ष' ('टॉर्चर चेंबर') होता, त्याचे चित्रही सापडले. त्या घरावर छापा घालण्यात आला तेव्हा कुलूप लावलेल्या खोलीत एक माणूस साखळीने छताला टांगून लोंबकळत ठेवलेला आढळला. करमा नावाच्या एका अन्य शहरातही त्याच आठवड्यात धाड घालण्यात आली, तेव्हा एका बंद खोलीत पाच इराकी माणसे सापडली. त्यात एक मुलगाही

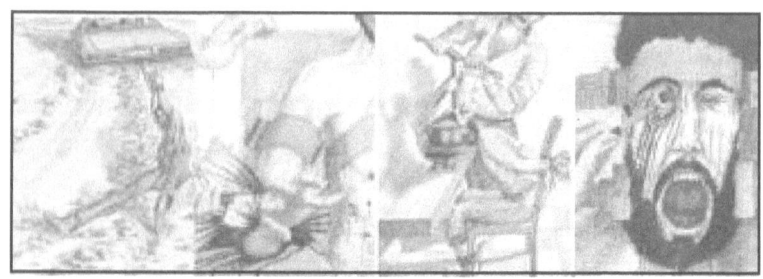

होता. त्या सर्वांना लोखंडी साखळीने बडविण्यात आले होते.

छळवणुकीची जी चित्रे सापडली त्यात पुढील पद्धती वापरलेल्या दिसत होत्या :

- छताला उलटे टांगून चाबकाने झोडपणे.
- गरम इस्त्रीने छातीला चटके देणे.
- हाडे मोडणे.
- गळा दाबणे.
- हातपाय बांधून मारहाण करणे.
- पेटवलेल्या टॉर्चने कातडी भाजणे.
- छताला टांगून विजेचे झटके देणे.
- लोखंडी पकडीत डोके चिरडणे.
- मोटारगाडीच्या मागे बांधून फरपटत नेणे.
- सुरीने डोळ्यांची बुबुळे काढणे.
- तळहाताला गिरमिटाने भोक पाडणे.
- अवयव तोडणे.

दहशतवादाचा 'ज्ञानकोश'

ह्या सर्व मार्गदर्शक प्रशिक्षणाच्या जोडीला अल्-कायदाने १९९० च्या दशकात एक 'अफगाण जिहादचा ज्ञानकोश'ही तयार केला. त्यात बंदुकी, स्फोटके, इतकेच नव्हे तर रासायनिक व जैविक शस्त्रेही कशी करावीत याची तपशीलवार माहिती आहे. हा कोश छापलेला आहे, त्याचप्रमाणे संगणकावर गुप्त संकेतस्थळीही उपलब्ध आहे. प्रतिष्ठित भारतीय पत्रकार मुझफ्फर हुसेन यांनी सन २००२ मध्ये लिहिले की, या पुस्तकाचे शीर्षक 'अल्-कायदा' असेही आहे व ते स्वत: ओसामा बिन लादेनने लिहिले आहे असे म्हणतात. 'असोशिएटेड प्रेस' वृत्तसंस्थेचा हवाला

देऊन त्यांनी म्हटले की या पुस्तकाच्या अगदी थोड्या प्रती काढण्यात आल्या, व त्या विशिष्ट लोकांना देण्यात आल्या. हा कोश ११ खंडांचा असून सर्व इस्लामी संघटनांच्या सभासदांना व तालिबानी मदरशांच्या विद्यार्थ्यांना तो वाचणे सक्तीचे आहे.

- पहिल्या खंडात जिहादचे सविस्तर विवरण आहे. त्यात असा आदेश आहे की सर्व मुस्लिमेतर राज्यांविरुद्ध मुसलमानांनी इस्लामी शिकवणुकीनुसार निकराचे जिहाद लढले पाहिजे. त्यांनी बिगर-इस्लामीच नव्हे, तर इस्लामी सरकारांनाही उलथून पाडण्याचे जोरदार प्रयत्न केले पाहिजेत, कारण मुस्लिम देशांतली सरकारेदेखील इस्लामी धर्मोपदेशाचे तंतोतंत पालन करीत नाहीत.
- दुसऱ्या खंडात जिहाद लढण्यासाठी कोठल्या पद्धतींचा अवलंब केला पाहिजे हे सांगितले आहे.
- कोशाचे पहिले चार खंड जिहादला वाहिलेले आहेत. त्यांचा अभ्यास केलेला विद्यार्थी-मुजाहिदीन हा इस्लामचा निष्ठावंत पाईक झाला असे मानण्यात येते.
- पाचव्या खंडात शस्त्रास्त्रे कशी मिळवावीत व वापरावीत याचे मार्गदर्शन आहे. यात जुन्या-नव्या सर्व अत्याधुनिक शस्त्रास्त्रांचे प्रशिक्षण समाविष्ट आहे.
- सहाव्या खंडात निरनिराळी स्फोटके व त्यांची विनाशक क्षमता सांगितली आहे.
- सातव्यात जैविक (बायॉलॉजिकल) शस्त्रास्त्रे कशी वापरावीत याचे स्पष्टीकरण आहे. कोठकोठले जंतू शस्त्र म्हणून वापरता येतात आणि त्यांचा वापर करुन जैविक बॉंब कसे तयार करायचे, ह्याचे या खंडात विवरण आहे.
- आठव्या खंडात खून कसे पाडायचे व दरोडे कसे घालायचे, त्यांच्यासाठी वापरावयाच्या निरनिराळ्या पद्धती व युक्त्या कोणत्या, हे धडे दिले आहेत.
- नववा खंड माणसांचे अपहरण आणि विमाने व इतर वाहने हायजॅक करण्यासाठी वापरावयाच्या तंत्रांना वाहिलेला आहे.
- दहावा 'गाझी' (वीर योद्धा) आणि 'शहीद' (हुतात्मा) यांना वाहिलेला आहे. त्यांना स्वर्गाचा नजराणा मिळतो, तर पाखंड्यांचे, तसेच इस्लामच्या आदेशाविरुद्ध वागणाऱ्या मुसलमानांचेही आत्मे नरकाची शिक्षा भोगतात, हे सविस्तर सांगितले आहे.
- शेवटच्या अकराव्या खंडात हेरगिरीच्या अंगोपांगांची तपशीलवार चर्चा

आहे—गुप्त माहिती मिळविणे, गुप्त घातपात करणे, विश्वासघात करणे, शत्रूचे गुप्त संदेश हस्तगत करणे, इत्यादी सर्व काळ्या कारवायांचा तपशील यात आहे.

सबंध ग्रंथ अरबी भाषेत लिहिला आहे. त्यावर छापखान्याचे नाव नाही. हा रक्तरंजित ज्ञानकोश नोव्हेंबर २००१ मध्ये उघडकीस आला. त्याच सुमारास तालिबान राज्यकर्ते काबुलमधून पळून जात असताना सीएनएन ह्या अमेरिकन टेलिव्हिजन वृत्तसंस्थेच्या वार्ताहरांना अशाच प्रकारचे आणखी साहित्य मिळाले होते. स्फोटके तयार करण्याचे धडे देणारे 'शैक्षणिक' साहित्य, इतकेच काय पण विद्यार्थ्यांच्या उपयोगी वह्यादेखील खूप मोठ्या प्रमाणावर छापण्यात आलेल्या आढळल्या.

संहाराचे प्रशिक्षण

ह्या सर्व 'थिअरी' बरोबर 'प्रॅक्टिकल' हवेच. त्याची माहिती एका दहशतवाद्यानेच दिली. ब्रायंट वील विनास ऊर्फ बशीर अल्-अमरीकी नावाचा एक अमेरिकन इस्लामी दहशतवादी पकडला गेला, त्याने कोर्टातल्या जबानीत सांगितले की अमेरिकेत रेल्वे उडविण्यासाठी तो आत्मघातकी हल्ला करण्यास तयार झाला होता, व त्यासाठी त्याला मार्च ते जुलै २००८ ह्या कालावधीत पाकिस्तानच्या वझीरीस्तान प्रदेशात अल्-कायदाने प्रशिक्षण दिले होते. त्याने सांगितले की ह्या प्रशिक्षणात तीन प्राथमिक अभ्यासक्रम आहेत :

- पहिल्या अभ्यासक्रमात 'ए-के ४७' रायफल, मशिनगन आणि पिस्तूल ह्या शस्त्रांची माहिती करुन देण्यात आली.
- त्यानंतर स्फोटकांचा अभ्यास होता. १५ दिवसांच्या ह्या अभ्यासक्रमात आत्मघातकी कमरपट्टे कसे तयार करावेत, ते कंबरेला कसे बांधावेत, बॅटरी व 'व्होल्टमीटर' कसे तपासावेत हे विद्यार्थ्यांना शिकविण्यात येते.
- तिसऱ्या धड्यात रॉकेटने हातबॉंब (ग्रेनेड) कसे उडवावेत याचे शिक्षण होते.

ह्या अभ्यासक्रमाच्या जोडीला अधिक विध्वंसक बॉंब तयार करणे, खोटे दस्तऐवज तयार करणे, विष वापरणे इत्यादी विषयही शिकविण्यात येतात.

अद्ययावत् दहशत-तंत्रज्ञान

मध्ययुगीन धर्मांधतेला वाहिलेली अल्-कायदा तंत्रज्ञानाच्या बाबतीत किती पुढारलेली आहे याची ही केवळ झलक आहे. तिचे घातपाती पाईक याच्याही पुढचे असे अत्याधुनिक तंत्रज्ञान वापरीत असल्याचे २००९ साली उघडकीला आले. ते

म्हणजे अल्-कायदाचे बॉंब-हल्लेखोर आता बॉंब पोटात लपवितात. हे तंत्रज्ञान आत्मघातकी बॉंब-हल्लेखोरांना विमानतळावरील सुरक्षेचा भेद करता यावा म्हणून तयार करण्यात आले आहे. ह्याचे प्रत्यक्ष उदाहरण म्हणजे अल्-असीरी नावाच्या एका दहशतवाद्याने असा बॉंब आपल्या आतड्यात लपवून नेला व एका सौदी राजपुत्राची हत्या करण्याचा प्रयत्न केला. सुरक्षा तज्ज्ञांचा असा तर्क आहे की बॉंब व त्याला जोडलेला इलेक्ट्रॉनिक डिटोनेटर एखाद्या जनावराच्या आतड्याची लांब नळी तयार करुन तिच्या आत घातल्याने पोटातल्या ॲसिडपासून सुरक्षित राहिले असावेत.

कॉम्प्युटरची कामगिरी

अशा अत्याधुनिक तंत्रज्ञानाच्या जोडीला संगणकावरील इंटरनेट वेबसाईटचे आता सगळ्यांच्या सरावाचे तंत्र देखील अल्-कायदा सर्रास वापरीत असते. खरे म्हणजे इंटरनेटचा उपयोग आता अल्-कायदा इतक्या मोठ्या प्रमाणावर व इतक्या सफाईने करीत असते की पैसा गोळा करणे, भरती करणे, नेटवर्क पसरविणे, जाहिरातबाजी करणे व निरनिराळ्या प्रकारची उपयुक्त माहिती संकलित करुन आपल्या परिवाराला पुरविणे ही विविध कामे आता संगणकावर करण्यात येतात.

ह्या आधुनिकतेचा एक अघोरी नमुना म्हणजे इराकी अल्-कायदा आपले आत्मघातकी जिहादी किती शूरपणे स्वत:ला बॉंबने उडवीत आहेत हे दाखविणाऱ्या चित्रफिती नियमाने प्रसारित करीत असते. तिचा पहिला नेता अबू मुसब अल्-झरकावी ह्याच्या हयातीत व तो मेल्यानंतरही ही संघटना ज्या एका मोठ्या संघटनेचा घटक होती ती 'मुजाहिदीन शुरा कौन्सिल' नावाची संघटना वेबवर नियमितपणे दिसते. ह्या संस्थेतर्फे मल्टीमीडियावर ज्या अनेक गोष्टी प्रसारित होत असतात त्यात छुप्या घातपाताचे प्रशिक्षण, ज्यांना ठार मारायचे आहेत त्यांचे फोटो, आत्मघातकी बॉंब-हल्लेखोरांनी स्वत:ला उडविण्यापूर्वी दिलेली प्रशस्तिपत्रे, मशिदींची चित्रे, इतकेच नव्हे तर अनुरुप संगीत जोडीला वाजवूनही जिहादचा प्रचार करणारी दृश्ये दाखविली जातात. अल्-कायदाशी संबंधित असलेल्या एका वेबसाईटवर पकडलेला अमेरिकन उद्योगपती निक बर्ग याचे डोके उडविले जात असताना घेतलेली चित्रफीत दाखविण्यात आली. डोके उडविण्याची दुसरी दृश्ये व चित्रे (यात डॅनियल पर्लही होता) सर्वात आधी जिहादी वेबसाईटवर दाखविली गेली.

अल्-कायदाचा शिरस्ता आहे की ओसामा बिन लादेनचे 'संदेश' अल-जझीरा टेलिव्हिजन वृत्त वाहिनीवर प्रसारित करायचे; पण डिसेंबर २००४ मध्ये ओसामाच्या एका संदेशाची ध्वनिफीत परस्पर वेबसाइटवर प्रसारित करण्यात आली होती. ती तासभर चालली व खूपच अधिक विषारी होती. पूर्वी अल्-कायदाच्या

अल-जझीरा वृत्त वाहिनीवर ओसामा बिन लादेन व अलमन जवाहीरी

स्वत:च्या वेबसाईटपैकी 'अल्नेडाडॉटकॉम' आणि 'जिहादडॉटकॉम' या दोन प्रमुख वेबसाईट होत्या. त्यातील 'अल्नेडा' अमेरिकन संगणक-तज्ज्ञ जॉन मेसनर याने निकामी केली, तेव्हा ती चालविणाऱ्या तंत्रज्ञांनी तिला अन्य वेगवेगळ्या 'सर्व्हर' वर हलवून चालविण्याचा प्रयत्न केला. हल्ली बाबर अहमद नावाचा एक ब्रिटिश मुस्लिम संगणक-तज्ज्ञ इंग्रजीत अल्-कायदाच्या वेबसाईट चालवीत असतो. अशा आरोपावरुन अमेरिकेने त्याला आपल्या ताब्यात देण्याची ब्रिटनजवळ मागणी केली आहे. अर्थात् असे करण्यास ब्रिटनमधल्या बऱ्याच मुस्लिम संघटनांनी विरोध केला आहे.

आश्चर्याची गोष्ट म्हणजे अमेरिकेत तयार ('रेडी टू युज') वेबसाईट भाड्यानेदेखील मिळू शकते. अशी एक वेबसाइट तालिबानने दरमहा फक्त ७० डॉलर ऐवढ्या माफक भाड्याने घेऊन आपला प्रचार (वेबसाईटच्या मालकाच्या नकळत) अमेरिकेत केल्याचे उदाहरण घडले आहे.

अल्-कायदाची 'शस्त्र'-क्रिया

अल्-कायदाची नेहमीची 'शस्त्र'-क्रिया म्हणजे बंदुकीची गोळी, नाही तर बॉंब; पण एका अगदी वेगळ्या प्रकारच्या शस्त्रक्रियेत देखील तिचे कौशल्य

दाखविणारे एक अविश्वसनीय उदाहरण उपलब्ध आहे. दिनांक २७ जुलै २०१० रोजी 'न्यूयॉर्क टाइम्स' ने बातमी छापली की मेसोपोटेमियात चाललेल्या लढाईत जखमी झालेल्या आपल्या फौजींना रक्त देण्यासाठी अल्-कायदा ब्लड-बँका व इस्पितळांवर छापे घालून रक्त लुटत आहे. पश्चिम इराकमध्ये असे हल्ले सन २००५ पासून झाले आहेत, असे तेथला एक डॉक्टर म्हणाला. हे रक्त लुटून जवळच्या खेडेगावात नेले होते. सीरियन सरहद्दीवर असे प्रकार विशेष होत आहेत. इराकी 'रेड क्रेसंट' सोसायटीचे अध्यक्ष म्हणाले, हे लुटलेले रक्त पेशंटला किती उपयोगी पडेल यांची शंका आहे, कारण रक्ताचा 'टाइप' एकच असला, तरी पेशंटच्या रक्ताशी तंतोतंत जुळावा लागतो.

उलट सुन्नी प्रदेशातील काही इराकी डॉक्टरांच्या मते अल्-कायदाजवळ स्वत:चे स्पेशालिस्ट आहेत. ते ब्लड ट्रान्सफ्यूजन, बंदुकीच्या गोळ्यांच्या जखमा व त्याहूनही अधिक कठीण ऑपरेशन करण्यात निष्णात आहेत. मोसल शहरातल्या अबू हदीत नावाच्या डॉक्टरने याचे उदाहरण देताना सांगितले, 'आमच्या हॉस्पिटलमधल्या एका पेशंटचे दहशतवाद्यांनी अपहरण केले व नंतर त्याला सोडून दिले. त्याचे दोन्ही हात व एक कान कापण्यात आला होता (अर्थात, हे एखाद्या जखमी दहशतवाद्यासाठी करण्यात आले होते). ही कापाकापी कौशल्यपूर्वक केलेली होती. एखाद्या नवशिक्या डॉक्टरजवळ एवढे कौशल्य असणे शक्य नव्हते.'

जपणुकीची जंत्री

निरनिराळ्या प्रकारच्या हिंसाचाराची पद्धतशीर शिकवण देणाऱ्या अल्-कायदाच्या साहित्याचे अखेरीस सांगण्यासारखे वैशिष्ट्य म्हणजे हिंसाचारी दहशतवाद्याने आपली स्वत:ची व आपल्या कामगिरीची जपणूक कशी करावी हेही बारकाईने सांगितले आहे. प्रारंभी उल्लेख केलेल्या 'दहशतवादाच्या कुराणा'त त्याने घ्यायच्या सावधगिरीच्या सूचनांची ही पद्धतशीर यादी :

बनावट कागदपत्र (पासपोर्ट, ओळखपत्र, लेखी अहवाल) : पुढीलप्रमाणे सावधगिरी बाळगावी :

- पासपोर्ट सुरक्षित ठिकाणी ठेवावा, म्हणजे तो सरकारी सुरक्षा यंत्रणेच्या हाती पडणार नाही. नाहीतर पासपोर्ट ज्या 'बंधू'चा आहे, त्याला ओळखल्यावर त्या लोकांना त्याच्याशी 'सौदा' करणे शक्य होईल (— 'तू आम्हाला अमुक माहिती दिलीस तर आम्ही तुला तुझा पासपोर्ट देऊ...')
- गुप्तपणे राहणाऱ्या बंधूचे सर्व कागदपत्र (पासपोर्ट, ओळखपत्र इ.) बनावटी असावेत.

- जेव्हा एखादा गुप्त बंधू काही विशिष्ट ओळखपत्र अथवा पासपोर्ट बरोबर घेऊन प्रवास करीत असेल तेव्हा त्याला त्या कागदपत्राशी संबंधित सर्व माहिती असली पाहिजे—नाव, व्यवसाय, पत्ता इत्यादी.
- जर एखाद्या बंधूला काही विशिष्ट कामगिरीसाठी एखादे खास पद अथवा जबाबदारी (कमांडर, बातमीदार इ.) देण्यात आली असेल, तर त्याच्याजवळ एकापेक्षा अधिक ओळखपत्रे आणि पासपोर्ट हवेत. त्यात दाखविलेल्या व्यवसायाचे स्वरुप, जे निवासस्थान लिहिले असेल त्या भागातली बोलभाषा इत्यादी गोष्टींचा त्याने अभ्यास केला पाहिजे.
- या कागदपत्रात त्या बंधूचा जो फोटो असेल, त्यात दाढी नसावी. ते कागदपत्र सार्वजनिक असल्याने दाढी नसणे अधिक चांगले. एखाद्या कागदपत्रात त्याचा दाढीसह फोटो असेल तर त्याने दुसरे कागदपत्र करावेत.
- निरनिराळ्या नावांची कागदपत्रे असतील तर एका वेळी एकाच नावाची कागदपत्रे सोबत बाळगावीत.
- प्रवास करताना जवळची कागदपत्रे बनावट असली तरी ती योग्य रीतीने अधिकृत केली असल्याची नेहमी खातरजमा करावी.
- बनावट कागदपत्रे तयार करताना ती तयार करण्याचे काम ठरलेल्या अधिकार-प्रणालीनुसार करावे, वाटेल तसे करु नये. ठरलेल्या कार्यपद्धतीचे नियम-नियंत्रण पाळावे.
- विवाहित बंधूंनी आपल्या पासपोर्टवर आपल्या बीबीचे नाव समाविष्ट करु नये.
- एखाद्या बंधूजवळचा बनावट पासपोर्ट एखाद्या विशिष्ट देशाचा असेल तर त्याने त्या देशाला जाऊ नये. विमानतळावर खोटा पासपोर्ट ओळखणे सोपे असते. शिवाय त्या बंधूची बोलभाषा त्या देशातल्या लोकांच्या सरावातल्या भाषेपेक्षा वेगळी आहे हे-ही ओळखता येते.

संघटनेने दिलेल्या नावाच्या बाबतीत पाळावयाची सावधगिरी:

- संघटनेने बंधूला दिलेले नाव त्याच्या भोवतालच्या इतर नावांच्या मानाने विचित्र वाटू नये.
- बंधू ज्या ठिकाणी गुप्तपणे राहत असेल, त्या परिसरात त्याची एकापेक्षा अधिक नावे नसावीत.

- ० -

५. अवघे धरू कुपंथ

अल्-कायदा एक पद्धतशीर व स्वयंपूर्ण संघटना असली, तरी तिच्या जलद जागतिक विस्ताराचे प्रमुख कारण म्हणजे तिने अन्य अनेक समविचारी संघटनांना आपल्याशी जोडून घेतले आहे. म्हणजे स्वत:चे वेगळे अस्तित्व कायम ठेवूनही त्या संघटना अल्-कायदाच्या छत्राखाली एकत्र झाल्या आहेत. अमेरिकन सरकार, अमेरिकन तज्ज्ञ व अमेरिकन प्रसार माध्यमे पुन: पुन्हा या तथ्याचा उल्लेख करीत असतात. 'जेन्स' सुरक्षा-नियतकालिकाने म्हटले आहे की अल्-कायदाने अशा २४ लहान-मोठ्या संघटनांना व गटांना आपल्या छत्राखाली आणले आहे. ह्या 'जोडणीतून वाढ' तंत्राचा विशेष उल्लेख करुन सीआयएचे संचालक जॉर्ज टेनेट म्हणाले, आता अल्-कायदा आपण योजलेले हल्ले प्रत्यक्ष घडवून आणण्याचे काम अधिकाधिक प्रमाणात 'भाडोत्री' घातपात्यांवर सोपवीत आहे. म्हणजे ती आता केवळ एक संघटना राहिली नसून तो एक 'संघटना-समूह' झाला आहे. ह्या समूहाचे ब्रीदवाक्य दिसते—'एकमेका साह्य करु, अवघे धरू कुपंथ!'

सहकारातून संहाराकडे

अल्-कायदाचे आंतरराष्ट्रीय जाळे किती दूरवर पसरले आहे याची कल्पना तिच्याशी सक्रिय सहयोग करणाऱ्या दहशतवादी संघटनांच्या लांबलचक यादीवरुन येऊ शकते. ती यादी अशी :

● सशस्त्र इस्लामी गट (अल्जीरिया)

- अल् जिहाद (इजिप्त)
- इस्लामी संघर्ष गट (लिबिया)
- एडन इस्लामी सेना (येमेन)
- सलाफी ग्रुप फॉर कॉल अ‍ॅन्ड कॉंबट (अल्जीरिया)
- हरकत अल्-अन्सार
- अल्-हादित
- अल्-बदर
- नॅशनल इस्लामी फ्रन्ट (सुदान)
- जमात अल्-तौहीद वल्-जिहाद (इराक)
- जेमा इस्लामिया (आग्नेय आशिया)
- जमियत-अल्-उलेमा-ई-पाकिस्तान
- लष्कर-ई-तोयबा (काश्मीर / भारत)
- जैश-ई-महंमद (काश्मीर / भारत)
- अल्-गामात अल्-इस्लामिया (इजिप्त)
- हिज्बुल्ला (लेबॅनॉन)
- जमियत उलेमा-ई-इस्लाम
- अबू सय्यफ ग्रुप (मलेशिया, फिलिपाइन्स)
- मोरो इस्लामिक लिबरेशन फ्रन्ट (फिलिपाइन्स)
- इस्लामिक आंदोलन (उझबेकिस्तान)
- अल्-कम्मा अल्-इस्लामिया
- जमात इस्लामिया
- बयत अल्-इमाम (जॉर्डन)
- असबत अल्-अन्सार

ह्या २४ संघटनांच्याही पुढे जाऊन आंतरराष्ट्रीय ख्यातीचे दहशत-तज्ज्ञ रोहन गुणरत्न यांनी म्हटले आहे की जगातल्या जवळजवळ तीन डझन दहशतवादी गटांना अल्-कायदाने आपल्या प्रभावाखाली आणले आहे. '९/११' नंतर या संख्येत आणखी भर पडत आहे असे त्यांचे मत आहे.

तिच्यात एक विशेष भर घातली पाहिजे, ती म्हणजे इराण सरकारचे प्रतिनिधी! हे अल्-कायदाशी संबंधित गट कसे जगभरातल्या देशांत पसरले आहेत हे अमेरिकन सरकारी अधिकारी कॅरुसो यांनी अमेरिकन कॉंग्रेसच्या समितीपुढे दिलेल्या साक्षीत सांगितले तेव्हा त्यांनी एक आंतरराष्ट्रीय यादीच प्रस्तुत केली. त्यातली नावे : सुदान, इजिप्त, सौदी अरेबिया, येमेन, सोमालिया, जिबूती,

अफगाणिस्तान, पाकिस्तान, बॉसनिया, क्रोशिया, अल्बेनिया, अल्जीरिया, ट्युनिशिया, लेबॅनॉन, फिलिपाइन्स, ताजिकस्तान, अझरबैजान.

१९९० च्या दशकाच्या प्रारंभापासून अल्-कायदाने आपली ही 'छत्री' उघडली, तेव्हा सुरूवातीला पाकिस्तान, सौदी अरबस्तान व इजिप्तमधले गट तिच्याखाली एकत्र झाले. '९/११' नंतर ते विखुरले गेले; पण दोन वर्षांनी त्यांना पुन्हा एकत्र आणण्याचे काम सुरु झाले असावे. त्यानंतर अमेरिकन काँग्रेसच्या समितीपुढे साक्ष देताना एफबीआयचे चालक रॉबर्ट म्यूलर यांनी अल्-कायदा व प्रादेशिक दहशतवादी संघटना एकत्र होत असल्याची ग्वाही दिली. पाकिस्तानातल्या अल्-कायदा नेत्यांनी व प्रत्यक्ष ओसामा बिन लादेननेही निरनिराळ्या गटांशी संधान बांधण्याचा प्रयत्न केला, त्यांच्याकडे आपले दूत पाठवले, आणि त्यांना आर्थिक व इतर मदत देऊ केली. दुसऱ्या बाजूने ह्या गटांनीही आपले रंगरुट प्रशिक्षणासाठी व जहाल मानसिकतेच्या तयारीसाठी पाकिस्तानात अल्-कायदाकडे पाठविले. अशा रीतीने एकीकडे अल्-कायदाचा पैसा, प्रशिक्षण यंत्रणा व घातपाती अनुभव, तर दुसरीकडे स्थानिक गटांचा स्थानिक जनतेवरचा प्रभाव यांचा संगम झाला. उदाहरणार्थ, आफ्रिकेत माघरेब ह्या इस्लामी प्रदेशात अल्जीरियन लोकांची एक अतिरेकी संघटना होती. तिचे उद्दिष्ट हिंसाचाराने सरकार उलथून पाडण्याचे होते. त्यांच्याकडे मनुष्यबळ होते; पण शस्त्रास्त्रे नव्हती, प्रशिक्षण नव्हते, पैसा नव्हता. अल्-कायदाबरोबर मैत्रीचा करार केल्याबरोबर त्यांना हे सर्व मिळाले. उलट अल्-कायदाला त्या प्रदेशातील पाश्चिमात्य लक्ष्यांवर हल्ले करण्यासाठी आयती माणसे मिळाली.

या सहकार तंत्राचा एक विशेष संदर्भ स्पष्ट करताना 'ब्रुकिंग्ज इन्स्टिट्यूट' ह्या प्रतिष्ठित अमेरिकन विचार-केंद्राचे ज्येष्ठ सभासद ब्रूस रिडेल यांनी म्हटले की अल्-कायदा आता नवीन व्यूहरचना ('गेमप्लॅन') करीत आहे. तिच्या बळावर तिला शेकडोच नव्हे, तर हजारो फौजी मिळू शकतील. ही योजना म्हणजे समविचारी संघटनांना आपले नियोजित घातपात पार पाडण्यासाठी 'कंत्राट' देणे. असे केल्याने विशेषत: पश्चिमेवर हल्ले करण्यासाठी सर्व बाबतीत 'तयार' असे पाईक मिळतील. म्हणजे त्यांची जहाल मानसिकता आधीच तयार असणार, त्यांच्याजवळ युरोपचे पासपोर्ट असणार व त्यांना अमेरिकेला जाण्यासाठी व्हिसाची गरज पडणार नाही. ह्या नवीन डावपेचाचा उद्देश युरोपातील लक्ष्यांवर हल्ले करणे व नंतर अमेरिकेवर ९/११ एवढा किंवा त्याहूनही मोठा हल्ला करणे हा आहे. ही एक भीतिदायक संभावना आहे असे मत रिडेल यांनी व्यक्त केले.

'सहयोग आणि संबंध' ह्या मार्गाने मिळतील तेवढ्या प्रादेशिक दहशतवादी संघटनांना आपल्या छत्राखाली ओढण्याच्या ह्या अल्-कायदा-शीर तंत्राचा आणखी

एक प्रकार म्हणजे औद्योगिक क्षेत्रात ज्याप्रमाणे मोठी कंपनी लहान कंपनीला विकत घेऊन गिळंकृत करते, त्याप्रमाणे करणे. म्हणजे आपण योजलेला एखादा घातपात एखाद्या संघटनेच्या हातून घडवून आणायचा असेल तर हल्ला कोठे करायचा, हल्ल्याचा प्रकार कोणता, पद्धत कोणती, आर्थिक व्यवस्था कशी करायची हा सर्व तपशील अल्-कायदा स्वत: ठरविते. परिणामत: हल्ला पार पाडणारी संघटना सहयोगी पण स्वतंत्र न राहता अल्-कायदाचा एक विभाग होते. तालिबानलादेखील अल्-कायदाने अशा प्रकारे इतक्या मोठ्या प्रमाणावर आपल्या वर्चस्वाखाली आणले आहे की अमेरिकन सरकारच्या दृष्टीने ती एक चिंतेची बाब झाली आहे. त्यातून कळस म्हणजे काही मुस्लीम देशांच्या राज्यकर्त्यांशीही अल्-कायदाने संधान बांधले आहे.

अशा रीतीने धर्मांधतेच्या बाबतीत समविचारी असणाऱ्या लोकांना येन केन प्रकारेण आपल्या भोवती गोळा करण्याच्या भरात अल्-कायदाच्या नेत्यांनी एक अजब तंत्रदेखील वापरले, व ते म्हणजे सोयरीक. प्रारंभी अल्-कायदाचे बस्तान अफगाणिस्तान होते; पण अमेरिकेच्या सशस्त्र भडिमारामुळे तिच्या नेत्यांना आपला तळ तेथून हलवून पाकिस्तानच्या 'फाटा' (केंद्रशासित जमाती प्रदेश) मधल्या वझीरीस्तानात आणावा लागला. त्यावेळी अल्-कायदाचा क्रमांक दोनचा नेता अयमन अल्-जवाहिरी काही काळ वझीरीस्तानात राहून बजौर एजन्सी नावाच्या पाक प्रदेशात गेला. तेथे त्याने मुहमंद नावाच्या स्थानीय जमातीच्या स्त्रीशी निका लावला. ह्या सोयरिकीमुळे त्याला 'तेहरीक लिफाज शरीयत मुहम्मदी' नावाच्या स्थानीय इस्लामी गटाशी दृढ संबंध स्थापणे शक्य झाले, कारण फकीर महंमद नावाचा मुल्ला बजौरमधल्या मुहमंद जमातीचा सरदार आहे व या संघटनेचाही प्रमुख आहे. अशाच प्रकारे ओसामा बिन लादेननेही एका येमेनी स्त्रीशी निका लावून येमेनी जमातींशी आपले संबंध बळकट केले होते.

'गुनाहों का देवता' ?

येथे लक्षात घेण्यासारखी एक गोष्ट म्हणजे अल्-कायदा जहाल धर्मांधतेपायी पवित्र जिहाद करीत असली तरी इस्लामच्या सेवेसाठी गुन्हेगारीशी संगनमत करणे तिला वर्ज्य नाही. उदाहरणार्थ, निर्धावलेले घातपाती व त्यांना लागणारी शस्त्रास्त्रे यांची मेक्सिकोच्या सीमेवरुन अमेरिकेत चोरटी आयात करण्यासाठी अल्-कायदाने मेक्सिको-अमेरिकेच्या सरहद्दीवर 'एमएस-१३' नावाच्या कुप्रसिद्ध गुंडांच्या टोळीची सक्रिय मदत घेतली आहे.

मात्र असे दिसते की गुन्हेगारांची संगत करता करता गुन्हेगारीच्या क्षेत्रातही

अल्-कायदा सक्रिय झाली आहे. कारण ग्रेचेन पीटर्स-लिखित 'सीड्स ऑफ टेरर : द तालिबान, द आयएसआय, ॲन्ड द ओपियम वॉर्स' पुस्तकात म्हटले आहे की, अल्-कायदा व तालिबान या संघटनांचे आता 'गुन्हेगारीकरण' झाले आहे. त्यांचे 'मुजाहिदीन टू मॉब' असे स्थित्यंतर झाले आहे, म्हणजे 'धर्मवीरां'च्या या संघटना 'मॉब' ऊर्फ 'माफिया' म्हणजे 'संघटित गुन्हा' ('ऑर्गनाइज्ड क्राइम') करणाऱ्या संघटना झाल्या आहेत. तालिबानचे संख्याबळ आता वाढले आहे; पण त्याचा अर्थ तालिबानमध्ये गुन्हेगारांची संख्या वाढली आहे.

एकूण जेथे जेथे दहशतवादी दिसतील तेथे तेथे त्यांना व घातपाताला उपयुक्त अशा गुन्हेगारांनाही आपल्यात ओढण्याची निरंतर व पद्धतशीर मोहीम चालवल्यामुळे ह्या जहाल इस्लामी दहशतवादी संघटनेचा जागतिक विस्तार झाला आहे, व अजूनही अधिकाधिक होत आहे. एका उच्चपदस्थ अमेरिकन सरकारी अधिकाऱ्याने तर अधिकृत गुप्त माहितीच्या आधारावर म्हटले आहे की ९/११ च्या हल्ल्यानंतरच्या काळात अल्-कायदा संघटना कधी नव्हती इतकी प्रबळ झाली आहे. सीआयएचे एक विभाग-प्रमुख जॉन क्रिंजेन यांनीही अमेरिकन काँग्रेसच्या सशस्त्र सेवा समितीपुढे केलेल्या वक्तव्यात म्हटले की, 'अल्-कायदाची केंद्रीय संघटना आता अधिक जोराने घातपाती कृत्यांची आखणी करीत आहे असे आम्हाला आढळले आहे. पाकिस्तानच्या दुर्गम पर्वतीय प्रदेशात त्या लोकांना सुरक्षित आसरा मिळाला असून तेथे त्यांचा चांगला जम बसला आहे. त्यांचे प्रशिक्षण वाढले असल्याचेही आम्हाला दिसते.'

मागे उल्लेख केलेल्या 'द सीक्रेट हिस्टरी ऑफ अल्-कायदा' ह्या पुस्तकाचे लेखक अब्दल बारी अतवान यांनी पुस्तकात अल्-कायदाच्या प्रगतिपथावरील घटनांचे वर्णन करुन त्या घटनांमुळे ती दिवसेंदिवस कशी अधिकाधिक बलशाली होत आहे हे दाखविले आहे. ब्रूस रिडेल यांनीही 'फॉरीन अफेअर्स' मासिकात 'अल्-कायदा स्ट्राइक्स बॅक' नावाचा लेख लिहून अशाच प्रकारचे मत मांडले आहे. त्यांनी लिहिले, 'अल्-कायदा हा पूर्वी कधीही नव्हता इतका भयानक शत्रू झाला आहे. पाकिस्तानात अराजक असलेल्या भूभागात या संघटनेचा आता चांगलाच जम बसला आहे. सबंध मुस्लिम जगतात ती पसरली आहे. ह्या सर्व प्रदेशात अल्-कायदाने कार्यकर्त्यांची खूप मोठी फळी उभारली आहे, आणि युरोपात तिला तेथे स्थायिक झालेल्या अरब व आशियाई जनतेचे समर्थन आहे.'

एकूण आता सुमारे १०० देशांत अल्-कायदाचे स्वत:चे व सहयोगी संघटनांचे गुप्त गट विद्यमान असावेत असे एक अमेरिकन अनुमान आहे. ह्या छुप्या दहशतवाद्यांची संख्या नेमकी किती आहे हे सांगता येणार नाही; पण त्या संख्येत

निरंतर कशी भर पडत असते याचा एक विलक्षण तपशील सांगायचा म्हणजे काही अमेरिकन गुन्हेगार तुरुंगात असताना मुसलमान झाले व शिक्षा संपून सुटका झाल्यावर अमेरिका सोडून येमेनला गेले. त्यातले काही दहशतवादी झाले व अल्-कायदाला मिळाले असा अंदाज आहे.

भीषण घातपात

ह्या प्रचंड जिहादी मनुष्यबळाच्या जोरावर सबंध जगात भयानक घातपात घडवून आणण्यात आले आहेत. त्यातून मुस्लिम मध्यपूर्वेतले देशदेखील सुटलेले नाहीत. त्यातल्या काही भीषण घटनांची एक लहानशी सूची :

- १९९३ : न्यूयॉर्कच्या वर्ल्ड ट्रेड सेंटरवर पहिला हल्ला.
- २७ ऑगस्ट १९९८ : आफ्रिकेत नैरोबी (केनया) व दार-एस-सलाम (टांझानिया) येथील वकिलातींवर बाँबहल्ले. दोन्ही ठिकाणे मिळून ३०० हून अधिक माणसे मेली. ५००० हून अधिक जखमी.
- १२ ऑक्टोबर २००० : एडन (येमेन) येथे 'कोल' ह्या अमेरिकन युद्धनौकेवर हल्ला.
- ११ सप्टेंबर २००१ : न्यूयॉर्कच्या वर्ल्ड ट्रेड सेंटरच्या दुहेरी मनोऱ्यावर हल्ले. ३/४ विमाने एकाच वेळी 'हायजॅक' करणाऱ्या आत्मघातकी जिहादी विमानचालकांनी अमेरिकेत निरनिराळ्या ठिकाणी हल्ले केले. सुमारे ३००० माणसे प्राणाला मुकली.
- एप्रिल २००२ : ट्यूनीशियात एका सीनेगॉग (ज्यू चर्च) जवळ इंधनवाहक ट्रकचा स्फोट.
- ऑक्टोबर २००२ : येमेनच्या किनाऱ्याजवळ फ्रेंच टँकर जहाजावर हल्ला.
- नोव्हेंबर २००२ : मोंबासा (केनया) येथे कार-बाँबने हल्ला.
- १२ ऑक्टोबर २००२ : इंडोनेशियात बाली येथे नाइटक्लबवर हल्ला. सुमारे १८० माणसे ठार.
- १६ मे २००३ : मोरोक्कोमध्ये कॅसाब्लँका येथे एक ज्यू केंद्र व एक हॉटेल यांच्यावर बाँबहल्ले. ४० माणसे ठार, १०० हून अधिक जखमी.
- १५ नोव्हेंबर २००३ : तुर्कस्तानात दोन ज्यू सीनेगॉगवर बाँबहल्ले. २३ माणसे मेली, २०० जखमी.
- २० नोव्हेंबर २००३ : इस्तंबूलमध्ये ब्रिटिश कॉन्शुलेट व एचएसबीसी बँकेवर बॉंबहल्ले. २७ माणसे ठार, ४५५ जखमी.
- मार्च २००४ : स्पेनमध्ये लोकलगाड्यांवर बाँबहल्ले. सुमारे २०० माणसे

मेली, १५०० हून अधिक जखमी.

- नुकताच २२ मे २०११ रोजी पाकिस्तानातील कराची येथील असलेला महत्वाचा लष्करी एअरबेस पीएनएस मेहरान येथे अलकायदाच्या १२ आतंकवाद्यांनी हल्ला करून लढावू विमानासहित नष्ट केला. लादेनला ठार मारल्याच्या निषेधार्थ आतकंवाद्यानी हा हल्ला केला.

ओसामा बिन लादेनची मायभूमी व इस्लामची जन्मभूमी असलेला (पण सैतान अमेरिकेशी दोस्ती करणारा) सौदी अरबस्तानदेखील अल्-कायदाने सोडलेला नाही. सन २००३ साली रियादमध्ये पहिला १२ मे व दुसरा ९ नोव्हेंबर या दिवशी अमेरिकन माणसे राहणाऱ्या इमारतीवर बाँबहल्ले करण्यात आले. त्यात ३० लोक मेले व २४० जखमी झाले. त्याच्या आधीही १९९५ व १९९६ मध्ये सौदी अरेबियातील अमेरिकन लक्ष्यांवर हल्ले झाले होते.

अखेर त्रस्त झालेल्या सौदी सरकारने गेल्या आठ महिन्यांत अल्-कायदाच्या दीडशे लोकांना अटक केली आहे असे सौदी गृहमंत्रालयाचा प्रवक्ता मन्सूर तुर्की याने दिनांक २६ नोव्हेंबर २०१० रोजी सांगितले. हे लोक हाज यात्रेसाठी येणाऱ्या यात्रेकरुंमध्ये आपल्या विचारसरणीचा प्रचार करीत होते असे तो म्हणाला.

'इन्साइड द सिक्रेट वर्ल्ड ऑफ ओसामा बिन लादेन' या पुस्तकाचा लेखक पीटर बर्जेन याला ओसामाने मुलाखत दिली होती. त्यावेळी या संदर्भात तो म्हणाला होता, "आम्ही अमेरिकेविरुद्ध जिहाद उभारलं आहे. अमेरिकेने आमच्या देशात आपले सैनिक ठेवले आहेत व त्याला सौदी शासनाने संमती दिली आहे. हे कृत्य इस्लामविरोधी आहे. म्हणून आम्हाला सौदी अरेबियात क्रांती करायची आहे. त्यात आमचा विजय होईल." एवढे सांगून झाल्यावर ओसामा बिन लादेनने आपल्या मध्ययुगीन इस्लामची झलक देऊन म्हटले, 'मग आम्ही आमच्या ७ व्या शतकातल्या धर्माप्रमाणे शासन चालवू.'

अल्-कायदाने आणखी काही मोठ्या घातपाती योजना आखल्या होत्या; पण त्या तडीस जाऊ शकल्या नाहीत. त्यातल्या काही पुढीलप्रमाणे होत्या :

- १९९४ साली पोप फिलिपाइन्समध्ये मॅनिला येथे गेला होता, तेव्हा त्याचा वध करणे.
- १९९५ मध्ये अमेरिकन राष्ट्राध्यक्ष क्लिंटन फिलिपाइन्सच्या भेटीला गेले, तेव्हा त्यांना मारणे.
- १९९५ मध्येच अमेरिकेची डझनभर प्रवासी विमाने हवेत बाँबने उडविणे.
- १९९६ मध्ये अमेरिकेत लॉस अँजेलिस विमानतळावर बाँबस्फोटाचा प्रयत्न.

- नोव्हेंबर २००२ मध्ये मोंबासा येथे एक इस्रायली विमान क्षेपणास्त्राने खाली पाडणे.
- एका अमेरिकन प्रवाशाच्या जोड्यात लपवलेल्या बाँबने विमान उडविण्याचा प्रयत्न.

हे संहार-सत्र न संपणारे आहे असे दर्शविणारी एक बातमी 'प्रावदा' ह्या रशियन वर्तमानपत्राने दिनांक १३ नोव्हेंबर २००६ च्या अंकात छापली होती. ती अशी : अल्-कायदा युरोपात एक प्रचंड घातपात घडवून आणण्याची योजना आखीत आहे असे वाटते. पाश्चिमात्य गुप्तहेर खात्याकडून मिळालेल्या माहितीनुसार नाताळच्या गर्दीच्या वेळी युरोपात निरनिराळ्या ठिकाणी ३० विमाने व आगगाड्या उडविण्याचा कट अल्-कायदाचे दहशतवादी करीत आहेत.

घातपाताच्या व रक्तपाताच्या घटना जगभर घडलेल्या आहेत. त्यामुळे त्यांना आपल्या परीने खीळ घालण्यासाठी बऱ्याच देशांच्या प्रशासनांनी व आंतरराष्ट्रीय महत्त्वाच्या संस्थांनी अल्-कायदा ही दहशतवादी संघटना असल्याचे अधिकृत रीत्या जाहीर केले आहे. त्यातल्या प्रमुख पुढीलप्रमाणे आहेत :

- युनायटेड नेशन्स सेक्युरिटी कौन्सिल
- नॉर्थ अटलांटिक ट्रीटी ऑर्गनायझेशन ('नाटो')
- युरोपियन प्रशासन
- अमेरिकन प्रशासनाचे डिपार्टमेंट ऑफ स्टेट (परराष्ट्र खाते)
- कॅनडाचे सार्वजनिक सुरक्षा खाते
- इस्रायल सरकारचे परराष्ट्र मंत्रालय
- फ्रेंच सरकारचा राष्ट्रीय सुरक्षा विभाग
- डच सरकारचा लष्करी गुप्तहेर व सुरक्षा विभाग
- ब्रिटिश सरकारचे गृह मंत्रालय
- स्वीडनचे परराष्ट्र मंत्रालय
- तुर्कस्तानची पोलीस यंत्रणा
- ऑस्ट्रेलियन सरकार
- रशियन सरकार
- स्वित्झर्लंडचे सरकार
- भारत सरकार

- ० -

६. संहारासाठी संगनमत

अल्-कायदाने निरनिराळ्या देशांतल्या मिळून २०/२५ (किंवा ३०/३५ ही) दहशतवादी संघटनांशी लागेबांधे प्रस्थापित केले असले तरी मुख्यत्वे ज्यांच्या सक्रिय पाठिंब्यामुळे अल्-कायदा ही आज एक विश्वव्यापी आसुरी शक्ती झाली आहे. त्या संस्था-संघटना आहेत- पाकिस्तानी गुप्तहेर संस्था आयएसआय, अमेरिकेची गुप्तहेर संस्था सीआयए, जहाल तालिबान आणि जिहादी लष्कर-ई-तोयबा. ही पंच-महा-भुते भारताच्या मानगुटीला बसली आहेत.

विशेषत: १९८९ मध्ये अफगाणिस्तानात रशियाचा पराभव झाल्यानंतर अल्-कायदा, तालिबान आणि आयएसआय या त्रिकुटाच्या चिथावणीमुळे काश्मीरात दहशतवादाची प्रचंड लाट उसळली व त्या एका वर्षात १६०० हिंसाचार झाले, असे जगमोहन यांनी 'एशियन एज' वर्तमानपत्रात दिनांक ७ जानेवारी २००९ रोजी लिहिलेल्या लेखात म्हटले. त्यांनी पुढे म्हटले की आतापर्यंत ह्या हिंसाचारात ६०,००० भारतीयांचे प्राण गेले आहेत.

याच्या जोडीला अल्-कायदा, आयएसआय आणि सीआयए ह्या तिघांनी मिळून जी संहारक सोयरीक केली आहे तिचाही साद्यंत आलेख 'इंटलिजन्स ब्यूरो' चे निवृत्त सह-प्रमुख मलय कृष्ण धर यांच्या 'फलक्रम ऑफ ईव्हल : आयएसआय-सीआयए-अल्-कायदा नेक्सस' ह्या पुस्तकात वाचायला मिळतो. हे एक विषारी त्रिकूट आहे व ते कसे तयार झाले आणि काय

काय कट, कारस्थाने, कुकृत्ये करीत आहे याची 'आतली' माहिती प्रस्तुत पुस्तकात तपशीलवार दिली आहे.

धर यांच्या मते प्रारंभी अफगाणिस्तानात सोव्हिएट रशियाला हरविण्यासाठी अमेरिकेने एक तीन तोंडांचा भस्मासुर तयार केला, तो आता तिच्यावरच उलटला आहे. ती तीन तोंडे म्हणजे अल्-कायदा, तालिबान व आयएसआय. अल्-कायदाचे समर्थन करण्यात व तिच्याशी सक्रिय सहयोग करण्यात आयएसआय आणि तालिबान यांचा सारखाच हात आहे.

आय.एस.आय.

आयएसआय आणि अल्-कायदा ह्यांना जोडणारी एक जन्मजात नाळ आहे. त्यांचा वैचारिक प्रेरणा-स्रोत प्रारंभापासून समान आहे, व तो म्हणजे वहाबी, सलाफी व देवबंदी मुल्लांनी प्रचारित केलेली स्वयंस्फूर्त जिहादची संकल्पना आणि त्या जिहादसाठी मनुष्यबळ पुरविणारे कारखाने म्हणजे पाकिस्तान, सौदी अरबस्तान, इजिप्त, येमेन व अफगाणिस्तानात चालणारे मदरसे. एकट्या पाकिस्तानात असे ५०,००० मदरसे आहेत. ह्या जिहादचे भारतीयांच्या परिचयाचे उदाहरण म्हणजे काश्मीर. इतरत्रही पृथ्वीच्या पाठीवर निरनिराळ्या भूभागात जिहादी रक्तपाताच्या बळावर इस्लामी शक्तिस्थाने स्थापित करण्याच्या अल्-कायदाच्या योजनेत आयएसआयचा सहभाग दिसून येत आहे. धर म्हणतात, अशा केंद्रांचा प्रभाव जगातल्या निरनिराळ्या देशांच्या राजधान्यांत जाणवू लागला आहे —'अल्जीयर्स, कैरो, रियाद, काबुल, मॅनिला, दुश्नाबी, उरुमकी, वॉशिंग्टन, माद्रिद, लंडन, आणि दिल्ली.'

आयएसआय आणि अल्-कायदाचे परस्पर-संबंध किती निकटचे होते ह्याचे प्रत्यक्ष उदाहरण तीन व्यक्तींच्या स्वरुपात पहायला मिळते. त्या व्यक्ती म्हणजे रामझी युसुफ, खलीद महंमद शेख आणि उमर शेख. रामझी युसुफ व खलीद महंमद हे दोघे पाकिस्तानी एकीकडे अल्-कायदाशी, तर दुसरीकडे आयएसआयशी संबंधित होते. त्यांनी फिलिपाइन्समध्ये असताना १०/१२ अमेरिकन प्रवासी उडविण्याचे आणि प्रेसिडेंट क्लिन्टन व पोप जॉन यांची हत्या करण्याचे प्रचंड कट रचले होते. दोघांनीही आयएसआयच्या पेशावरमधल्या शिबिरात दहशती प्रशिक्षण घेतले होते. दोघेही १९८० च्या दशकात अमेरिकेत शिकले होते.

असे म्हणतात की खलीदला १९९१ साली सीआयएने बॉसनियातल्या मुस्लिम बंडखोरांचा सहकारी म्हणून तिकडे पाठविले होते. तिकडून पाकिस्तानला परतल्यावर आयएसआयने त्याच्याशी संपर्क साधला . सन १९९३ मध्ये न्यूयॉर्कच्या

वर्ल्ड ट्रेड सेंटरवर पहिला दहशती हल्ला झाला, त्या कटात खलीद व रामझी होते. हा कट आयएसआय व ओसामा बिन लादेन ह्या दोघांनाही माहीत होता. ह्या अयशस्वी कटानंतर रामझी युसुफ पाकिस्तानला निसटला. असे म्हणतात की खलीदने रामझीचा ओसामाशी प्रत्यक्ष परिचय करुन दिला व ओसामाने त्याला पैसेही पुरवले.

बेनझीर भुट्टो

पाकिस्तानात रामझीने बेनझीर भुट्टोला मारण्याचा कट रचला. या कटात आयएसआयच्या लोकांचाही हात होता असे म्हणतात. हे कारस्थान रचण्यासाठी आयएसआयने ओसामाला पैसे दिले असाही आरोप करण्यात आला आहे. हा कट उघडकीला आल्यामुळे खलीद व ओसामाने रामझीला फिलिपाइन्सला पाठवून दिले. त्याच वास्तव्यात त्याने क्लिंटन व पोपला मारण्याचा कट रचला, पण तो कर्मधर्मसंयोगाने उघडकीला आल्याने फसला होता.

तिसरा माणूस उमर शेख ब्रिटनमध्ये जन्मला होता व लंडनमध्ये शिकला होता. असे म्हणतात की सीआयएने त्यालाही बॉसनिया हर्जगोविनाला पाठवून दहशतवादाची दीक्षा दिली. १९९३ मध्ये तो काश्मीरला 'मुक्त' करण्याच्या जिहादात संमीलित झाला. १९९४ साली तो अपहरणाच्या कटासाठी भारतात आला असताना पकडला गेला. तुरुंगात त्याची मौलाना मसूद अझहरशी ओळख झाली. पुढे कंदाहार विमान-अपहरण प्रकरणात दोघांची सुटका झाली. अपहरणाच्या काळात तो बरेच दिवस कंदाहारला एका गेस्टहाऊसमध्ये राहिला आणि ओसामा बिन लादेन व तालिबान नेता मुल्ला उमर यांच्याशी सल्ला-मसलत करीत होता. नंतर एका आयएसआयच्या कर्नलने त्याला पाकिस्तानात एका सुरक्षित निवासस्थानी पोचवले.

उमर शेखला अल्-कायदामध्ये इतके महत्त्व प्राप्त झाले की एक दिवस तो ओसामा बिन लादेनची जागा घेईल असे बोलले जाऊ लागले. दुसरीकडे तो आयएसआयच्या निरनिराळ्या उच्च अधिकाऱ्यांच्या सहवासात होता. ह्याच उमर शेखने ९/११ चा सूत्रधार आता ह्याला एक लाख डॉलर पाठवले होते. त्याने आणखीही पैसे पाठविले असल्याची खूप शक्यता आहे. कारण अमेरिकेत असताना

कंदहार विमान अपहरण

'हायजॅकर' दहशतवाद्यांनी ५ ते ६ लाख डॉलर खर्च केले. त्यातले निदान सव्वातीन लाख उमर शेखने निराळ्या नावाने पाठविले असावेत. ९/११ च्या पूर्वी खलीद शेख आयएसआयच्या डेप्युटी डायरेक्टरला कराचीत दोन वेळा भेटला होता असे खात्रीलायक वृत्त आहे, व नंतर खलीद शेख व उमर शेख दोघेही ओसामा बिन लादेनला देखील दोन वेळा भेटले होते.

कंदाहारच्या विमान-अपहरणानंतर मौलाना मसूद अझहरची सुटका झाली. त्यात त्याला अल्-कायदा व आयएसआय ह्या दोघांचीही मदत झाली होती. सुटका झाल्यानंतर जानेवारी २००० मध्ये तो पाकिस्तानला गेला. तेथे त्याला अटक झाली नाही. उलट थोड्याच दिवसांनी त्याचा जयघोष करणाऱ्या १०,००० समर्थकांच्या सभेत तो म्हणाला, ''मी येथे आलो आहे याचे कारण मी तुम्हाला सांगू इच्छितो की जोपर्यंत आपण अमेरिका व भारताचा नाश करीत नाही तोपर्यंत मुसलमानांनी स्वस्थ बसता कामा नये.''

ओसामा-आयएसआयमधल्या मित्रत्वाच्या नात्याचा काही अप्रत्यक्ष लाभ आंतरराष्ट्रीय दहशतवादाला झाला. उदाहरणार्थ, आफ्रिकेत सोमालियामध्ये जेव्हा अमेरिकन सैनिक तैनात करण्यात आले तेव्हा त्यांना मारण्यासाठी उमर व अझहर

यांच्या सांगण्यावरुन अल्-कायदाने तेथल्या टोळी-सरदारांना पैसे व प्रशिक्षण पुरविले होते. ह्या सोमाली टोळी-प्रमुखांना आयएसआयनेही पैसा पुरवला होता, हे भारतीय गुप्तचर यंत्रणेला माहीत होते; पण अमेरिकन गुप्तहेर खात्याने त्याचा कधी उच्चार केला नाही. मात्र 'जेन्स' सुरक्षा नियतकालिकाने २० सप्टेंबर २००१ च्या अंकात स्पष्टपणे म्हटले की हा सर्व प्रकार अमेरिकन गुप्तहेर खात्याला माहीत असणार.

अशा प्रकारे अल्-कायदाच्या दहशतवादाचे आयएसआयने रक्षण व पोषण केल्याची अन्य उदाहरणेही आहेत. उदाहरणार्थ, दिनांक १० ऑगस्ट २००७ रोजी 'एशिया टाइम्स' ने बातमी छापली की, पाकिस्तानच्या वायव्य सरहद्द प्रांतात अल्-कायदा व तालिबानची २९ शिबिरे होती, त्यातल्या २८ शिबिरांतले दहशतवादी एकदम शिबिर सोडून कोठेतरी निघून गेले. त्याच्या आधी अमेरिकन सरकारने पाकिस्तान सरकारला कळविले होते की ही शिबिरे कोठे आहेत हे आम्हाला ठाऊक आहे व आम्ही त्यांच्यावर हल्ला करणार आहोत. ही बातमी आयएसआयच्या लोकांनी व पाकिस्तानी सेनाधिकाऱ्यांनी गुपचूप दहशतवाद्यांना कळविली असे म्हणतात.

आयएसआय आणि अल्-कायदाच्या हातमिळवणीचा आणखी एक तपशील सांगायचा म्हणजे ह्या दोघांनी मिळून सर्व जगभर (अगदी अमेरिका धरुन) ५० इस्लामी वेबसाईट जिहादींची भरती करण्यासाठी चालविली आहेत.

अशा परिस्थितीत प्रत्यक्ष राष्ट्राध्यक्ष जनरल परवेझ मुशर्रफ यांनी ओसामा बिन लादेनची उघड उघड तरफदारी केली होती याचे नवल वाटायला नको. दिनांक २१ मार्च २००० च्या 'वॉशिंग्टन टाइम्स' मध्ये मुशर्रफ यांची मुलाखत प्रकाशित झाली. तिच्यात ते म्हणतात, 'पाश्चिमात्य लोकांनी ओबीएलला (म्हणजे ओसामा बिन लादेनला) एक राक्षस म्हणून रंगवला आहे. त्याचा परिणाम असा झाला आहे की नैतिक भ्रष्टाचारामुळे त्रस्त झालेल्या जनतेला तो एक अवतारी पुरुष वाटू लागला आहे... इस्रायलचे सैन्य पॅलेस्टाइनींना मारीत आहे. चेचेन्यामध्ये रशिया मुस्लिमांना जे काही करीत आहे, बॉसनिया-कोसोव्होमध्ये पाश्चिमात्यांनी मुस्लिमांना जे काही केले, काश्मीरात भारत मुस्लिमांचा छळ करीत आहे... ही एक तक्रारींची लांबलचक यादी आहे. या गोष्टींमुळे आपली सर्वत्र छळणूक होत आहे असा गंड निर्माण झाला असून तो ओबीएलच्या स्वरूपात मूर्तिमंत झाला आहे, व मुस्लिम अतिरेकवादाच्या चबुतऱ्यावर तो एक वीर मूर्ती झाला आहे.' या मुशर्रफी मल्लीनाथीवर मलय कृष्णा धर आपल्या पुस्तकात म्हणतात, 'अल् कायदा-आयएसआय जोडगोळीने चालविलेल्या निरंतर जिहादचे याहून अधिक उच्च पाकिस्तानी समर्थन काय असू

शकेल?'

सध्या ह्या द्वयीची संयुक्त कर्मभूमी मुख्यत्वे अफगाणिस्तान झालेली दिसते. अफगाणिस्तानचे तथाकथित निर्वाचित, पण वास्तविक अमेरिकेने गादीवर बसविलेले व नाटोच्या सैन्याने टेकू दिलेले राष्ट्राध्यक्ष हमीद करझाई यांचे अमेरिकेबरोबरचे संबंध काहीसे बिघडल्यापासून अफगाणिस्तानच्या भावी कारभारात आपल्याला प्रभावी स्थान मिळावे यासाठी पाकिस्तानने (म्हणजे पाकिस्तानातल्या सैन्याने व सैन्यातल्या आयएसआयने) जोरदार डावपेच सुरु केले आहेत. हल्ली अफगाणिस्तानात चाललेला घातपात बव्हंशी सिराजुद्दीन हक्कानीचे दहशती जाळे करीत आहे. या हक्कानीलादेखील आपण सत्तावाटपाच्या व्यवस्थेत आणू शकू असे पाकिस्तानी अधिकाऱ्यांनी करझाईला आश्वासन दिले आहे (म्हणजे अफगाण प्रशासनात अल्-कायदाचा अप्रत्यक्ष प्रवेश होईल). शिवाय पाक सरसेनानी कयानी ह्यांनी आपण स्वत: तालिबान नेत्यांशी सौदा करु असेही आश्वासन दिले आहे. कयानी व आयएसआय-प्रमुख लेफ्ट. जन. अहमद शुजा पाशा हे हल्ली वरचेवर अफगाणिस्तानला जात असतात. त्यांनी करझाईला सांगितले आहे की, अमेरिका अफगाणिस्तानातले युद्ध जिंकू शकणार नाही, या तुमच्या मताशी आम्ही सहमत आहोत, व म्हणून हक्कानी गटाला स्थान मिळावे. अफगाणिस्तान व पाकिस्तान यांच्यामध्ये अमेरिकेला डावलून करार झाला, तर अल्-कायदाला सुरक्षित स्थानाची हमी मिळेल. शिवाय अशा व्यवस्थेत भारताच्या प्रभावाचा काटा दूर होईल. हक्कानीचे दहशती जाळे हा पाकिस्तानचा भारतविरोधी मोहरा आहे. त्यामुळे पाकिस्तानातील त्यांच्या तळाला पाकिस्तानी सैन्याने हात लावलेला नाही, असे विवेचन 'न्यूयॉर्क टाइम्स'ने दिनांक २५ जून २०१० रोजी एका लेखात केले आहे.

कळस म्हणजे 'हेही असे थोडके' म्हणूनच की काय, 'विकीलीक्स' वेबसाईट नावाच्या एका नवीन अमेरिकन गौप्यस्फोटक संगणकीय संकेतस्थळाने सुमारे ९०,००० गुप्त अमेरिकन लष्करी कागदपत्र उघडकीला आणले, त्यात अफगाणिस्तानात चाललेल्या तथाकथित दहशतविरोधी युद्धाचा सत्य तपशील साद्यंत स्वरुपात जुलै २०१० मध्ये जगासमोर आला. असे एकूण २ लाख ६० हजार गुप्त दस्तऐवज विकीलीक्सजवळ आहेत. या प्रचंड लेखी पुराव्यात आयएसआयने प्रोत्साहित केलेल्या दहशतवादाची भरपूर माहिती उपलब्ध आहे. त्यातले काही ठळक गौप्यस्फोट असे:

अफगाणिस्तानात काम करीत असलेले भारतीय वकिलातीतले कर्मचारी, रस्तेबांधणी करणारे भारतीय कामकरी, इंजिनियर, डॉक्टर यांच्यावर हल्ले करण्यासाठी हक्कानीच्या गटवाल्यांना आयएसआयने १५ ते ३० हजार डॉलर दिले (मार्च

२००८ चा रिपोर्ट). या लोकांना किडनॅप करा नाही तर ठार मारा, असा आयएसआयने सिराजुद्दीन हक्कानीला हुकूम दिला होता.

भारतीय वकिलातीवर झालेल्या पहिल्या हल्ल्याच्या ७ महिने आधी नोव्हेंबर २००७ मध्ये आयएसआय-हक्कानी संगनमताची माहिती अमेरिकन सैन्याला मिळाली होती. त्या वेळच्या अहवालात म्हटले की अफगाणिस्तानातल्या निरनिराळ्या भारतीय कॉंशुलेट कार्यालयांवर हल्ले करण्याची एक संयुक्त योजना तयार करण्याचा आयएसआयने आपल्या एका हस्तकाला हुकूम दिला होता. ही कॉंशुलेट कार्यालये काबुल, जलालाबाद, हेरात, कंदाहार व मजहर-ई-शरीफ येथे आहेत. दिनांक २० नोव्हेंबर २००४ ते दिनांक २१ एप्रिल २००८ या कालावधीत अफगाणिस्तानातील भारतीयावंर १८ दहशती हल्ले करण्यात आले.

एका अहवालात अफगाण सरकारच्या व नाटोच्या सैनिकांना मारण्यासाठी पाकिस्तानातून विष मिसळलेली दारु आयात करण्याच्या कटाचा उल्लेख आहे.

दिनांक १८ डिसेंबर २००६ च्या अहवालात आत्मघातकी हल्ल्याची तयारी कशी करण्यात येते याची माहिती आहे. आयएसआयचा एक उच्च अधिकारी काबुलमधील आत्मघातकी हल्ल्यांचा इन-चार्ज आहे. पाकिस्तानच्या वायव्य सरहद्द प्रांतातील दोन मदरसे आत्मघातकी बॉंबहल्ले करण्यासाठी मुले पुरविणारी प्रमुख केंद्रे आहेत.

असे हल्ले अफगाणिस्तानात ठिकठिकाणी करण्यात यावेत असा आदेश पाकिस्तानात झालेल्या एका बैठकीत देण्यात आला. ही बैठक दिनांक १६ ऑगस्ट २००६ रोजी क्वेट्टा येथे झाली होती, व तिला ओसामा बिन लादेन व मुल्ला उमर हे दोघेही हजर होते. ही माहिती देणाऱ्या अहवालानुसार क्वेट्टा येथे दहशत-प्रशिक्षण-शिबिर असून त्या शिबिरात जमियत-उल्-तलबा व हरकत इस्लामी काश्मीर ह्या पाकिस्तानी संघटनांच्या दहशतवाद्यांना, त्याचप्रमाणे चेचेन, उझबेक, अफगाण व अरबांनाही प्रशिक्षण दिले जाते.

डिसेंबर २००७ च्या एका अन्य गुप्त अहवालानुसार काबुल व खोस्त येथे आत्मघातकी हल्ले घडवून आणण्यासाठी आयएसआय लहान मुलांचाही वापर करीत असल्याची शक्यता आहे. अशी ३ मुले २० डिसेंबर २००७ च्या ईद-उल्-अधाच्या सुटीनंतर काबुल व खोस्तला पाठविण्यात आली होती.

ह्या सर्व 'ओपन सिक्रेट'वर अमेरिकन सरकारी प्रतिक्रिया काय? उत्तर : 'व्हाइट हाऊस' म्हणते, या गौप्यस्फोटाने 'आमचे मित्र अडचणीत येतील.'

विकीलीक्सच्या जोडीला पाकिस्तानच्या (म्हणजे आयएसआयच्या) सरकारी दहशतवादाशी संबंधित गौप्यस्फोटांचे दुसरे भांडार म्हणजे २६/११ च्या मुंबई

हल्ल्यातला अमेरिकन आरोपी हेडली याची जबानी. शिकागोच्या तुरुंगात झालेल्या प्रदीर्घ पोलीस-तपासणीत त्याने या कटात पाकिस्तानी सरकार, आयएसआय आणि लष्कर-ई-तोयबा या सर्वांचे हात कसे गुंतलेले होते याचा तपशील पुरवला. त्यात केलेले प्रमुख गौप्यस्फोट असे : या हल्ल्यासाठी बोट विकत घेण्यासाठी आयएसआयने 'लष्कर'ला २५ लाख रुपये दिले होते. त्या बोटीतून येऊन मुंबईवर हल्ला करण्याचा पहिला प्रयत्न सप्टेंबर २००८ मध्ये करण्यात आला, पण तो फसला. शस्त्रास्त्रांनी भरलेली अशी बोट भारतावर हल्ल्यासाठी पाठविण्यास पाकिस्तानी सरकारी अधिकाऱ्यांनी परवानगी दिली होती. हेडलीने हल्ल्याची पूर्वतयारी म्हणून टेहळणीसाठी मुंबईला केलेल्या वाऱ्या खास त्याच्या आयएसआय-नियंत्रकांच्या ('हँडलर') सांगण्यावरुन केल्या होत्या, व परत गेल्यावर तो त्यांना रिपोर्ट करीत असे. ह्या टेहळणीच्या भेटींसाठी हेडलीला लागलेला पैसा आयएसआय अधिकारी मेजर इकबाल याने पुरवला होता. 'लष्कर'च्या प्रत्येक महत्त्वाच्या सभासदासाठी आयएसआयचा एखादा अधिकारी 'हँडलर' असतो. हेडलीने स्पष्ट सांगितले की 'लष्कर'च्या प्रत्येक मोठ्या घातपातात आयएसआयचे घनिष्ट सहकार्य असते. २६/११ च्या कटातही आयएसआय पूर्णपणे गुंतलेली होती व तिच्या संपूर्ण पाठिंब्यामुळेच हे हल्ले शक्य झाले. मुंबईचा हल्ला प्रत्यक्ष चालू असताना हल्लेखोरांचे हँडलर त्यांना पाकिस्तानातून मार्गदर्शन करीत होते. छाबड हाऊसवरच्या हल्ल्याचे मार्गदर्शन साजिद मजीद करीत होता व त्याने आदेश दिला की इमारतीतल्या सर्वांना (स्त्रियांसकट) ठार मारा. दुसरा एक हँडलर अबू अल् कामा याने हल्लेखोरांना म्हटले, अखिल मुस्लिम उम्माचे तुमच्याकडे लक्ष आहे, त्यांना निराश करु नका. हल्ल्यानंतर जगभर काहूर झाल्याने पाकिस्तान सरकारने 'लष्कर'चा लष्करी प्रमुख झकी-उर् रहमान लखवी याला रावळपिंडीच्या तुरुंगात ठेवले, तेव्हा आयएसआयचा प्रमुख लेफ्टनंट जनरल अहमद शुजा पाशा त्याला तुरुंगात भेटायला गेला होता.

एकूण पाहता अमेरिका पाकिस्तानात लढत असलेल्या दहशतविरोधी युद्धात पाकिस्तानचा सहभाग बव्हंशी ओढून ताणून आणलेला देखावा आहे, याचे अमेरिकेला पुनः पुन्हा प्रत्यंतर येत आहे. पाकिस्तानचे अफगाणिस्तानातील खरे उद्दिष्ट येनकेन प्रकारेण तेथले भारताचे अस्तित्व संपुष्टात आणणे हे आहे, याची जाणीवही अमेरिकेला होत आहे. इतकेच नव्हे, तर पाकिस्तानच्या उत्तर-सीमा-प्रदेशात अल्-कायदा व तालिबान यांच्या विरुद्ध लढण्यास पाकिस्तानी लष्कर असमर्थ तरी आहे किंवा नाखूष तरी आहे, असे 'वॉल स्ट्रीट जर्नल' ने ३ ऑक्टोबर २०१० च्या अंकात म्हटले आहे. त्यामुळे पाकिस्तानात शिजलेला एखादा दहशती हल्ला खरोखरीच यशस्वी झाला तर पाकिस्तानच्या परवानगीची वाट न पाहता पाकिस्तानच्या

सीमाप्रदेशात स्वत: हल्ला करण्याचा अमेरिका विचार करीत आहे.

आणखी चारच दिवसांनी ह्या वर्तमानपत्राने अफगाणिस्तानाबद्दल अशी सनसनाटी बातमी छापली की तेथे हल्ली चालू झालेल्या शांतता-प्रस्थापनेच्या कोठल्याही प्रयत्नात आपल्याला डावलण्यात येऊ नये म्हणून आयएसआय इतकी निकरावर आली आहे की तिने 'सर्वांना ठार मारा' असा हुकूम अफगाण तालिबान कमांडरांना दिला आहे. 'केवळ लोकांत दहशत निर्माण करण्यासाठी आयएसआयला सगळ्यांना ठार मारायचे आहे—पोलीस, फौजी, इंजिनियर, शिक्षक, सामान्य माणसांना देखील,' असे कुनार प्रांतातल्या एका तालिबान कमांडरने म्हटल्याचे बातमीत म्हटले आहे. पुढे असेही म्हटले की त्यांनी अमेरिका व तिच्या साथीदारांशी लढण्यासाठी आयएसआय त्यांच्यावर दडपण आणीत आहे.

सी.आय.ए.

जगभर गाजलेल्या विकीलीक्सच्या गौप्यस्फोटांनी अमेरिका हादरली आहे. याचे विशेष कारण म्हणजे ह्या दस्तऐवजांच्यामुळे सीआयए-आयएसआयच्या संगनमताचे पितळ उघडे पडले. त्यातली मुख्य गोष्ट म्हणजे सीआयएच्या डोळ्यांदेखत आयएसआय अफगाणिस्तानातल्या बाँबहल्लेखोरांना मदत करीत होती.

दिनांक २७ ऑगस्ट २००७ च्या एका गुप्त कागदपत्रात म्हटले आहे की अफगाणिस्तानातल्या 'रोशन' नावाच्या एकमेव मोबाईल टेलिफोन कंपनीच्या फोनवर केलेले सर्व कॉल पाकिस्तानमार्गे जात होते हे सीआयएला माहीत होते. हे फोन टॅप करुन आयएसआय तालिबानी घातपात्यांना माहिती पुरवीत होती, व हे ठाऊक असूनही त्याबद्दल काही करण्यात आले नाही.

ह्याच्या जोडीला तालिबानी घातपात्यांना व आत्मघातकी बाँबहल्लेखोरांना आयएसआय पैसे पुरवीत असे याचा पुरावा, व अमेरिकेला हे माहीत होते असे दर्शविणारे कागदपत्रही उघडकीला आले.

मे २००७ मधल्या एका दस्तऐवजानुसार दिनांक २५ एप्रिल २००७ रोजी आयएसआयने मौलवी जलालुद्दीन हक्कानी याला खोस्त व लौगर प्रांतात आत्मघातकी हल्ले करण्यासाठी स्फोटके बांधलेल्या १००० मोटारसायकली पुरवल्या. पुढे मार्च २००९ मधल्या एका कागदपत्रात म्हटले आहे की पाकिस्तानने (म्हणजे आयएसआयने) अफगाण राजधानी काबुलमध्ये घातपात वाढविण्याचा आदेश तालिबानी फौजींना दिला होता हे अमेरिकेला (म्हणजे सीआयएला) माहीत होते.

एकूण पाहता अल्-कायदाच्या विषवृक्षाचे सावट सबंध जगावर पसरले ह्याचे बरेचसे 'श्रेय' अमेरिकन मंडळींना जाते. या कटू तथ्याची परखड मीमांसा

विकीपेडिया ऑनलाइन ज्ञानकोशात आढळते. कोशाच्या मते ओसामा बिन लादेन हा सीआयएच्या छुप्या शस्त्रास्त्र-व्यापाराचा सर्वात उत्तम गिऱ्हाईक होता असे समजायला हरकत नाही, आणि अफगाण मुजाहिदीन घातपात्यांना अमेरिकेने दिलेला पाठिंबा म्हणजे सरकार-प्रणीत दहशतवादाचा उत्कृष्ट नमुना म्हणता येईल. अमेरिकेने आपल्या बाजूने लढण्यासाठी जगभर अतिरेकी मुस्लिमांची भरती केली. सन १९९३ साली न्यूयॉर्कच्या वर्ल्ड ट्रेड सेंटरवर पहिला घातपाती हल्ला करण्याचा कट रचणाऱ्या दहशतवाद्यांनी बॉंब कसे करावेत हे शिकविणारे जे पाठ्यपुस्तक वाचले होते ते सीआयएने अफगाणिस्तानात लढणाऱ्या मुजाहिदीन फौजींसाठी तयार केले होते असे वृत्त आहे.

आणि आता हीच सीआयए स्वत:च्या हातांनी घडवलेला ब्रह्मराक्षस स्वत: गाडण्यासाठी एक गुप्त फौज वापरीत असल्याचे उघडकीला आले आहे. पीटीआयने दिनांक २३ सप्टेंबर २०१० रोजी न्यूयॉर्कहून पाठविलेल्या बातमीनुसार अल्-कायदाचे व तालिबानचे नेते जेथे असतील, तेथे—अफगाणिस्तानात नाही तर पाकिस्तानात—हुडकून काढण्यासाठी सीआयएने ३००० सैनिकांची एक गुप्त सेना उभारली आहे व गेली आठ वर्षे ती त्यांच्या मागावर आहे. बॉब वुडवर्ड नावाच्या एका अमेरिकन पत्रकाराने लिहिलेल्या 'ओबामाज वॉर्स' नावाच्या एका नवीन पुस्तकात हा गौप्यस्फोट करण्यात आला आहे, आणि अमेरिकन सरकारी व लष्करी अधिकाऱ्यांनी ते कबूल केले आहे.

ही फौज म्हणजे फक्त अफगाण सैनिकांची एक खास पलटण आहे. तिला सीआयएने स्वत:च्या खर्चाने स्वत:च्या अमेरिकेतल्या प्रशिक्षण-केंद्रात खास प्रशिक्षण दिले आहे व तिचा सर्व खर्च सीआयए करते. या पलटणीने अल्-कायदा व तालिबानच्या पाकिस्तानातील सुरक्षित स्थानांवर छुपे हल्ले केले आहेत; पण अशी काही पलटण असल्याची आम्हाला कल्पना नाही असे पाकिस्तानने म्हटले आहे. उलट प्रेसिडेंट ओबामाने म्हटले आहे की, 'हा कॅन्सर पाकिस्तानात आहे हे आपण लोकांना स्पष्ट केले पाहिजे,' असे पुस्तकात लिहिले आहे.

तालिबान

अफगाणिस्तानातल्या रणधुमाळीच्या काळात सन १९९४ साली तेथल्या काही कडव्या इस्लामी नेत्यांची व आयएसआयच्या उच्च अधिकाऱ्यांची आयएसआयच्या मुख्य कार्यालयात एक बैठक झाली. तेथून या संघटनेचा प्रारंभ झाला असे म्हणता येईल. म्हणजे तालिबान आयएसआयचे उत्पादन आहे. त्यानंतरच्या वर्षभरात दोघांमधला सशस्त्र सहकार इतका झपाट्याने वाढला की तालिबानचे फौजी एक

प्रकारे पाकिस्तानचे अप्रत्यक्ष सैन्य झाले, व अवघ्या दोन वर्षांत १९९६ साली तालिबानने ह्या पाकिस्तानी पाठिंब्याच्या बळावर अफगाणिस्तान पादाक्रांत करुन आपली सत्ता स्थापन केली.

लगेच ओसामा बिन लादेनने सत्तारुढ तालिबानशी हातमिळवणी केली होती. परिणामत: सबंध अफगाणिस्तान ओसामाचा सुरक्षित आसरा झाला होता. ओसामाने तालिबानच्या रानटी राजवटीची 'एकमेव खरेखुरे इस्लामी राज्य' म्हणून प्रशंसा केली होती, आणि बामियानच्या प्रचंड बुद्धमूर्तींचा तोफा डागून विनाश करण्याबद्दल त्याची पाठ थोपटली होती.

९/११ च्या प्रचंड दहशती हल्ल्यात ३००० अमेरिकन नागरिक मृत्युमुखी पडल्यावर अमेरिकन सरकारने तालिबान राजवटीला निर्वाणीचा खलिता पाठवून ओसामा बिन लादेनला आमच्या हवाली करा, अशी मागणी केली होती. अर्थात, तालिबानने ती फेटाळली. त्यावेळी त्यांच्या सरकारला डिप्लोमॅटिक मान्यता देणारे एकच राज्य राहिले होते, व ते म्हणजे पाकिस्तान. असे म्हणतात की दिनांक ४ ऑक्टोबर २००१ रोजी तालिबानने पाकिस्तानपुढे असा प्रस्ताव ठेवला की आम्ही बिन लादेनला तुमच्या हवाली करायला तयार आहोत, पण ते एका अटीवर, व ती अट म्हणजे तुम्ही त्याच्यावर शरीयतच्या इस्लामी कायद्यानुसार खटला चालविला पाहिजे; पण त्या काळात पाकिस्तानची अमेरिकेशी नुकतीच साथीदारी झाली होती, त्यामुळे पाकिस्तानने नकार दिला. पुढे अमेरिकन सैन्याने निकराची लढाई करण्याच्या जरा आधी, म्हणजे दिनांक ७ ऑक्टोबर २००१ रोजी तालिबान राजवटीच्या पाकिस्तानातील वकिलाने असा प्रस्ताव मांडला की आम्ही स्वत: बिन लादेनला अटकेत ठेवून त्याच्यावर इस्लामी कायद्याच्या अनुसार खटला चालवायला तयार आहोत पण त्यासाठी अमेरिकेने तशी औपचारिक मागणी केली पाहिजे आणि तालिबान सरकारला पुरावा पुरवला पाहिजे. अमेरिकेने हा प्रस्ताव क्षणार्धात धुडकावून लावला. दोन महिन्यांनी डिसेंबर २००१ मध्ये तालिबान राजवटीचा पाडाव झाला.

तेव्हापासून गेली १० वर्षे अमेरिका तालिबान नेता मुल्ला उमर व अल्-कायदा नेता ओसामा बिन लादेन यांचा निष्फळ शोध करीत होती. निष्फळ म्हणण्याचे कारण दोघेही पाकिस्तानात सुखरूप होते. या ठिकाणी एक तळटीप जोडायची म्हणजे ज्या तालिबानची सत्ता अमेरिकेला अखेर बंदुकीच्या गोळीने संपुष्टात आणावी लागली, तिच्या प्रारंभाला अमेरिकेने हातभार लावला होता. म्हणजे तालिबान ही जहाल वहाबी चळवळ असल्याने तिला प्राथमिक अवस्थेत पैशांचे खतपाणी घालणाऱ्या मंडळींत ज्याप्रमाणे सौदी अरब सरकार व पाकिस्तान यांचा समावेश होता, त्याप्रमाणेच 'युनिकॅल' नावाच्या प्रचंड मोठ्या अमेरिकन

खनिज तेल कंपनीचाही होता.

आता सप्टेंबर २०१० मध्ये अमेरिकेने 'तहरीक-ई-तालिबान' म्हणजे पाकिस्तानी तालिबानचा आपल्या 'ब्लॅक लिस्ट' मध्ये समावेश केला आहे. म्हणजे तिच्या लोकांवर अधिकृतपणे प्रवासाचे व आर्थिक निर्बंध घालण्यात आले आहेत. शिवाय पाकिस्तानी तालिबान नेता हकीमुल्ला महसूद याच्यावर डिसेंबर २००९ मध्ये सात सीआयएच्या माणसांना मारण्याच्या कटाचा आरोप ठेवला आहे आणि त्याच्या व दुसरा एक तालिबान नेता वली उर् रहमान याच्या ठावठिकाणाची माहिती देणाऱ्याला ५० लाख डॉलर इनाम जाहीर केले आहे. उलट ह्या निर्बंधाना भीक न घालता तालिबानने अमेरिकेला धमकी दिली आहे की आम्ही लवकरच तुमच्यावर आणि युरोपवर हल्ले सुरु करु. पाकिस्तानी तालिबानचा नेता कारी हुसेन म्हणाला, ''अमेरिकेने पाकिस्तानी तालिबानला दहशतवादी संघटनांच्या यादीत घातले. यावरुन दिसते की अमेरिका व तिचे साथीदार आम्हाला घाबरले आहेत.''

पाकिस्तानी तालिबानने अल्-कायदाशी असलेली आपली दोस्तीदेखील अगदी स्पष्ट केली आहे. तिचा एक उच्च नेता वली उर्-रहमान याने दिनांक ३० सप्टेंबर २०१० रोजी रॉयटरच्या हाती पडलेल्या एका चित्रफितीत अल्-कायदाला जोरदार शब्दांत पाठिंबा व्यक्त करुन म्हटले, ''अल्-कायदा ही जागतिक संघटना असून तिच्या शाखा जगभर पसरल्या आहेत—मग ते अरब देश असोत, की युरोप, की अमेरिका. इतर पुष्कळ संघटना अल्-कायदाला मिळालेल्या आहेत. आम्ही अल्-कायदाच्या तत्त्वप्रणालीशी, तसेच कार्यक्रमाशी संपूर्णपणे सहमत आहोत. आम्ही आमचे जिहाद १० वर्षांत अधिक विस्तृत करु. सर्व जगभर इस्लामी शरीयत स्थापित करण्यासाठी आम्ही जिहाद करणार आहोत.''

अमेरिकन वक्रदृष्टीच्या उलट पाकिस्तानात तालिबानला उघड उघड अभय आहे. तालिबान फौजींसाठी आयएसआय तर्फे क्वेट्टा येथे प्रशिक्षण शिबिर चालविले जात होते. आयएसआयचा भूतपूर्व प्रमुख जनरल हमीद गुल हा तर पाकिस्तानी तालिबानचा महत्त्वाचा मोहरा आहे, कारण तो तालिबानची उघड उघड, जोरदार व सक्रिय तरफदारी करीत असतो. सन २००६ साली त्याची तालिबानच्या उच्च नेत्यांबरोबर बैठक झाली तेव्हा त्याने त्यांना अफगाणिस्तानात नाटो सैनिकांवर जोरदार हल्ला करण्याचा आदेश दिला, व पुन: पुन्हा हल्ले करुन 'काबुलमधला बर्फ गरम करा' असे आवाहन केले. या हल्ल्यांसाठी त्याने त्यांना ५० सुरुंग पुरवले. शिवाय ईदच्या उत्सवात बाँबहल्ले करण्यासाठी तीन पाकिस्तानी दहशतवादीही पाठवले. जानेवारी २००९ मध्ये हमीद गुलची तालिबान नेत्यांबरोबर शेवटची बैठक झाली, त्यात त्याने 'ॲन्टी अफगाण फोर्सेस' नावाच्या तालिबानी फौजेच्या

नेत्यांना म्हटले, 'एएएफ्'च्या फौजींनी अफगाणिस्तानच्या हल्ल्यांवर लक्ष केंद्रित करावे व त्याच्या बदल्यात पाकिस्तानचे सुरक्षा दल पाकिस्तानातले त्यांचे नेते व फौजी यांच्याकडे काणाडोळा करील. ह्याच वर्षी जुलै महिन्यात अफगाणिस्तानातील भारतीयांवर झालेल्या मोठ्या हल्ल्याची पूर्वसूचना पोलंडने एक आठवडा आधी दिली होती. या हल्ल्याचे बजेट १,२०,००० डॉलर होते. तो करण्यासाठी तालिबानने एक इंजिनियर निवडला होता व त्याने एक चोरलेली गाडी वापरायची असे ठरले होते. ही गाडी पाकिस्तानात तयार झालेली होती. या हल्ल्यात काबुलमधली भारतीय वकिलातीची इमारत जवळजवळ जमीनदोस्त झाली.

पाकिस्तान तालिबान यांच्यामधले लागेबांधे उघडकीस आणणारे एक मोठे प्रकरण म्हणजे प्रमुख तालिबानी बरादर याची अटक. जानेवारी २०१० मध्ये अमेरिकन व पाकिस्तानी मंडळींनी मिळून अब्दुल घनी बरादर याला कराचीत पकडले, तेव्हा दहशतवादाविरुद्धच्या त्यांच्या संयुक्त युद्धातला हा एक मोठा विजय आहे असे सांगण्यात आले. कारण बरादर हा मुल्ला उमरच्या खालोखाल क्रमांक २ चा तालिबान नेता समजला जातो. त्या वेळी असेही सांगण्यात आले की धरपकड झाली त्यावेळी तो नक्की कोण आहे हे माहीत नव्हते, तर बऱ्याच दिवसांनी तो बरादर आहे अशी शहानिशा झाली; पण काही महिन्यांनी, ऑगस्ट २०१० मध्ये पाकिस्तानी अधिकारी निराळेच सांगू लागले. ते म्हणू लागले की त्यांना बरादरलाच पकडायचे होते व त्यासाठी त्यांनी सीआयएची मदत घेतली होती. कारण बरादर हा अफगाण सरकारशी गुप्त वाटाघाटी करीत होता. पाकिस्तान तालिबानचा खूप पूर्वीपासून पाठीराखा असूनही बरादरने या वाटाघाटीतून पाकिस्तानला वगळले होते. त्याच्या अटकेनंतर २३ तालिबान नेत्यांना पाकिस्तानी सुरक्षा अधिकाऱ्यांनी अटक केली. ह्या लोकांना पाकिस्तान सरकारने कित्येक वर्षे संरक्षण दिले होते. परिणामत: बगदादच्या वाटाघाटी संपुष्टात आल्या. 'न्यूयॉर्क टाइम्स'च्या बातमीनुसार एक पाकिस्तानी सुरक्षा अधिकारी म्हणाला, 'आम्ही बरादरला उचलले, कारण तो आम्हाला डावलून सौदा करण्याचा प्रयत्न करीत होता. आम्ही तालिबानचे रक्षण करतो. ते आमच्यावर अवलंबून आहेत. आम्ही त्यांना करझाई (अफगाण राष्ट्राध्यक्ष) व भारतीयांशी सौदेबाजी करु देणार नाही.'

या ठिकाणी एक अद्ययावत तळटीप जोडायची म्हणजे माजी अमेरिकन प्रेसिडेंट बुश यांनी नुकत्याच प्रकाशित झालेल्या 'डिसीशन पॉइंट्स' नावाच्या आपल्या स्मरणिकेत म्हटले आहे की, '९/११' चा कहर घडल्यानंतर व पुन्हा २००८ साली पाकिस्तानात एक मोठी लष्करी मोहीम चालवून अल्-कायदा व तालिबानची पाकिस्तानातली पाळेमुळे खणून काढायची असे अमेरिकेने जवळजवळ

ठरवले होते, पण दोन्ही वेळेला पाकिस्तानी राज्यकर्त्यांनी अडवणूक केली होती.

एकूण पाहता अफगाण तालिबानपेक्षा पाकिस्तानी तालिबान आता अधिक धोकादायक झाली आहे, असे दहशत-तज्ज्ञ गुणरत्न यांचे मत आहे. तिचा नेता बैतुल्ला मेहसूद याने 'फाटा' च्या जमाती डोंगराळ प्रदेशातल्या, त्याचप्रमाणे वायव्य सरहद्द प्रांतातल्या लोकवस्तीच्या भागातल्याही ४० सशस्त्र गटांना एकत्र आणून ही बलशाली संघटना उभी केली. आता तिच्याजवळ ३५/४०,००० अनुभवी फौजी आहेत.

केवळ वायव्येलाच नव्हे, तर सर्व पाकिस्तानभर तालिबान इतकी बलशाली झाली आहे की मार्च २००९ मध्ये सीबीएस ह्या अमेरिकन वृत्तवाहिनीला दिलेल्या मुलाखतीत पाकिस्तानी राष्ट्राध्यक्ष झरदारी म्हणाले, 'तालिबान पाकिस्तान राज्यावर कबजा करु पाहत आहे.' याच्या पुढे जाऊन नामवंत भारतीय पत्रकार एम. व्ही. कामत यांनी काही महिन्यांपूर्वी एका लेखात म्हटले की तालिबान या लढाईत यशस्वी होत आहे. याच्याही पुढे जाऊन सुब्रम्हण्यन् स्वामी यांनी नुकतेच भविष्य वर्तविले आहे की, 'सन २०१० पर्यंत पाकिस्तान तालिबानच्या पूर्ण वर्चस्वाखाली जाईल.'

जहाल धर्मांधतेच्या बाबतीत अल्-कायदा व तालिबान यांचा 'समसमा संयोग' आहे. इतकेच नव्हे, तर 'कौराणिक' क्रूरतेच्या बाबतीत तालिबान अल्-कायदाच्याही वरताण आहे. अल्-कायदाच्या कडव्या वहाबी धर्ममतानुसार केवळ वहाबी / सलाफी / सुन्नी मुसलमान खरे मुसलमान आहेत. बाकी सर्व जग पाखंड्यांनी भरले आहे. त्यांना ठार मारले पाहिजे, व त्या पाखंड्यांत शिया मुसलमानांचाही समावेश आहे. हीच सुन्नी खुनी धर्माज्ञा तालिबान पाकिस्तान व अफगाणिस्तान या दोन्ही देशात तंतोतंत पाळीत असते. काही वर्षांपूर्वी एका पाकिस्तानी उर्दू वर्तमानपत्राने अशी बातमी छापली होती की शिया मुसलमानांना ठार मारण्यासाठी एक नवीन प्रकारचे विष तयार करण्यात आले. हा पाक मुसलमानांचा नापाक मुसलमानांविरुद्ध हिंसाचार चालूच आहे. उदाहरणार्थ दिनांक २ सप्टेंबर २०१० रोजी एका शिया सणानिमित्त लाहोरच्या शिया मुसलमानांनी काढलेल्या मिरवणुकीवर लागोपाठ तीन बाँबहल्ले झाले. त्यात सुमारे ४० शिया मुसलमान मारले गेले व दीडशे जखमी झाले.

अफगाणिस्तानात तर शियांचे शिरकाण करण्यात आले. १९९० च्या दशकात अफगाण तालिबानने आपली पहिली कत्तल-मोहीम मध्य अफगाणिस्तानातल्या शिया मुसलमानांच्या विरुद्ध चालवली. त्या नरसंहारात शिया-पंथीय हजारा जमातीच्या हजारो लोकांना ठार मारण्यात आले. सन १९९७ साली उत्तर अफगाणिस्तानात

एकट्या मझर-ई-शरीफ शहरात १०,००० हजार पुरुष, स्त्रिया व मुलांचा वध करण्यात आला. सबंध अफगाणिस्तानात त्यांच्या मिरवणुकीवर सुरे, बंदुकी व हातगोळ्यांनी हल्ले करण्यात आले. १९९७ ते २००१ या काळात चाललेल्या या 'शुद्धीकरण' मोहिमेत डझनावारी हजारा गावे व खेडी निर्दयपणे बेचिराख करण्यात आली.

दिनांक १२ मार्च २००१ रोजी बामियानचे जगप्रसिद्ध बुद्ध पुतळे रणगाडे, डायनामाइट, विमान-विरोधी तोफा व रॉकेटचा मारा करुन नष्ट केल्यावर स्थानिक हजारा लोकांना धारेवर धरण्यात आले. हजारा हे मूळचे बौद्धधर्मीय होते. ते १४ व्या शतकात मुसलमान झाले; पण (कदाचित आपल्या पूर्वेतिहासाची खूण म्हणून) ते पुतळे त्यांनी तसेच राहू दिले होते. तालिबान सत्ताधीशांनी त्यांच्यावर आरोप ठेवला की हे लोक 'माणसांच्या व जनावरांच्या पवित्र प्रतिकृती ठेवतात व त्यायोगे इस्लामने असल्या गोष्टीला केलेल्या मनाईचे पुन: पुन्हा उल्लंघन करतात,' ह्या पापाचे ते धनी आहेत. म्हणून त्यांना शिक्षा करण्यासाठी त्यांचे अन्नाचे साठे जाळून टाकण्यात आले व कमीत कमी ४०,००० हजारा लोक उपाशी मेले किंवा त्यांना ठार मारण्यात आले.

आणि आताही इतक्या अमानुष इस्लामी धर्मांधतेचे मूर्त स्वरुप झालेली दहशतवादी संघटना पुन्हा अफगाणिस्तानात—अप्रत्यक्ष रुपाने का होईना—सत्तेवर येऊ पाहत आहे असे दिसते. कारण अमेरिकेचे अफगाणिस्तानातले दहशत-विरोधी युद्ध अपयशी ठरत असल्याची स्पष्ट चिन्हे दिसत आहेत व त्यामुळे अफगाण राष्ट्राध्यक्ष करझाई तालिबानशी समेट करण्याची पावले उचलू लागले आहेत. दिनांक २४/२५ ऑगस्ट २०१० रोजी अफगाण परराष्ट्रमंत्री जाहमे रसूल दिल्लीला येऊन पंतप्रधान मनमोहन सिंग यांच्याशी बोलणी करुन गेले. त्यावेळी तालिबानी फौजींना 'सामावून' घेण्याच्या योजनेची चर्चा झाली; परंतु 'सामावून' घेण्याच्या प्रक्रियेत तालिबान कोठली, अल्-कायदा कोठली आणि अल्-कायदाचे उद्दिष्ट स्वीकारणाऱ्या व तंत्र वापरणाऱ्या अन्य अनेक दहशतवादी संघटना कोठल्या, हा भेद समजणे कठीण आहे.

अशा या नागमोडी परिस्थितीत पुढचे एक वळण म्हणजे तालिबान व अफगाण सरकार यांच्यामध्ये समेटाच्या वाटाघाटी प्रत्यक्ष सुरु झाल्याचे वृत्त आहे. या गुप्त वाटाघाटी एका गुप्त ठिकाणी चालल्या असल्याची बातमी 'वॉशिंग्टन पोस्ट' ने ऑक्टोबर २०१० च्या प्रारंभी छापली. स्वत: मुल्ला उमरच्या नेतृत्वाखाली असणाऱ्या 'क्वेट्टा शुरा' नावाच्या प्रभावशाली गटाच्या संमतीने त्या होत आहेत असे बातमीत म्हटले आहे. ह्या वाटाघाटीत काही तालिबानी नेत्यांना अफगाण

सरकारमध्ये स्थान देण्याबद्दल चर्चा चालली आहे. विशेष म्हणजे क्वेट्टा शुराच्या या प्रतिनिधी मंडळात हक्कानी गटाचे प्रतिनिधी नाहीत. ह्या गटाचे आयएसआयशी विशेष साटेलोटे असल्याने त्यांना डावलून चाललेल्या या चर्चेमुळे 'एफ-पाक'लागेबांधे पुन्हा ताणले जाऊ लागले आहेत असे म्हणतात.

लष्कर-ई-तोयबा

पाकिस्तानात उपजलेल्या आणि पाकिस्तानने पोसलेल्या ज्या दहशतवादी संघटनांनी भारतात रक्तरंजित उच्छाद मांडला आहे, त्यांच्यात लष्कर-ई-तोयबाचा क्रमांक पहिला आहे. ह्या संघटनेचा हिंसाचार भारताला सर्वात अधिक विनाशक ठरला आहे. तिने जम्मू-काश्मीरमध्ये अनेक घातपात केले आहेत. अक्षरधाम व अयोध्येच्या मंदिरावर हल्ला केला आहे. डिसेंबर २००१ मध्ये प्रत्यक्ष राजधानी दिल्लीत लाल किल्ल्यावर हल्ला केला आहे आणि कळस म्हणजे नोव्हेंबर २००८ मध्ये मुंबईत अनेक ठिकाणी एकदम हल्ले करुन तब्बल ६० तास अंदाधुंद रक्तपात केला आहे.

जून २००५ मध्ये जी. पार्थसारथी यांनी एका लेखात लिहिले, 'केवळ वर्षापूर्वीच आयएसआयचे भूतपूर्व प्रमुख जनरल हमीद गुल यांनी माझ्या एका मित्राला सांगितले की सबंध भारतात निरनिराळ्या शहरांत दहशतवादी हल्ले करण्यासाठी देशभर ३०० गुप्त सुप्त गट ('स्लीपर सेल') स्थापन करण्यात 'एलईटी' यशस्वी झाली आहे.'

त्याच्या आधी 'लष्कर' चा लष्करी प्रमुख लखवी याने पाकिस्तानी वर्तमानपत्र 'नेशन'ला सांगितले, 'आम्ही भारतभर आपले जाळे पसरवीत आहोत. सबंध भारतात मुजाहिदीन जाळे स्थापन करणे हे आमचे उद्दिष्ट आहे...आम्ही भारतातल्या मुसलमानांची तयारी करीत आहोत...'

ऑगस्ट २००७ मध्ये राष्ट्रीय सुरक्षा सल्लागार नारायणन एका मुलाखतीत म्हणाले, 'एलईटी सारखे दहशती गट अल्-कायदाचा भाग आहेत. म्हणजे एका अर्थाने अल्-कायदाचे गट आधीच येथे आहेत.' भारतीय सेनेच्या सूत्रांनीही याला दुजोरा देऊन म्हटले आहे की, अल्-कायदा काश्मीरमध्ये दहशतवाद माजविण्याचे काम निरनिराळ्या गटांवर सोपवीत आहे. त्यात पाकिस्तानातले लष्कर-ई-तोयबा व जैश-इ-महंमद यांचा समावेश आहे. मागे सांगितल्याप्रमाणे दिनांक १५ सप्टेंबर २००७ रोजी उधमपूर येथे एका पत्रकार-परिषदेत नॉर्दर्न कमांडचे जीओसी लेफ्टनंट जनरल पनाग यांनी ही माहिती देताना म्हटले, 'अल्-कायदा ही अखिल-इस्लामी ('पॅन-इस्लामिक') संघटना आहे व तिचे स्लीपर सेल जगात सर्वत्र दहशतवादाचा

हिंसाचार करीत आहेत. जगातल्या बऱ्याच प्रदेशात आपले हे काम तिने निरनिराळ्या गटांवर सोपविले आहे. त्यात एलईटी व जेईएम यांचा समावेश आहे.'

कराचीचा एक कोट्यधीश अरिफ कस्मानी हा 'लष्कर'चा भांडवलदार आहे. त्याचा लखवीशी निकटचा संबंध आहे व मुंबईच्या हल्लेखोरांना जेथे प्रशिक्षण मिळाले होते त्या 'बैतुल मुजाहिदीन' केंद्राशी पण त्याचा संबंध आहे. कस्मानी, लखवी व सैयद उमर शेख हे तिघेजण खूप पूर्वीपासून आयएसआयचे महत्त्वाचे मोहरे आहेत. त्यांच्यावर नियंत्रण ठेवणारा एक गुप्त गट आयएसआयमध्ये स्थापन करण्यात आला आहे. त्यात आयएसआच्या निवृत्त अधिकाऱ्यांचा भरणा आहे. ब्रिगेडियर इजाझ शहा सारखे उच्च अधिकारीही त्यात आहेत. मुंबईसारख्या हल्ल्यांची आखणी करणे हे या गुप्त गटाचे काम आहे.

लष्कर-ई-तोयबा संघटना आता आंतरराष्ट्रीय झाली असली तरी तिचे मुख्य लक्ष्य पहिल्यापासून भारत आहे. तिने 'व्हाय वी आर वेजिंग जिहाद' शीर्षकाच्या एका चोपड्यात स्पष्टपणे म्हटले आहे की सबंध भारतभर इस्लामी सत्ता पुन्हा प्रस्थापित करणे आमचे ध्येय आहे. एलईटीचा संस्थापक सईद मागेच म्हणाला आहे की, 'जिहाद केवळ काश्मीरपुरते नाही. ते सर्व भारताला व्यापणारे आहे.' एलईटीच्या दृष्टीने काश्मीरमधले जिहाद हा इस्लाम व पाखंड यांच्यामधला

संघर्ष आहे, आणि ह्या जिहादचे अंतिम ध्येय सर्व जग व्यापणारी खिलाफत प्रस्थापित करणे हे आहे.

मुंबईवर २६/११ रोजी करण्यात आलेल्या प्रचंड दहशतवादी हल्ल्याची पूर्वतयारी म्हणून टेहळणी करण्यासाठी मुंबईला ९ वेळा येऊन गेलेला पाकिस्तानी-अमेरिकन 'एलईटी' पाईक डेव्हिड हेडली सध्या अमेरिकेत शिकागो येथे तुरुंगात आहे. दिनांक ३ जून ते ९ जून २०१० यांच्या दरम्यान भारताच्या नॅशनल इनव्हेस्टिगेशन एजन्सीच्या गटाने शिकागोला जाऊन हेडलीची ३४ तास तपासणी केली. तिच्यात त्याने हल्ल्यात पाकिस्तान सरकारने बजावलेली सक्रिय भूमिका आणि आयएसआयचे एलईटी बरोबरचे घनिष्ठ लागेबांधे याचा बराच तपशील उघड केला.

हेडलीने केलेल्या ९ भारत-भेटीत सहाव्या भेटीपर्यंत फक्त ताजमहाल हॉटेल हे एकच एलईटीचे लक्ष्य होते. या हॉटेलची संपूर्ण टेहळणी करण्यासाठी साजीदने हेडलीला अनेकदा सांगितले होते. तेथे सॉफ्टवेअर इंजिनियरांची एक परिषद व्हायची होती, ती चालू असताना २/३ दहशतवादी पाठवून हल्ला करण्याच्या योजनेची साजीद चर्चा करीत असे. हे हल्लेखोर नेपाळ किंवा बांगलादेश मार्गे पाठवायचे अशी योजना होती. मार्च २००८ नंतर बाकीचे हल्लेखोर समुद्रमार्गाने पाठवायचे, अशी चर्चा 'लष्कर'च्या नेत्यांनी केली होती. अशी एक सशस्त्र बोट पाकिस्तानी सरकारी अनुमतीने भारताला पाठवायचा पहिला प्रयत्न फसला, तेव्हा ती नष्ट करण्यात आली.

अल्-कायदाच्या एका विभागाने कराचीत एक यंत्रणा उभी केली असून ती भारतातल्याच दहशतवाद्यांकडून भारतात घातपात करण्यासाठी उपयोगी पडावी, असा हेतू आहे. हीच यंत्रणा ११ जुलै २००६ रोजी मुंबईच्या लोकलगाड्यांत झालेले बॉंबस्फोट आणि त्याच्याआधी १७ नोव्हेंबर २००४ रोजी पंतप्रधान मनमोहनसिंग यांच्या श्रीनगरमधल्या रॅलीवरचा हल्ला या घटनांना जबाबदार आहे. हा 'कराची गट' अब्दुल रहमान याने तयार केला होता. तो इलियास काश्मीरीशी चांगला परिचित होता. काश्मीरी आता अल्-कायदाच्या पाकिस्तानी यंत्रणेत क्रमांक ३ चा नेता मानला जातो. काश्मीरीखेरीज अन्य उच्च अल्-कायदा नेत्यांशीही अब्दुर रहमानचा प्रत्यक्ष परिचय होता. तो प्रत्यक्ष ओसामा बिन लादेनला कित्येक वेळा भेटला होता. त्याने एकदा हेडलीला सांगितले की ओसामा बिन लादेनने स्वतः माझ्या गटाचे नाव 'जुंड-उल्-फिदा' ('फिदायीनांची फौज') असे ठेवले. अब्दुर रहमानने हाशमी, 'एआरएस' (अब्दुर रहमान सैय्यद) आणि पाशा अशी निरनिराळी नावेही घेतली होती. त्याचा भारतातल्या घातपाताशी जुना संबंध आहे.

हेडलीने 'कराची प्रकल्पा'ला 'एआरएस गट' म्हटले. असाच आणखी एक गट कराचीत साजीद मजीद याने एलईटीसाठी तयार केला होता. या गटाचे उद्दिष्ट महाराष्ट्र व गुजराथमधल्या हस्तकांच्या साहाय्याने समुद्रामार्गाने हल्ले करणे हे आहे. त्यासाठी पाकिस्तानी कोळी व त्यांच्या बोटींचा वापर करण्यात येणार आहे. पाशाच्या कराची गटाला आयएसआयचा पूर्ण पाठिंबा होता. त्याचा हँडलर कर्नल शहा याचा त्यात सक्रिय सहभाग होता.

हेडलीने केलेले आणखी काही महत्त्वाचे गौप्यस्फोट :

- एलईटीने आता एक नाविक विभाग तयार केला असून तो समुद्री मार्गाने भारतावर हल्ले करण्यासाठी वापरला जाणार आहे.
- हेडलीने आपल्या गुप्त भारत भेटीत तयार केलेल्या चित्रफितीमुळे मुंबईचा हल्ला इतका यशस्वी झाला. मुंबईबरोबरच दिल्ली, पुणे, गोवा येथेही मोठे हल्ले करण्यासाठी 'लष्कर' किंवा अल्-कायदा चित्रफितींचा उपयोग करणार आहे.
- मुंबईचे हल्लेखोर पाकिस्तानातून ' अल्-हुसेनी' बोटीतून निघाले, तेव्हा एलईटीचे उच्च कमांडर साजीद मीर, अबू हमजा आणि अबू कहाफा यांनी निराळ्या बोटींतून त्यांची सोबत केली होती व ते गुजराथच्या किनाऱ्याजवळ भारताच्या सागरी हद्दीत आले होते. हेडलीच्या टेहळणीत त्याने २००८ च्या भारतभेटीत समुद्रमार्गाचीही पाहणी एक पर्याय म्हणून केली होती.
- एलईटी व आयएसआय या दोघांनी मिळून घातपातीच्या जोडीला अन्य भारतविरोधी कारवायाही केल्या आहेत. उदाहरणार्थ, शस्त्रास्त्रे व अमली पदार्थांचा चोरटा व्यापार. भारतात अमली पदार्थांची चोरटी आयात करणाऱ्या नियामत शहा नावाच्या पाकिस्तानी स्मगलरला त्यांनी २००७ साली साडेआठ लाख रुपये दिले होते.
- हेडलीने भावी हल्ल्यांसाठी भारतातल्या आणखी काही स्थानांच्या चित्रफिती तयार केल्या. त्यात भारताच्या उपराष्ट्रपतींचे निवासस्थान, दिल्लीतले इंडिया गेट व सीबीआयचे मुख्यालय आणि मुंबईतले अल्-आल् इस्रायली विमान कंपनीचे कार्यालय यांचा समावेश होता.

हेडलीच्या ह्या पूर्वेतिहासाचे वैशिष्ट्य असे की तो मुसलमान दहशतवादी आहे, हे अमेरिकन अधिकाऱ्यांना खूप आधीपासून माहीत होते. हेडलीला दोन बायका आहेत (तिसरीला तलाक दिला आहे), व त्यांनी अमेरिकन पोलिसांना दोन वेळा—२००५ व २००७ साली—इशारा दिला होता की तो एलईटीचा माणूस

असून मोठ्या दहशती हल्ल्याच्या आखणीत गुंतलेला होता. हे माहीत असूनही तो २००२ ते २००९ च्या कालावधीत सर्वत्र हिंडत होता, शिकागोपासून पाकिस्तानपर्यंत दहशती जाळे विणत होता, व हत्यारे गोळा करीत होता. हेडलीबद्दल गुप्त माहितीची एक फाईल सरकारजवळ असूनही तिच्यातल्या माहितीची विशेष दखल घेण्यात आली नाही, याचे कारण असेही असू शकेल की मुंबई हल्ल्याच्या आखणीत पाकिस्तानी अधिकाऱ्यांचा हात होता असे सुचविणाऱ्या कोठल्याही पुराव्याचा पाठपुरावा करण्यास अमेरिका इच्छुक नसते, असे मत 'न्यूयॉर्क टाइम्स'ने प्रदर्शित केले. हेडलीच्या बायकांनी दिलेल्या इशाऱ्याची बातमी 'प्रोपब्लिका' नावाच्या एका वृत्तसंस्थेने दिली होती. या दोन्ही बायकांनी एफबीआयला त्याच्या हालचालींची साद्यंत माहिती पुरवली होती. एका बायकोने तर पाकिस्तानातील अमेरिकन वकिलातीच्या अधिकाऱ्यांना सर्व काही सांगितल्यावर म्हटले, 'जणू काय मी ओरडून सांगत होते की हा माणूस दहशतवादी आहे.'

हेडलीच्या गौप्यस्फोटांच्या जोडीला विकीलीक्सचे गौप्यस्फोटही स्पष्टपणे दर्शवितात की एलईटीने अफगाणिस्तानात आपला घातपात वाढविला असून त्याचा उद्देश भारताच्या बाहेरील भारतीय लक्ष्यांवर हल्ले करणे हा आहे. पुढच्या वर्षी जुलैमध्ये ठरल्याप्रमाणे अमेरिकन सैन्य अफगाणिस्तानातून निघून गेल्यावर त्या देशात आपल्या हाताशी एक तयार फौज असावी असा हा पाकिस्तानी डाव दिसतो. याच डावाची दुसरी बाजू म्हणून अफगाण तालिबानच्या नेत्यांना पाकिस्तानात आसरा देणे पाकिस्तानी राज्यकर्त्यांनी चालू ठेवले आहे.

या शक्यतेला दुजोरा देऊन 'न्यूयॉर्क टाइम्स'ने दिनांक १६ जून २०१० च्या अंकात असे मत व्यक्त केले आहे की या पाकिस्तानी पाठिंब्यात अशी अपेक्षा दिसते की कधीतरी तालिबानी पुन्हा अफगाणिस्तानात सत्तेवर येतील किंवा निदान आपला प्रभाव वापरण्याइतके प्रबळ होतील. एलईटीबद्दल 'न्यूयॉर्क टाइम्स'ने पुढे म्हटले की ही संघटना पाकिस्तानी सेना आणि पाकिस्तानी हेरखाते यांनी कित्येक दशकांपूर्वी आपली एक खासगी फौज म्हणून निर्माण केली, परंतु आता ती अफगाणिस्तानात इतकी विस्तारत आहे की त्याचा अर्थ तिची वाढती महत्त्वाकांक्षा काश्मीरपलीकडेही भारताला आव्हान देण्याची दिसते. पाच वर्षांपूर्वी लष्कर-ई-तोयबाचे अफगाणिस्तानात नगण्य अस्तित्व होते, पण आता ही संघटना सुमारे ८ प्रांतात सक्रिय आहे. आता ती इतकी विस्तृत झाली आहे की अल्-कायदापेक्षाही अधिक धोकादायक झाली आहे.

या परिस्थितीची जाणीव तेथल्या सरकारलाही दिसते. अफगाण बॉर्डर सेक्युरिटी फोर्सचे प्रमुख जनरल महंमद जमात महमूद झाई यांनी नुकतेच सांगितले

की मार्च महिन्यापासून अधिकाधिक 'लष्कर'चे दहशतवादी पाकिस्तानातून अफगाणिस्तानात घुसत आहेत, व या घुसखोरीसाठी त्यांना खोटे पासपोर्ट पुरविले गेले.

'टाइम्स ऑफ इंडिया' च्या ४ जुलै २००९ च्या अंकात छापलेल्या लेखात इंद्राणी बागची यांनी 'न्यूयॉर्क टाइम्स'च्याही पुढे जाऊन म्हटले आहे की लष्कर-ई-तोयबा केवळ अल्-कायदाशी सहकार करणारी संघटना राहिली नसून तिला आता नवी अल्-कायदा म्हणता येईल असा पुरावा दिसू लागला आहे. खुद्द युनोच्या सुरक्षा परिषदेने तिची दखल घेतली असून तिचे नेते अरिफ कस्मानी, महंमद याह्या मुजाहिद आणि अबू महंमद अमीन अल्-पेशावरी यांना दहशतवादी घोषित केले आहे. तिचे विस्तीर्ण जाळे अल्-कायदाला फार उपयोगी पडत आहे. विशेषतः तिचा 'धर्मादाय' विभाग दहशती कारवायांना झाकण्यासाठी उपयोगी पडत आहे. शिवाय बऱ्याच वर्षांपूर्वी आयएसआयने एलईटी व दाऊदचे संघटित गुन्हेगारी जाळे यांचा परस्पर-संबंध घडवून आणला तेव्हापासून या दोघांचेही चांगलेच सख्य जमले आहे. भूतपूर्व सीआयए अधिकारी ब्रूस रिडेल याने असे मत प्रकट केले आहे की, 'अल्-कायदाच्या यंत्रणेतल्या इतर कोठल्याही भागाइतकाच लष्कर-ई-तोयबाचा आपल्याला (अमेरिकेला) धोका असल्याचे आपण धरुन चालले पाहिजे, असे मला वाटते.' भारतीय दहशत-तज्ज्ञ बी. रमण म्हणतात, अल्-कायदा आणि लष्कर-ई-तोयबा आता जिहादच्या मार्गावरचे सहप्रवासी झाले असून अल्-कायदासाठी जिहादींची भरती करण्यासाठी लष्कर-ई-तोयबाच्या विस्तीर्ण जाळ्याचा उपयोग होत आहे.

ह्या आधीच विस्तीर्ण असलेल्या जाळ्याचा आता अधिकच आंतरराष्ट्रीय विस्तार होत आहे, व तो भारताचे लक्ष्य नजरेसमोर ठेवून धरण्यात येत आहे, हे चिंताजनक तथ्य नुकतेच उजेडात आले. दिनांक १८ सप्टेंबर २०१० च्या 'इंडियन एक्सप्रेस' मधील वृत्तानुसार अमेरिकन गुप्तहेर यंत्रणेने भारताला इशारा दिला आहे की एलईटीचे २०० 'कार्यकर्ते' सध्या श्रीलंकेत असून भारतात घुसण्यासाठी प्रारंभिक टप्पा म्हणून श्रीलंकेचा वापर करण्याची त्यांची योजना आहे. हे दहशतवादी प्रत्यक्ष हल्लेखोर नसून 'योजक आणि सहाय्यक' आहेत व हल्लेखोरांसाठी उपयुक्त असे जाळे तयार करण्याचे काम करीत आहेत. भारतावर हल्ले करण्यासाठी श्रीलंकेचा उपयोग करणे ही एलईटीच्या रणनीतीत नवीन सुधारणा समजली जात आहे. अमेरिकन गुप्तहेरांच्या मते एलईटी नेपाळ व मालदीवमध्ये आपले बस्तान बसविण्याचा प्रयत्न करीत आहे. नेपाळचा उपयोग भारतावर हल्ले करण्यासाठी पूर्वीही झाला आहे; पण आता मालदीव एक नवीन पर्याय समजला जात आहे. कारण भारताच्या सागरी किनाऱ्यावरील प्रदेशात बरीच महत्त्वाची लक्ष्ये आहेत व ती

हल्ले करण्यासाठी मालदीवहून अधिक जवळ आहेत.

अमेरिकेने सप्टेंबर २०१० मध्ये दिलेल्या वरील इशाऱ्याच्याही आधी 'ऑर्गनायझर' साप्ताहिकाच्या ४ जानेवारी २००९ च्या अंकात अशी माहिती होती की एलईटी व आयएसआयचे 'तामिळ टायगर्स' ('एलटीटीई') ह्या श्रीलंकेतील दहशतवादी संघटनेशी लागेबांधे असल्याचे उघडकीला आले आहे. केरळ व तामिळनाडू ही राज्ये ह्या युतीच्या भावी घातपाताची लक्ष्ये आहेत. या राज्यांच्या संपूर्ण किनारपट्टीमधून हिंदू मच्छीमारांना पद्धतशीरपणे हुसकावून लावण्यात आले असून आता तो सबंध प्रदेश मुसलमानांच्या वर्चस्वाखाली आहे.

एलटीटीईचा नेता प्रभाकरन् २५ वर्षे अमली पदार्थांच्या चोरट्या व्यापाराच्या उत्पन्नावर जगत होता. अमली पदार्थांनी लादलेली जहाजे सुखरुप जाऊ देण्याबद्दल त्याला शस्त्रास्त्रांचा पुरवठा होत होता. नव्वदीच्या दशकाच्या प्रारंभिक काळापासून एलईटी व एलटीटीई यांच्या परस्पर-संबंधाच्या बातम्या मिळत होत्या. त्यांना दुजोरा देऊन एफबीआयने म्हटले आहे की एलटीटीईचे वरिष्ठ नेते काबुलला जाऊन इस्लामी दहशतवाद्यांना भेटले होते.

अखेरीस भारताच्या दृष्टीने गंभीर अशा पाकिस्तानी मनोवृत्तीबद्दल एक अद्ययावत तळटीप जोडायची म्हणजे नोव्हेंबर २०१० मध्ये वनवासी मुशर्रफ यांनी वॉशिंग्टनमधील 'अटलांटिक कौन्सिल' नावाच्या विचार केंद्रात भाषण करताना अमेरिकनांना इशारा दिला की, 'लष्कर' बद्दल एकदम कडक धोरणाचा अवलंब करु नका, कारण ही संघटना भारताच्या विरुद्ध लढत असल्याने ती पाकिस्तानात 'फार लोकप्रिय' आहे.

- ० -

७. अल्-कायदाचे अणुबाँब

अल्-कायदाच्या संदर्भात सर्व जगाच्या दृष्टीने अत्यधिक भयानक सत्य म्हणजे तिच्याजवळ अणुबाँब आहेत. ११ जुलै २००५ रोजी 'वर्ल्ड नेट डेली' नावाच्या संगणकीय वर्तमानपत्राने आपल्या 'जी-२ बुलेटिन' नावाच्या वृत्तसंस्थेचा वार्ताहर जोसेफ फरा याचा एक सविस्तर लेख प्रकाशित केला होता. त्यात लिहिले होते की प्रत्यक्ष अमेरिकेत अल्-कायदाचे अणुबाँब ठेवलेले आहेत. अमेरिकन सरकारच्या उच्चपदस्थ अधिकाऱ्यांना आता अशी भीती वाटू लागली आहे की पुढेमागे ९/११ पेक्षाही अधिक भीषण उत्पात होणे अटळ आहे. अशा उत्पातात लाखो लोकांचे प्राण जाऊ शकतील, असे एका सरकारी अहवालात म्हटले आहे. अहवालाचा काही भाग तर थरकाप उडविणारा आहे.

'अमेरिकन हिरोशिमा'

पकडले गेलेले अल्-कायदा नेते आणि उघडकीला आलेले कागदपत्र यांच्यावरुन असे दिसते की ह्या आगामी भयानक अणुबॉब-हल्ल्याचे नाव 'अमेरिकन हिरोशिमा' ठेवण्यात आले आहे (दुसऱ्या महायुद्धात जपानमध्ये हिरोशिमा शहरावर अणुबाँब पडला तेव्हा जवळजवळ सबंध शहर बेचिराख झाले होते. अमेरिकेत गुपचूप आणलेले अणुबाँब ज्या शहरांवर टाकायचे त्यात न्यूयॉर्क, वॉशिंग्टन, बोस्टन, लास व्हेगस, मायामी, शिकागोङङ व लॉस अँजेलिस यांचा समावेश आहे. एफबीआयचे

एक भूतपूर्व सल्लागार पॉल विल्यम्स यांनी 'द अल्-कायदा कनेक्शन: इंटरनॅशनल टेररिझम, ऑर्गनाइज्ड क्राइम ॲन्ड द कमिंग ॲपोकॅलिप्स' ह्या आपल्या पुस्तकात ही माहिती दिली आहे.

विल्यम्सने म्हटले आहे की ९/११ च्या हल्ल्यानंतर सुमारे एका महिन्याने सीआयएच्या एका भूतपूर्व संचालकाने प्रेसिडेंट बुश यांना सांगितले की, अमेरिकेत दडून बसलेल्या अल्-कायदा दहशतवाद्यांकडे कमीत कमी दोन 'सूटकेस टाइप' अणुबाँब येऊन पोचले आहेत. प्रत्येक सूटकेसचे वजन ५० ते ८० किलोग्रॅम होते व त्यांच्यात भरलेल्या प्लुटोनियम व युरेनियमच्या मिश्रणाने दोन किलो टन वजनाचे अणु-स्फोटक होऊ शकेल. ह्या बाँबची रचना साधी सोपी होती. प्लुटोनियम व युरेनियम निरनिराळ्य कप्प्यात ठेवलेले असून ते एका चापाला जोडलेले असतात आणि हा चाप घड्याळाच्या यंत्राने किंवा मोबाईल फोनवर कॉल करुन आपोआप ओढला जाऊ शकतो. विल्यम्सने लिहिले, 'बुशसाहेबांना हे कळले, तेव्हा ते ताड्कन उडाले'.

हे अणुबाँब व अल्-कायदाचे दहशतवादी मेक्सिकोची सरहद्द ओलांडून गुप्तपणे अमेरिकेत आले होते व त्यांची चोरटी आयात पूर्वी उल्लेख केलेल्या 'एमएस-१३' ह्या गुंडांच्या टोळीने केली होती. त्यांना प्रत्येक दहशतवाद्यामागे ३० ते ५० हजार डॉलर चारण्यात आले होते. ह्या 'सुप्त' ('स्लीपर') दहशतवाद्यांना खोटी ओळखपत्रे देण्यात आली होती. ती मेक्सिकन सरकारी ओळखपत्रासारखी करण्यात आली होती, कारण मेक्सिकन ओळखपत्रे अमेरिकेत बँक-खाते उघडण्यासाठी व ड्रायव्हिंग लायसेन्स देण्यासाठी स्वीकारली जातात. अशा प्रकारे हजारो सुप्त-गुप्त दहशतवादी अमेरिकेत गुपचूप घुसले असून 'अमेरिकन हिरोशिमा'ची घटका येऊन ठेपेल तेव्हा आपापली जबाबदारी पाडण्याची वाट पाहत आहेत.

विल्यम्सच्या पुस्तकात म्हटले आहे की ओसामा बिन लादेनचे उद्दिष्ट असे होते की निदान ४० लाख माणसे मारायची व त्यात अर्धी म्हणजे २० लाख मुले असली पाहिजेत. आणि 'सैतान अमेरिके'च्या विरुद्धची ही सैतानी योजना गुप्त ठेवलेली नाही. उलट अल्-कायदाचा प्रवक्ता सुलेमान अबू याने चक्क एक जाहीरनामा काढून त्यात त्याने उघडपणे म्हटले आहे, '४० लाख अमेरिकनांना — त्यात २० लाख मुलांना—ठार मारण्याचा, त्याच्या दुप्पट लोकांना घरदार सोडायला भाग पाडायचा व लाखो लोकांना जखमी व आंधळे-पांगळे करण्याचा आम्हाला हक्क आहे. शिवाय रासायनिक व जैविक शस्त्रास्त्रांनीही त्यांच्याशी लढण्याचा आम्हाला हक्क आहे.'

ही अमानुष योजना शक्य करणाऱ्या परिस्थितीचा एक स्तिमित करणारा

तपशील सांगायचा म्हणजे अमेरिकेची आंतरराष्ट्रीय सरहद्द अगदी 'आव जाव घर तुम्हारा' म्हणण्याइतकी उघडी आहे. 'मिनिटमन सिव्हिल डिफेन्स कोअर' नावाच्या एका प्रमुख नागरिक-दक्षता कृतिसमूहाचे संस्थापक क्रिस सिम्कॉक्स यांनी म्हटले आहे की, 'हल्ली दहशतवाद्यांना जवळजवळ कोठलीही वस्तू आपल्या सरहद्दीच्या आत आणण्याची मोकळीक आहे.'

७० अणुबाँब

अल्-कायदाजवळ अगदी तयार अशा अणुबाँबची संख्या एक डझन ते ७० इतकी असावी, असा अंदाज आहे. शिवाय शेकडो मिलियन डॉलर खर्चून उभारलेल्या ह्या अणुशस्त्रसंभारात आणखी भर घालण्यासाठी ओसामा बिन लादेन गेली १०/१२ वर्षे पाकिस्तानी व रशियन अणुशास्त्रज्ञांना सारखे पैसे चारीत होता. 'अमेरिकन हिरोशिमा' हा नरसंहार-प्रकल्पही १०/१२ वर्षे शिजत आहे व त्यात खंड पडलेला नाही. सन २००६ मध्ये अल्-कायदाचा एक उच्च नेता शुक्रीजुमा हा कॅनडाला गेला होता व 'डर्टी बाँब'साठी योग्य असे स्फोटक मिळेल काय, याचा शोध घेत होता. हा आधी अमेरिकेत फ्लॉरिडामध्ये राहत होता व मागे म्हटल्याप्रमाणे ९/११ चा कट रचण्यात त्याने हातभार लावला होता असे म्हणतात.

अमेरिकन सरकारने बिन लादेनवर पूर्वी उल्लेख केलेला खटला भरला होता त्या वेळी त्याच्यावर असा आरोप करण्यात आला होता की त्याच्याही आधी, म्हणजे सन १९९२ मध्ये त्याने अणुबाँब तयार करण्यासाठी लागणारे घटक पदार्थ मिळविण्याचा प्रयत्न केला होता. त्याच सुमारास त्याने सुदानमध्ये अॅटमबाँब तयार करण्यासाठी युरेनियम मिळविण्याचा प्रयत्न केला होता. त्याच्या जोडीला त्याने 'वेपन्स ऑफ मास डिस्ट्रक्शन' ('डब्ल्यू.एम.डी.', अतिसंहारक शस्त्रे) प्राप्त करण्यासाठी केलेल्या खटपटीची माहिती जोनाथन रँडल याच्या 'ओसामा: द मेकिंग ऑफ ए टेररिस्ट' या पुस्तकात वाचायला मिळते. नोव्हेंबर २००१ मध्ये एका पाकिस्तानी वार्ताहराला दिलेल्या मुलाखतीत ओसामाने उघड उघड फुशारकी मारली होती की अणुबाँबसाठी लागणारे भाग आगगा संरक्षक खबरदारी म्हणून लपवून ठेवलेले आहेत. एका उच्चपदस्थ अमेरिकन दहशतवादविरोधी अधिकाऱ्यानेही मान्य केले आहे की दहशतवादी गटांना अणुबाँब तयार करण्याचे तंत्रज्ञान माहीत आहे.

अणुबाँबचा बाजार

हमीद मीर हा पाकिस्तानी वार्ताहर ओसामा बिन लादेन व अयमन अल्-जवाहिरी ह्या दोघांना भेटला होता व त्याने दोघांची चरित्रेही लिहिली होती. त्याने

एका ऑस्ट्रेलियन टेलिव्हिजन चॅनलला सांगितले की अल्-कायदाने मध्य आशियाच्या काळ्या बाजारात 'रेडीमेड' अणुबाँब विकत घेतल्याचा दावा केला आहे, असे दिनांक २२ मार्च २००४ रोजी वर्तमापत्रात छापून आले होते.

त्या मुलाखतीत मीरने म्हटले, 'सूटकेस बाँब' काळ्या बाजारात विकत मिळतात, असा जवाहिरीने दावा केला. मीरने अल्-जवाहिरीला मुलाखत घेताना म्हटले, 'अणुबाँबसाठी लागणारी सामग्री अल्-कायदाजवळ नाही. त्यामुळे अल्-कायदाजवळ अणुशस्त्रे आहेत असे मानणे कठीण आहे.' त्यावर अल् जवाहिरी हसला आणि म्हणाला, 'मिस्टर मीर, तुमच्याजवळ ३० मिलियन डॉलर असतील तर मध्य आशियाच्या काळ्या बाजारात जा. एखाद्या असंतुष्ट सोव्हिएट शास्त्रज्ञाला गाठा. तेथे खूप 'स्मार्ट सूटकेस बाँब' विकत मिळतील.' पुढे तो म्हणाला, 'त्यांनी आमच्याशी संपर्क साधला आहे. आम्ही आमची माणसे मॉस्कोला, ताश्कंदला, त्याचप्रमाणे मध्य आशियाई देशात पाठवली. त्यांनी सौदा केला व आम्ही काही सूटकेस बाँब खरेदी केले.' अल्-कायदाने अर्धा डझन अणुबाँब चेचेन इस्लामी दहशतवाद्यांकडून रोख किंमत देऊन खरेदी केले.

अणुशस्त्रे (त्याचप्रमाणे रासायनिक व जैविक शस्त्रेही) हस्तगत करण्याचा आपला इरादा अल्-कायदाने कधीही लपवून ठेवला नाही. सध्या तिच्या अणुशस्त्रसंभारात बाँब, सुरुंग, तोफेचे गोळे, इतकेच नव्हे तर क्षेपणास्त्रांचे 'वॉरहेड' देखील आहेत. नोव्हेंबर २००१ मध्ये अफगाणिस्तानची तालिबान हरून पळ काढीत असताना जे कागदपत्र सापडले त्यावरुन हे स्पष्ट झाले की काळ्या बाजारात अणु-सामग्री विकत घेऊन स्वत:चे अणुबाँब तयार करायचे, अशी अल्-कायदाची योजना होती. पाकिस्तानी अणुशास्त्रज्ञ अफगाणिस्तानात काय उद्योग करीत होते याची माहितीही त्या कागदपत्रांत होती.

अमेरिकेत आधीच लपविलेल्या अणुबाँबच्या जोडीला अमेरिका-सोव्हिएट रशिया यांच्यामधल्या 'शीतयुद्धा'च्या कालखंडात रशियाने अमेरिकेत लपवून ठेवलेल्या अणुशस्त्रांच्या जागा शोधून काढण्यासाठी देखील अल्-कायदा स्पेसनाझ नावाच्या भूतपूर्व खास रशियन तुकडीच्या लोकांना पैसे देत होती असा पुरावा उपलब्ध आहे.

ह्या सर्व भयानक परिस्थितीला तेवढीच भयसूचक तळटीप जोडायची म्हणजे अल्-कायदाचा 'घरचा तळ' ('होम बेस') असलेल्या पाकिस्तानची अणुशस्त्रे तिच्या हाती पडण्याची खूप मोठी शक्यता. गेल्या ७-८ वर्षांत पाकिस्तानी अणुशास्त्रज्ञांनी दोनदा कबूल केले आहे की आपण महत्त्वाची अणुशास्त्रीय माहिती व सामग्री परकीयांना पुरविली आहे, व त्या मंडळीत अल्-कायदाच्या लोकांचा समावेश आहे. हा कबुलीजबाब लेखी उपलब्ध आहे.

पाच-सहा गुप्त ठिकाणी सुमारे ५० पाकिस्तानी अणुशस्त्रांचा साठा ठेवण्यात आला आहे; पण पाकिस्तानची सध्याची अराजक परिस्थिती पाहता ही शस्त्रास्त्रे किती सुरक्षित आहेत? ती हस्तगत करणे दहशतवाद्यांना कितीसे कठीण आहे? 'फारसे नाही,' असे चिंतित अमेरिकन मंडळींना वाटते. एका अमेरिकन वृत्तसंस्थेने दिनांक ११ नोव्हेंबर २००७ रोजी पाठविलेल्या बातमीत म्हटले आहे की, महत्त्वाचे अणुशास्त्रीय आराखडे इतरांना पुरविण्याच्या बाबतीतला पाकिस्तानचा चिंताजनक इतिहास पाहता बुश सरकारला पाकिस्तानी अणुशस्त्रे भारताबरोबर होऊ शकणाऱ्या भीषण युद्धात वापरली जातील अशा काळजीपेक्षा अधिक काळजी वाटते ती अशी की ही शस्त्रे दहशतवाद्यांना पुरविण्यात आली किंवा ती त्यांनी चोरली तर त्यांच्यापासून अमेरिकेलाच विशेष धोका आहे. अर्थात, पाकिस्तानने छातीठोकपणे आश्वासन दिले आहे की ही अणुशस्त्रे अगदी सुरक्षित आहेत व ती अल्-कायदाच्या किंवा तालिबानच्या हाती पडण्याचा काही धोका नाही. पाकिस्तानच्या परराष्ट्रखात्याने अशा शक्यतेला अगदी निरर्थक म्हटले आहे.

दहा कोटी गुप्त डॉलर

पण अमेरिकन मंडळींना ही शक्यता सहजासहजी निकालात काढण्याइतकी निरर्थक वाटत नाही. उलट ती लक्षात घेऊन गेल्या ७-८ वर्षांत बुश सरकारने एका अत्यंत गुप्त कार्यक्रमावर जवळजवळ १० कोटी डॉलर खर्च केल्याचा गौप्यस्फोट 'न्यूयॉर्क टाइम्स'ने दिनांक १८ नोव्हेंबर २००७ रोजी केला. पाकिस्तानची अण्वस्त्रे सुरक्षित ठेवण्यासाठी जनरल मुशर्रफ यांना मदत करण्याचा हा कार्यक्रम होता. ही आर्थिक मदत सरकारी बजेटात अगदी खोलवर लपविण्यात आली व तिचा विनिमय अण्वस्त्रांची सुरक्षितता कशी राखावी, याचे प्रशिक्षण निवडक पाकिस्तानी व्यक्तींना अमेरिकेत व पाकिस्तानातील एका गुप्त ठिकाणी देण्यासाठी करण्यात आला. पाकिस्तानातली अणुसामग्री, वॉरहेड आणि अण्वस्त्र प्रसाराच्या कामी सढळ हातभार लावल्याने कुप्रसिद्ध झालेल्या पाकिस्तानी प्रयोगशाळा या सर्वांना सुरक्षित ठेवण्यासाठी अमेरिकेने पाकिस्तानला भरमसाठ उपकरणे पुरवली—हेलिकॉप्टरच्या ताफ्यापासून ते रात्री बघू शकणाऱ्या 'नाइट-व्हिजन गॉगल' चष्म्यापर्यंत.

हा कार्यक्रम ९/११ नंतर प्रारंभ झाला; मात्र अण्वस्त्र-सुरक्षेच्या अमेरिकन तंत्रज्ञानाचा मुकुटमणी असलेले एक 'पाल्स' नावाचे अत्याधुनिक तंत्रज्ञान पाकिस्तानला माहीत करुन द्यायचे की नाही, यावर बुश सरकारात बरीच चर्चा झाली. ह्या तंत्रज्ञानामुळे एका विशिष्ट गुप्त संकेताशिवाय अणुस्फोट होऊ शकत नाही. बऱ्याच सरकारी अणुशास्त्र-तज्ज्ञांचे म्हणणे पडले की पाकिस्तानला हे 'पाल्स' तंत्रज्ञान

द्यावे, कारण 'जगातल्या अण्वस्त्रांच्या सर्व साठ्यांपैकी पाकिस्तानचा साठा दहशतवाद्यांच्या हाती पडण्याची सर्वाधिक संभावना आहे.' उलट काही अधिकाऱ्यांना अशी भीती वाटली की हे तंत्रज्ञान पाकिस्तान्यांना शिकवले तर त्यांना अमेरिकन शस्त्रास्त्रांबद्दल नको ती माहिती मिळेल. अखेर हे तंत्रज्ञान द्यायचे नाही असे ठरले.

१०० मिलियन (१० कोटी) डॉलर दिसायला मोठी रक्कम दिसते; पण ती १० बिलियन डॉलर राशीच्या फक्त १ टक्का एवढी आहे. हे १० बिलियन डॉलर अमेरिकेने ९/११ नंतरच्या काळात पाकिस्तानाला अल्-कायदा व तालिबानच्या दहशतीविरुद्ध झगडण्यासाठी पुरवले. जनरल मुशर्रफ यांनी लिहिलेली 'इन द लाइन ऑफ फायर' नावाची स्मरणिका सन २००६ साली प्रकाशित झाली. तिच्यात त्यांनी अणु-सामग्री, प्रशिक्षण किंवा तंत्रज्ञान मिळाल्याचे काही लिहिलेले नाही, पण म्हटले की, 'आमच्या अण्वस्त्रांच्या व क्षेपणास्त्रांच्या साठ्याबद्दल अमेरिकेने आमच्यावर प्रचंड दबाव आणला होता.' पुढे 'न्यूक्लियर जिहाद: कॅन टेररिस्ट्स गेट द बाँब?' नावाचा एक माहितीपट 'टाइम्स' वर्तमानपत्राने तयार केला, त्याच्यासाठी सन २००५ साली मुशर्रफ यांनी एक मुलाखत दिली. तिच्यात त्यांनी याहून अधिक स्पष्ट बोलून दाखविले. अमेरिकेने पुरविलेल्या अणु-सामग्रीबद्दल व प्रशिक्षणाबद्दल त्यांना विचारण्यात आले तेव्हा ते म्हणाले, 'खरे सांगायचे म्हणजे माझ्याजवळ तपशीलवार माहिती नाही; पण आमची अण्वस्त्र-सुरक्षा-व्यवस्था सर्व जगात सर्वोत्कृष्ट आहे, अशी आम्ही हमी दिली.' पण पाकिस्तानच्या आत अल्-कायदाच्या हुकमतीखाली चालणारे एक छोटेखानी राज्य आकार घेत आहे, अशी मुशर्रफ यांनी स्वत:च कबुली दिली. तेव्हा त्यांची तथाकथित सर्वोत्कृष्ट सुरक्षा-व्यवस्था खरोखरीच किती चांगली आहे, हा एक गंभीर प्रश्न आहे.

बुश-मुश आण्विक संगनमत

या गंभीर शक्यतेच्या पलीकडची एक गोष्ट म्हणजे दहशतवादाच्या संदर्भात अण्वस्त्र-परिस्थिती अधिकाधिक चिंताजनक व्हायला मुशर्रफ व बुश सरकार यांचे संगनमत स्पष्टपणे जबाबदार होते. एड्रियन लेव्ही व कॅथरीन स्कॉट-क्लार्क नावाच्या दोन नामवंत अमेरिकन पत्रकारांनी 'डिसेप्शन : पाकिस्तान, द युनायटेड स्टेट्स ॲन्ड द ग्लोबल न्यूक्यिर वेपन्स कॉनस्पीरसी' या अलीकडेच प्रकाशित केलेल्या पुस्तकात परखड शब्दांत हे संगनमत प्रकाशाच्या झोतात आणले आहे. पाकिस्तानच्या बाबतीत अमेरिकन परराष्ट्र-धोरण किती सदोष आहे याची अगदी बारकाईने छाननी करुन पाकिस्तानात अण्वस्त्रांचा जो बाजार चालला आहे त्याची गुपिते लेखक-द्वयाने परखड शब्दांत प्रकाशात आणली आहेत.

दहशतवादावरील युद्धात पाकिस्तान सर्वाधिक महत्त्वाचा साथीदार आहे ह्या अमेरिकन सरकारी भूमिकेच्या अगदी उलट पाकिस्तान हे जागतिक अस्थिरतेचे केंद्र आहे, हे सत्य पुस्तकात अगदी तपशीलवार वर्णन केले आहे. पाकिस्तानी ॲटमबाँबचा जनक ए. क्यू. खान ह्याने अतिरेकी देश-प्रदेशात चाललेल्या अणुशस्त्रांच्या बाजाराचा कसा गैरफायदा घेतला व आता त्या बाजाराला आवरणे अमेरिकेला कसे जड जात आहे, याची साद्यंत चर्चा पुस्तकात केली आहे. ही परिस्थिती अमेरिकेने स्वत:च निर्माण केली आहे, कारण मुस्लिम देशांना व इस्लामी दहशतवाद्यांना आण्विक तंत्रज्ञान पुरविण्याचा चोरटा व्यापार पाकिस्तानी वैज्ञानिक कित्येक वर्षे करीत होते, तरी अमेरिकेने त्याच्याकडे सतत कानाडोळा केला.

सन २००४ साली खानने आपण आण्विक काळ्या बाजारात गुंतलो असल्याचे जाहीरपणे कबूल केले, तरी तो एक देखावा होता. खानने जे काही केले, ते एकट्या-दुकट्या माणसाचे काम नव्हते, तर पाकिस्तानवर हुकमत करणाऱ्या लष्करी गटाच्या परराष्ट्र-धोरणाचा तो एक भाग होता, हे या पुस्तकात सिद्ध झाले आहे. कार्टरपासून बुशपर्यंत सत्तेवर आलेल्या प्रत्येक अमेरिकन सरकारला पुस्तकाने पूर्णपणे दोषी ठरविले आहे. या प्रशासनांच्या ३० वर्षांच्या कालावधीत पाकिस्तान आण्विक तंत्रज्ञान येन केन प्रकारेण प्राप्त करण्यासाठी धडपड करीत आहे— प्रसंगी चोरी करुन देखील. हे प्रत्येक अमेरिकन प्रशासनाने उघड्या डोळ्यांनी पाहिले व चालू दिले—का, तर प्रथम म्हणजे रशियाविरुद्ध एक हुकमी 'बफर' म्हणून अमेरिकेला पाकिस्तानची गरज होती, व नंतर ९/११ घडल्यावर 'दहशतवादाविरुद्ध युद्धा'त पाकिस्तानची मदत हवी होती. या दोन्ही उद्दिष्टांच्या बाबतीत अमेरिकेचे डावपेच कसे तिच्याच अंगावर उलटले याचे सविस्तर स्पष्टीकरण पुस्तकात वाचायला मिळते.

ह्या सर्व चर्चेचा एकच—व तोही भयानक—अर्थ होतो, तो असा की, पाकिस्तानचा अणुबाँब साठा निश्चितपणे असुरक्षित आहे, आणि अल्-कायदा तो वापरु शकेल. एका वरिष्ठ अमेरिकन नेत्याने म्हटले आहे की, पाकिस्तानची अणु-शस्त्रास्त्रे अल्-कायदाच्या हाती पडली तर ती त्यांचा वापर अमेरिकेच्या विरुद्ध करणे संभव आहे. सन २००९ साली पाकिस्तानात स्वात खोऱ्याची लढाई चालू होती तेव्हा अफगाणिस्तानातला अल्-कायदा नेता मुस्तफा अबू अल् याझिद अल्-जझीराला दिलेल्या एका मुलाखतीत म्हणाला, 'अल्लाची मर्जी असेल तर ही अणुशस्त्रे अमेरिकेच्या हाती न पडता मुजाहिदीनांना मिळतील व ते त्यांचा वापर अमेरिकेविरुद्ध करतील.'

केवळ अमेरिकेनेच नव्हे तर सर्व जगाने चिंतित होण्यासारखी एक गंभीर

बाब म्हणजे ओसामा बिन लादेनला खरोखरीच अणुशस्त्रे हस्तगत करण्याची व ते वापरण्याची इच्छा होती, असे त्याचा एक माजी अंगरक्षक नासर अल्-बाहरी ह्याने अलीकडच्या काळात एका अरबी वर्तमानपत्राला दिलेल्या मुलाखतीत म्हटले आहे. ह्या येमेनी अंगरक्षकाने लंडनहून निघणाऱ्या 'अल्-कुद्स अल्-अरबी' नावाच्या वर्तमानपत्राला सांगितले, 'शेख ओसामा अणुशस्त्रे मिळविण्याची स्वप्ने पाहत होते, आणि माझी खात्री आहे की असे शस्त्र हाती पडले तर ते वापरण्यास त्यांनी मागेपुढे पाहिले नसते.'

भरीला भर म्हणजे पाकिस्तान आपल्याजवळच्या अणुशस्त्रांची संख्या व त्यांची संहारक क्षमता वाढविण्याचा सतत प्रयत्न करीत आहे अशी बातमी वॉशिंग्टनहून दोनदा आली आहे. पहिले वृत्त अमेरिकन काँग्रेसने तयार केलेल्या एका अहवालात आहे, तर दुसरे 'बुलेटिन ऑफ ॲटॉमिक सायन्स' नावाच्या प्रकाशनात आहे. पाकिस्तानी अणुशस्त्रांची नेमकी संख्या किती आहे, ह्या बाबतीत या दोन वृत्तांची एकवाक्यता नाही, पण ती ६० ते ९० दरम्यान असावी असा अंदाज आहे. मात्र पाकिस्तान आपली आण्विक पदार्थ तयार करण्याची क्षमता वाढवून व त्याचा वापर करुन आपला अणुशस्त्र-संभार अधिक 'सक्षम' (म्हणजे विध्वंसक) करण्यात गुंतला आहे याबद्दल दोघांचे एकमत आहे. 'बुलेटिन'ने पुढे असेही म्हटले आहे की ही अणुशस्त्रे वापरायच्या ठिकाणी वाहून नेण्यासाठी बहुतेक अमेरिकेने पुरविलेली एफ-१६ लढाऊ विमाने वापरली जातील.

भारताच्या दृष्टीने विशेष चिंताजनक गोष्ट म्हणजे गेल्या १० वर्षांत पाकिस्तानने आपला अणुशस्त्र-संभार अपेक्षेपेक्षा खूपच अधिक म्हणजे दुप्पट मोठा केला आहे व आता पाकिस्तानजवळ भारतापेक्षा संख्येने अधिक व क्षमतेने वरच्या दर्जाची अणुशस्त्रे आहेत.

- ० -

८. अमाप पैसा

'अल्-कायदा' जवळ अमाप पैसा आहे. ओसामा बिन लादेन स्वत: गर्भश्रीमंत होता. एका कोट्यधीश अरब कुटुंबात तो जन्मला असून त्याला वारसा हक्काने सुमारे ३० कोटी डॉलर मिळाले होते. त्याच्या पित्याने व चुलत्यांनी मिळून स्थापन केलेली 'लादेन ग्रुप' नावाची बांधकाम कंपनी म्हणजे एक साम्राज्यच होते. शिवाय अनेक कायदेशीर व किफायतशीर व्यवसाय ओसामा छुप्या नावाने चालवीत असतो. उदाहरणार्थ, सुदानमध्ये खार्टूम येथे पूर्वी 'अल्-कायदा'चे मुख्यालय होते असे म्हणतात; तेथे त्याचे अनेक व्यवसाय चालत होते. त्यात एक बांधकाम कंपनी, एक वाहतूक कंपनी, एक शेतीमाल विक्रीचा धंदा आणि दोन गुंतवणूक ('इनव्हेस्टमेंट') कंपन्या

यांचा समावेश होता. या विविध व्यवसायांतून पैशांचा अखंड ओघ वाहत होता, व हा सर्व पैसा 'अल्-कायदा'साठी वापरला जायचा.

'सोनेरी साखळी'

'अल्-कायदा'च्या श्रीमंतीचे हे सांप्रतचे जगजाहीर स्वरुप झाले; परंतु या दहशतवादी संघटनेचा आर्थिक पाया अगदी स्थापनेच्या काळापासूनच किती विचारपूर्वक आणि मजबूत तयार केला होता, याची माहिती उपलब्ध आहे. ती अशी :

बॉसनिया ह्या युरोपीय मुस्लीम देशात सारायेवो शहरात 'बेनेव्होलन्स इंटरनॅशनल फाऊंडेशन' ('बीआयएफ') नावाच्या मुस्लिम 'धर्मादाय' संस्थेची शाखा होती. तेथून 'अल्-कायदा'ला पैसा पुरवला जातो अशा संशयावरुन मार्च २००२ मध्ये तिच्या कार्यालयावर छापा घालण्यात आला, तेव्हा एक हस्तलिखित यादी सापडली. तिच्यात अल्-कायदाचे हितचिंतक असणाऱ्या २० श्रीमंत देणगीदारांची नावे होती. ह्या यादीचा उल्लेख 'सोनेरी साखळी' असा करण्यात येई, व तिच्यात देणाऱ्याचे व घेणाऱ्याचे अशा दोघांची नावे होती. त्या नावात ओसामा बिन लादेनला सात वेळा पैसे देण्यात आले असे आहे. ह्या सोनेरी साखळी दस्तऐवजाबद्दल उपलब्ध असलेली माहिती बरीच संदिग्ध आहे. त्यामुळे ही यादी कोणत्या वर्षी लिहिली गेली हे नक्की माहीत नाही. कोणी म्हणतात १९८८ साली, तर अमेरिकन दहशत-विरोध-तज्ज्ञ यांच्या मते १९८९ साली. हा अवघ्या एका वर्षाचा नगण्य फरक सोडला तरी ही यादी अल्-कायदाच्या अगदी प्रारंभापासूनची आहे असे दिसते.

आजही अशा प्रकारे 'दानधर्म' करणारे अरब कोट्यधीश आहेत. अशा संशयावरुन अमेरिकन अधिकारी बारकाईने तपास करीत आहेत. त्यांच्या संशयितांच्या यादीत पुढील मंडळी आहेत :

- बिन लादेन बंधू. त्यांची स्वत:ची नावे सांगितलेली नाहीत. बिन लादेनला 'डझनावारी श्रीमंत भाऊ' असल्याचे म्हणतात.
- अदल बातर्जी. हा एक श्रीमंत सौदी अरब उद्योगपती असून 'बीआयएफ'चा संस्थापक आहे. त्याला तीन वेळा पैसे दिले अशी नोंद आहे. अमेरिकेने त्याला २००४ मध्ये 'दहशतवादाचा भांडवलदार' घोषित केले. तो 'वर्ल्ड असेंब्ली ऑफ मुस्लिम युथ' नावाच्या संस्थेचा अध्यक्ष आहे, असा 'न्यूयॉर्क टाइम्स'ने १९९९ साली त्याचा उल्लेख केला होता. बॉसनियामध्ये जेव्हा जिहाद चालू होते तेव्हा त्यात जखमी झालेल्या सौदी जिहादींना घेऊन जाऊन त्यांना फुकट औषधोपचार करण्याचे काम ही संस्था करीत होती, असे लेखात म्हटले आहे. पुढे बीआयएफने सौदी अरेबियातला आपला

कारभार थांबवला, पण अमेरिकेतला वाढवला.

- वईल हमजा जुलैदन– हा सौदी लक्षाधीश अल्-कायदाच्या संस्थापकांपैकी एक होता; पण यादीत त्याचे नाव पैसे घेणाऱ्यात होते. अमेरिकेने त्याला २००२ मध्ये 'दहशतवादाचा भांडवलदार' घोषित केले.
- साले कमेल– हा कोट्याधीश वल्ला अल् बराका नावाच्या कंपनीसमूहाचा 'मेजॉरिटी शेअर होल्डर' असून सन २००३ मध्ये 'फॉर्ब्जस्' मासिकाने त्याला जगातला सर्वात श्रीमंत माणूस म्हटले होते.
- सुलेमान अब्दुल अझीझ अल्-राझी–आणखी एक सौदी कोट्याधीश. 'सार' ('एस.ए.ए.आर.) या नावाने ओळखले जाणारे नेटवर्क याच्या नावाचे आहे.
- खलिद बिन महफूज– आणखी एक कोट्यधीश. पुढे त्याच्यावर खटला भरण्यात आला, तेव्हा त्याच्या वकिलाने बचावाच्या भाषणात सांगितले की बिन महफूजने १९८० च्या दशकात मुजाहिदीनांना थोडे पैसे दिले हे खरे आहे, पण ते अमेरिकेच्या व सौदी अरबस्तानच्या सांगण्यावरुन दिले होते.

अल्-कायदाला लागणारा पैसा सतत मिळत राहावा म्हणून ज्या तीन दर्शनी धर्मादाय संस्थांचा सर्वात अधिक वापर केला जाई, त्यांची नावे ओसामा बिन लादेनने स्वत: खासगीत सांगितली होती. त्यातली एक मागे उल्लेख केलेली 'बेनेव्होलन्स इंटरनॅशनल फाऊंडेशन.' विशेष म्हणजे मागे सांगितल्याप्रमाणे ह्या संस्थेला सौदी अरेबियातला आपला कारभार बंद करावा लागल्यानंतर तिने आपला तळ अमेरिकेत शिकागो येथे हलविल्यानंतरही ओसामाने तिचे नाव घेतले होते. दुसऱ्या दोन संस्था 'मुस्लिम वर्ल्ड लीग' आणि 'कटार चॅरिटेबल सोसायटी.' वर्ल्ड लीग धर्मादाय संस्थेचे सौदी सरकारशी घनिष्ठ संबंध आहेत. कटारची संस्था इजिप्तचे प्रेसिडेंट होस्नी मुबारक यांची हत्या करण्याचा प्रयत्न १९९५ साली करण्यात आला त्या कटात सामील होती असा तिच्यावर उघड आरोप करण्यात आला होता. ह्या संस्थांना दानधर्मात मिळालेल्या पैशाचा काही भाग जनहितासाठी वापरला जाई, व काही अल्-कायदाच्या कारभाराकडे वळविण्यात येई. अल्-कायदाकडे वळविलेला पैसा मशिदी व शाळा बांधण्यासाठी व गोरगरिबांना अन्नदान करण्यासाठी खर्च झाला, अशी त्या संस्थांच्या वहीखात्यात नोंद केली जाई.

अशा रीतीने ओसामाच्या वैयक्तिक धनदौलतीच्या जोडीला इतर अनेक मार्गांनी अल्-कायदाच्या तिजोरीत पैशाचा ओघ वाहत होता. जानेवारी २००५ मध्ये 'स्ट्रॅटेजिक इन्साइट्स' नावाच्या अमेरिकन संगणकीय मासिकात व्हिक्टर कॉमरास नावाच्या इसमाने लिहिलेला एक साद्यंत प्रबंध प्रकाशित केला होता. त्यात

ही सर्व माहिती तपशीलवार दिली आहे. अल्-कायदाच्या अर्थरचनेच्या ह्या अभ्यासू प्रबंधाचे महत्त्व असे की तो प्रत्यक्ष संशोधनावर आधारलेला आहे. युनायटेड नेशन्सच्या सेक्युरिटी कौन्सिलने अल्-कायदा व तालिबानवर जे निर्बंध घातले आहेत ते किती परिणामकारक आहेत याचे परीक्षण करण्यासाठी एक आंतरराष्ट्रीय निरीक्षक गट नेमण्यात आला त्याचा एक सदस्य ह्या नात्याने कॉमरासला जे आढळले व जे त्याने प्रत्यक्षात घडताना पाहिले, त्यावर हा प्रबंध आधारलेला आहे. प्रबंधाचा सारांश :

कॉमरासचा प्रबंध

अल्-कायदा ह्या दहशतवादी संघटनेला कोठकोठल्या मार्गांनी पैशाचा पुरवठा होत असतो, हे अजूनही गौडबंगाल आहे. तिच्या उत्पन्नाच्या स्रोतांची आम्हाला तीन वर्षांपूर्वी जेवढी माहिती होती त्यापेक्षा आज अधिक आहे हे खरे. तरीदेखील बरेचसे स्रोत आम्हाला अजूनही समजलेले नाहीत, आणि जेवढे काही समजले आहे त्यातही बरेच काही केवळ 'अंदाज'-पत्रक असू शकेल. उदाहरणार्थ, सीआयएचे असे अनुमान आहे की ९/११ च्या पूर्वी अल्-कायदाला आपल्या चरितार्थासाठी सुमारे ३ कोटी डॉलर खर्च करावे लागले असतील; पण आता तिला किती पैशाची गरज आहे किंवा ती किती खर्च करते याची सीआयएला कल्पना नाही, आणि जो काही पैसा तिला लागतो तो ती कोठून उभा करते याची आम्हाला अजूनही कल्पना नाही. आमच्या मते अल्-कायदाच्या आर्थिक यंत्रणेचे मूळ अफगाणिस्तानातल्या जिहादला पैसा पुरवठा करण्यासाठी जी निरनिराळी आर्थिक जाळी विणण्यात आली त्यांच्यात आहे. त्या वेळी या जाळ्यांनी जगातल्या निरनिराळ्या देशांतल्या धर्मादाय संस्था व उद्योगधंदे यांचा भरपूर उपयोग केला. अल्-कायदा जेव्हा एक आंतरराष्ट्रीय दहशतवादी संघटना झाली तेव्हा तिने मुस्लिम धर्मादाय संस्थांची आंतरराष्ट्रीय मालिकाच उभी केली, किंवा आधीच अस्तित्वात असलेल्या अशा संस्थांमध्ये छुपा प्रवेश केला. दहशतवादी घातपाताला लागणारा पैसा झाकून ठेवण्याचा हा एक उपयोगी प्रकार होता. ह्या संस्था आपला काही पैसा जनकल्याणासाठी खर्च करीत, तर काही अल्-कायदाच्या जहाल धर्मोपदेशाचा प्रसार करण्यासाठी किंवा नवीन कट्टर इस्लामी केंद्रे उभी करून त्यांना पोसण्यासाठी हा पैसा वापरला जाई. जागतिक स्तरावर धर्मवेडाचा प्रसार व जिहादींच्या भरतीची मोहीम चालविण्यासाठी अल्-कायदाला ही केंद्रे उपयोगी पडत.

निरनिराळ्या उद्योगधंद्यांत व धर्मादाय संस्थांत आपले हितचिंतक असलेल्या पैसेवाल्यांवर आणि 'खोल खिसे' असलेल्या देणगीदारांवर अल्-कायदा खूप

अवलंबून होती हे आम्हाला माहीत होते. ९/११ कमिशनच्या अहवालात असा निष्कर्ष आहे की या देणगीदारांमध्ये एक गाभ्याचा गट असून अल्-कायदाला लागणारा बहुतेक सर्व पैसा ही मंडळी पुरवीत. हे देणगीदार मुख्यत्वे आखाती देशांतले व काही प्रमाणात सौदी अरबस्तानातले होते. त्यातल्या काही देणगीदारांना आपली देणगी अखेर कोठे पोचते हे नक्की माहीत होते, असे कमिशनने म्हटले आहे. स्वत: ही देणगीदार मंडळी काही विशिष्ट मशिदींच्या मुल्ला-मौलवींवर बरीच अवलंबून होती. हे मुल्ला मशिदीत गोळा झालेला पैसा या मंडळींना देऊन तो जहाल धर्मासाठी खर्च करायचे उत्तेजन देत.

इतर संभाव्य स्रोतांबद्दल निश्चित अशी माहिती खूपच कमी उपलब्ध आहे. पुष्कळ आंतरराष्ट्रीय तज्ज्ञांचे मत असे आहे की निरनिराळे उद्योगपतीच केवळ नव्हे, तर निरनिराळ्या देशांच्या राज्यकर्त्यांकडूनही अल्-कायदा पैसा गोळा करीत असते. ९/११ कमिशनने कबूल केले की या मार्गांची आमच्याकडे ठोस माहिती नाही. याचा अर्थ ते मार्ग अस्तित्वातच नाहीत असे म्हणता येणार नाही. उलट अनेक जाणकारांचे असे प्रांजळ मत आहे की अल्-कायदाला व तिच्या इतस्तत: पसरलेल्या गटांना जेवढा पैसा लागेल तेवढा उभा करण्याचे मार्ग त्यांच्याजवळ आहेत.

अफगाणिस्तानात तालिबान राजवटीचा पराभव झाला तेव्हा अल्-कायदाचे तळ व आसरे नष्ट झाले. परिणामत: तिचे बरेच स्वायत्त तुकडे झाले, व त्या तुकड्यांवर स्वत:ला लागणारा पैसा स्वत:च मिळविण्याची जबाबदारी येऊन पडली. हे गट आपल्या चरितार्थासाठी लहानसहान उद्योगधंदे, भुरट्या चोऱ्या व अमली पदार्थांचा चोरटा व्यापार अशा मार्गांचा अवलंब करु लागल्याचे दिसून आले आहे.

९/११ कमिशनच्या व इतर बऱ्याच तज्ज्ञांच्या मते, आता अल्-कायदाला पैसे उभारणे कठीण झाले आहे. कारण अमेरिकेने व अन्य काही देशांनी तिच्या पैसे मिळविण्याच्या मार्गांची आता नाकेबंदी केली आहे; पण हा तर्क बरोबर वाटत नाही. कारण अल्-कायदाची भरती-मोहीम कमी न होता उलट वाढली आहे, आणि तिने स्थापलेल्या गटांची संख्याही वाढली आहे. त्याचप्रमाणे इराकी अतिरेक्यांच्या हातीही बराच पैसा पडत असल्याचे वृत्त आहे. मध्यपूर्व, आग्नेय आशिया आणि पूर्वीच्या सोव्हिएट राज्याच्या अनेक देशांतल्या दुर्गम प्रदेशात नवीन शिबिरे उघडली जात आहेत. त्याचप्रमाणे असेही दिसून येत आहे की जगात निरनिराळ्या ठिकाणी चालणाऱ्या व जहाल धर्मवेड शिकविणाऱ्या केंद्रांना पुरवीत येणाऱ्या पैशाचा ओघ कमी झालेला नाही, उलट वाढलाच असावा.

पैसा उभा करण्याच्या कार्यामागचा धर्मवाद व निष्ठा यांच्यापेक्षा त्या पैशाच्या खर्चाची यंत्रणा शोधून काढण्यावर आमच्या समितीने विशेष लक्ष पुरविले. तरीदेखील

एवढे खरे आहे की ही निष्ठा एकीकडे अतिरेकी इस्लामवादावरची श्रद्धा व दुसरीकडे परधर्मीयांच्या धार्मिक चाली-रीतींबद्दलची असहिष्णुता यांच्यामधून निर्माण झाली आहे. गेल्या चार दशकांत अतिरेकी इस्लामचा जो प्रसार वाढला आहे त्याचा हा परिणाम आहे.

अल्-कायदाचे खजांची

अल्-कायदा चालू ठेवण्यासाठी, म्हणजेच तिच्या घातपाताला लागणारा पैसा गोळा करणे व जपून ठेवणे ह्यासाठी एक खास केंद्रीय गट आहे, हे ९/११ कमिशनने दाखविले आहे. हा गट जगातल्या निरनिराळ्या देशांतल्या देणगीदारांकडून पैसा गोळा करीत असतो. हा उद्योग लपविण्यासाठी बोगस धर्मादाय संस्था, 'शेल' (बनावटी) कंपन्या, कायदेशीर व्यवसाय, इत्यादी निरनिराळ्या मार्गांचा अवलंब करण्यात येतो. ह्या उद्योगात गुंतलेले बरेच लबाड लोक पकडले गेले आहेत किंवा उघडकीला आले आहेत; पण बरेच अजून गुप्तही आहेत. त्यातल्या काहीजणांवर अमेरिकेने व यूनोने निर्बंध घातले आहेत आणि पुष्कळ देशांतली त्यांची बँकेतली खाती 'गोठविण्या'त आली आहेत, तरी इतर पुष्कळ जणांनी हा उद्योग चालू ठेवला आहे.

शेख सईद अल्-मसरी, अब्दुल रहीम रियाद आणि खलीद महंमद व अन्य काही अगदी वरच्या अल्-कायदा पदाधिकाऱ्यांना पकडण्यात आले, तेव्हा अल्-कायदाच्या आर्थिक नेटवर्कला चांगलाच धक्का बसला. असे म्हणतात की त्यांनी आणखी काही अर्थव्यवस्थापकांची नावे उघड केली; पण केवळ नावे कळल्याने त्या लोकांना पायबंद घालणे शक्य झाले नाही. उलट पकडले गेलेल्यांची जागा लगेच दुसऱ्या कोणीतरी घेतली असल्याचे दिसते. काहींच्या मते अल्-कायदाला मिळणारा पैसा आता अधिकच वाढला आहे.

सौदी अरबस्तानात ओसामा बिन लादेनचा मेव्हणा खलीफा आणि अल्-कायदाचा हितचिंतक वईल हमजा जुलैदन यांनी आपला उद्योगधंदा चालू ठेवला आहे. आणखी दोन अरब उद्योगपती युसफ नादा व इद्रीस नसरीद्दीन ह्यांना युनोने व अमेरिकेच्या अर्थमंत्रालयाने अल्-कायदाचे भांडवलदार म्हणून घोषित केले आहे; तरी ते इटली व मोरोक्कोमधील आपल्या कंपन्यांच्या पैशाची हातचलाखी करीत आहेत आणि सौदी लक्षाधीश यासीन अल्कारी हा आपल्या 'मुवाफक' धर्मादाय संस्थेच्या मार्फत अल्-कायदाला पैसे पुरवीत आहे, असा अमेरिकेने आरोप केला, तरी तो सौदी अरेबियातून व स्वित्झर्लंडहून आपले औद्योगिक साम्राज्य चालवीत आहे.

धर्मादाय संस्था

पैसा उभारणे, लपविणे व वाटणे यासाठी धर्मादाय संस्थांचा वापर करण्याचे जे अल्-कायदाचे तंत्र आहे, त्यावर जगभरातल्या गुप्तहेर खात्यांची बारीक नजर आहे. अशा जवळजवळ ५० आंतरराष्ट्रीय व स्थानीय संस्था त्यांनी हुडकून काढल्या आहेत. त्यापैकी बऱ्याचशा सौदी अरबस्तानात केंद्रित असलेल्या मोठमोठ्या इस्लामी संघटनांशी संबंधित आहेत. त्यातल्या प्रमुख संस्था म्हणजे मागे उल्लेख केलेली बेनेव्होलन्स इंटरनॅशनल फाऊंडेशन, इंटरनॅशनल इस्लामिक रिलीफ ऑर्गनायझेशन, अल्-हरमिया इस्लामिक फाऊंडेशन, ब्लेसेड रिलीफ फाऊंडेशन, आणि रबीता ट्रस्ट. या संस्था निरनिराळ्या देशांत पसरल्या आहेत, व धार्मिक, शैक्षणिक आणि अन्य कल्याणकारी कार्यांत गुंतलेल्या आहेत; पण आता आम्हाला कळले आहे की त्या (कळत किंवा नकळत) अल्-कायदाला आर्थिक मदत करीत आहेत.

धार्मिक मुसलमान मशिदीत दानधर्मानिमित्त पैसा देतात, त्याला 'जकात' म्हणतात. ही जकात निनावी असते. तिच्यावर सौदी अरेबिया, यूएई इत्यादी देशांत करवसुलीचा निर्बंध बव्हंशी नसतो; त्याचप्रमाणे या पैशाच्या विनिमयावर सरकारी नजरही नसते. अल्-कायदाने ह्या सवलतीचा फायदा घेतला आहे. तिने स्वत:च्या धर्मादाय संस्था उभ्या केल्या आहेत. इतकेच नव्हे तर मशिदीतून व इतर केंद्रांत दानपेट्याही ठेवल्या आहेत. शिवाय तिने आपले कार्यकर्ते प्रतिष्ठित संस्थांतून मोक्याच्या ठिकाणी पेरुन ठेवले आहेत. त्यांच्या मार्फत त्या संस्थांचा पैसा अल्-कायदाकडे वळविला जातो.

सन १९६२ साली सौदी अरब राजघराण्याने 'मुस्लिम वर्ल्ड लीग' नावाची संस्था स्थापन केली व वहाबी इस्लामचा प्रचार करण्यासाठी तिला पैसे दिले. या

संस्थेने पाकिस्तान, अफगाणिस्तान, आग्नेय आशिया आणि मध्यपूर्वेत निरनिराळ्या संस्थांना पैसा पुरवला. युरोप व अमेरिकेतही ही संस्था सक्रिय झाली. गेल्या ४० वर्षांत ह्या संस्थेला एकूण ७५ बिलियन डॉलर अर्थसहाय्य मिळाले आहे. धर्मांतरणाच्या कार्याशी ह्या संस्थेचा व तिच्या पैशाचा संबंध असल्याचे दिसते. 'वहाबिझम' आणि 'जिहादिझम' यांच्या मधली सीमारेषा इतकी बारीक आहे की ती सहज ओलांडता येते.

'इंटरनॅशनल इस्लामिक रिलीफ ऑर्गनायझेशन' ही आणखी एक वहाबी संस्था १९७८ साली स्थापन झाली, व तिच्या शाखा जगभर आहेत—आफ्रिकेत ३६, आशियात २४, युरोपात १० आणि लॅटिन (दक्षिण) अमेरिका, कॅरिबियन प्रदेश व उत्तर अमेरिका मिळून १०. हिला मिळालेल्या देणग्या बव्हंशी सौदी अरेबियातील खासगी स्रोतांकडून मिळालेल्या असतात. तिला नियमितपणे पैसा मिळत राहावा म्हणून एक 'एन्डाउमेन्ट फंड' पूर्वीपासूनच ठेवण्यात आला आहे. हिचा वर्ल्ड मुस्लिम लीगशी जवळचा संबंध असून बऱ्याच गोष्टी या दोन्ही संस्था मिळून एकत्रपणे करीत असतात. ही मुस्लिम समाजात एक सर्वपरिचित धर्मादाय संस्था असून मध्यपूर्वेतील बरेच मोठमोठे भांडवलदार तिच्या पाठीशी आहेत. तिचा पैसा अल्-कायदाकडे वळविण्यात आला आहे. सीआयएच्या एका अहवालानुसार ह्या संस्थेकडून मिळालेल्या पैशाच्या बळावर अल्-कायदाने अफगाणिस्तानात ६ प्रशिक्षण केंद्रे चालविली होती. सन १९९८ साली आफ्रिकेतील दार एस सलाम व नैरोबी येथील अमेरिकन वकिलातींवर जे बॉंबहल्ले झाले ते करणाऱ्या दहशती गटांबरोबरही ह्या संस्थेचे संबंध होते असा पुरावा उघडकीस आला. या संस्थेचा फिलिपाइन्समधील शाखेचा प्रमुख महंमद जमाल खलीफा याचादेखील अल्-कायदाच्या घातपाती कृत्यांशी संबंध असल्याचा आरोप करण्यात आला आहे.

'बेनेव्होलन्स इंटरनॅशनल फाऊंडेशन' ही आणखी एक 'छत्र-संघटना' अल्-कायदाचा महत्त्वाचा अर्थ-स्रोत आहे. ही संस्था १९८० च्या दशकात स्थापन झाली व प्रारंभी तिच्या दोन वेगवेगळ्या संस्था होत्या. एकीचे नाव 'इस्लामिक बेनेव्होलन्स कमिटी' असे होते व ती सौदी अरेबियात जेद्दा येथे आणि पाकिस्तानात पेशावर येथे धर्मादाय संस्था म्हणून स्थापन करण्यात आली. तिचा नामधारी संस्थापक अब्दुल बातर्जी हा होता. तिची 'भगिनी' संस्था 'बेनेव्होलन्स इंटरनॅशनल कॉर्पोरेशन' नावाने स्थापन झाली. ती आयात-निर्यात व्यापारी संस्था म्हणून स्थापन करण्यात आली, व तिचा संस्थापक महंमद खलीफा होता. हाच 'इंटरनॅशनल इस्लामिक रिलीफ ऑर्गनायझेशन'च्या फिलिपाइन्स शाखेचा प्रमुखही होता. ह्या दोन्ही संस्थांनी अफगाणिस्तानात लढणाऱ्या मुजाहिदीनांसाठी पैसा उभा केला.

१९९० च्या दशकात या दोन्ही संस्था एकत्र करण्यात आल्या व या संयुक्त संस्थेचे नाव 'बेनेव्होलन्स इंटरनॅशनल फाऊंडेशन' असे झाले. तिने सबंध आग्नेय आशियात, त्याचप्रमाणे युरोप व अमेरिकेतही नवीन शाखा उघडल्या.

डिसेंबर २००१ मध्ये अमेरिकन सरकारने या संस्थेला 'दहशतवादाचे भांडवलदार' म्हणून घोषित केले, आणि अशी मागणी केली की यूनोच्या सुरक्षा परिषदेने अल्-कायदाशी संबंधित असणाऱ्या संस्थांची जी एकत्रित यादी तयार केली आहे तिच्यातही तिचे नाव घालावे. बेनेव्होलन्स फंडचे प्रमुख इनाम अटनाउत हे अल्-कायदाला रॉकेट, बॉंब इत्यादी खरेदी करण्यासाठी पैशाची मदत करीत आहेत असाही अमेरिकन अर्थखात्याने आरोप केला, व त्याचा ओसामा बिन लादेनशी प्रत्यक्ष संबंध असल्याचे दाखविले. त्याचप्रमाणे बिन लादेनचा एक प्रमुख हस्तक ममदू सलीम हा रासायनिक शस्त्रे तयार करण्यात व अणुशस्त्रांना लागणारे भाग मिळविण्यात गुंतला होता, असेही २००१ च्या खटल्यात अमेरिकेने म्हटले.

त्याच्या नंतर 'अल्-हरमईन इस्लामिक फाऊंडेशन' ही जेद्दामधली धर्मादाय संस्था जहाल इस्लामवादाचा प्रचार-प्रसार करणाऱ्या संस्थांत अत्यंत सक्रिय संस्था मानली जाते. तिने ३००० वहाबी प्रचारकांना पैसे पुरवले आणि आग्नेय आशिया, बाल्कन देश व आफ्रिकेत नवीन वहाबी मशिदी बांधण्यावर तिने लक्ष केंद्रित केले आहे. तिच्या वेबसाईटच्या अनुसार ती जवळजवळ ५० देशांत सक्रिय असून दरवर्षी सुमारे ३ कोटी डॉलर गोळा करीत असते. तिचा संस्थापक शेख अकील अल् अकील याचे सौदी सरकारच्या इस्लामी कार्य मंत्रालयाशी जवळचे संबंध आहेत, आणि सौदी सरकार तिचा एक प्रमुख देणगीदार आहे असे म्हणतात.

दिनांक ११ मार्च २००२ रोजी अमेरिका व सौदी अरेबिया ह्यांनी एक संयुक्त जाहीरनामा काढला. त्यात हरमईनची बॉसनिया, हर्जगोविना व सोमालियामधली कार्यालये अल्-कायदाचे आर्थिक स्त्रोत आहेत असे घोषित केले. शिवाय अल्-हरमईनच्या सोमालिया शाखेने अल्-इत्तिहाद अल् इस्लाम नावाच्या दहशतवादी गटाला पैसे पुरवले होते व अनाथालये, मदरसे व मशिदी बांधण्यासाठी दिलेल्या देणग्यांच्या नावाखाली लपविले होते.

याच्या पुढे 'ब्लेसेड रिलीफ' ही धर्मादाय संस्था 'मुवाफक फाऊंडेशन' या नावानेही ओळखली जाते. ती १९९१ साली यासीन अल् कारी याने स्थापन केली. हा कारी ओसामा बिन लादेनचा साथीदार असल्याचे पुढे उघडकीला आले. या संस्थेचे वरकरणी उद्दिष्ट रोगराई, भूक आणि अज्ञान दूर करण्यासाठी कार्य करणे हे होते. बाल्कन प्रदेशातल्या युद्धाच्या कालखंडात ती बॉसनियामध्ये बरीच सक्रिय होती. पुढे ती अल्-कायदा व इतर दहशतवादी संस्थांच्या वतीने पैशाचा व्यवहार

करते असा तिच्यावर आरोप आल्यानंतर १९९८ साली ती बंद करण्यात आली.

अखेरीस 'रबीता ट्रस्ट' हा बांगलादेशातून आलेल्या पाकिस्तानी निर्वासितांचे पुनर्वसन करण्याच्या वरकरणी उद्देशाने १९८८ साली पाकिस्तानात स्थापन करण्यात आला. तिचे तथाकथित ध्येय इस्लामची शिकवणूक देणे आणि इस्लामी संस्कृतीचा प्रसार करणे हे असल्याचे सांगण्यात आले. ह्या ट्रस्टमध्ये मोठमोठ्या सौदी अरब असामींच्या जोडीला पाकिस्तानी सरकारच्या मंत्र्यांचादेखील समावेश होता. ह्या ट्रस्टचा बहुतेक पैसा सौदी अरेबियाहून येत होता, व तो अल्-कायदासाठी भरती करणे व भरती झालेल्यांसाठी पाकिस्तान व अफगाणिस्तानात प्रशिक्षण शिबिरे चालविणे यासाठी खर्च होत होता. हा ट्रस्ट वईल हमजा जुलैदन नावाचा इसम चालवीत होता व तो ओसामा आणि अल्-जवाहिरी यांचा साथीदार होता.

अल्-कायदाला पैशाचे पाठबळ पुरविणाऱ्या तथाकथित धर्मादाय संस्थांपैकी थोड्याशाच संस्थांची ही रुपरेषा आहे. अशा पुष्कळ संस्था आजमितीस चाललेल्या आहेत. काही बंद करण्याचा हुकूम झाला, तेव्हा त्या नवीन नावाने पुन्हा चालू झाल्या आहेत.

उद्योग-व्यवसाय

स्वत: अल्-कायदा व तिची हितचिंतक मंडळी पैसा उभा करण्यासाठी विविध वैध व्यवसाय करीत असल्याचीही माहिती उपलब्ध आहे. येमेनमध्ये असे बरेच उद्योगधंदे चालत असल्याचे दिसले आहे. त्यात केक करणाऱ्या बेकरीपासून मध विकणाऱ्या दुकानांचाही समावेश होता. हे उद्योग-व्यवसाय अजूनही चालू आहेत.

असल्या किरकोळ व्यवसायांच्या जोडीला अल्-कायदाचे भांडवलदार बनावटी ('शेल') कंपन्या, बँका व ट्रस्टदेखील चालवीत आहेत. असल्या दिखाऊ उद्योगांवर नजर ठेवणे काही प्रमाणात शक्य असले, तरी काही देश मोठे परकीय उद्योगधंदे आपल्याकडे आकर्षित करण्यासाठी अशा गैरव्यवहाराकडे जाणून बुजून काणाडोळा करीत आहेत. सुदान देश अल्-कायदाचे सुरक्षित स्थान असल्याने १९९० च्या दशकात अल्-कायदाने तेथे बरेच आंतरराष्ट्रीय उद्योगधंदे चालविले. अमेरिकन कोर्टात अल्-फदल ह्या दहशतवाद्याच्या जबानीत कळले की असे बरेच व्यवसाय 'वादी अल्-अकीक' नावाच्या बनावटी कंपनीच्या नावाने चालले होते. सुदानमधल्या अशा अन्य कंपन्यांत 'लादेन इंटरनॅशनल' नावाची आयात-निर्यात कंपनी, एक चलन-विनिमय कंपनी, रस्ते, पूल इ. बांधणारी 'हिजरा कन्स्ट्रक्शन कंपनी', इतकेच काय पण शेतमाल विकणारी 'तेमर अल्-मुबारक' कंपनी यांचाही समावेश होता. १९९८ साली सुदानी सरकारने अल्-कायदाला हद्दपार केल्यावर ह्या कंपन्या

सुदानमध्ये बंद करण्यात आल्या; पण सुदानबाहेर चाललेल्या उद्योगधंद्यात त्यांची भागीदारी अजूनही चालू असण्याची शक्यता आहे.

पूर्वेला फिलिपाइन्स सरकारने यूनोला सादर केलेल्या अहवालात म्हटले की ओसामाचा मेव्हणा महंमद खलीफा याने त्यांच्या देशात बऱ्याच व्यावसायिक कंपन्यांचे व धर्मादाय संस्थांचे जाळे तयार केले व त्यांच्या माध्यमातून अबू सय्यफ गट व इतर अतिरेकी संघटनांना पैसा पुरवला. अल्-कायदाचा कार्यकर्ता वलीखान उमीनजहा ह्याने मलेशियातही अशा अनेक बनावटी कंपन्या उभ्या केल्या. युरोपात युसफ नादा व नसरीद्दीन यांनी अल्-कायदाचा पैसा लपविण्यात व इकडून तिकडे पाठविण्यात महत्त्वाची भूमिका बजावली. त्यासाठी त्यांनी लायटेनस्टीन, स्वित्झर्लंड व इटलीत बनावटी कंपन्यांची मालिकाच तयार केली. दोघांनाही यूनोच्या सुरक्षा परिषदेने दहशतवादाचे भांडवलदार म्हणून घोषित केल्यानंतरही त्यांनी चलाखीने आपले व्यवहार चालू ठेवले. त्यासाठी नादाने लायटेनस्टीनमधल्या आपल्या दोन नाममात्र कंपन्यांची रजिस्टर केलेली नावे बदलली. 'खोल खिशा'च्या देणगीदारांनी धर्मासाठी दान दिलेला पैसा वास्तविक दहशतवादासाठी होता हे लपविण्याचीही व्यवस्था त्या संस्थांनी करुन ठेवली. ह्याच्या जोडीला लहान-मोठ्या धर्मादाय संस्थांचे स्वत:चे उद्योगधंदेही आहेत व त्या पैशांवर काही नियमन नसल्याने तो त्यांना कसाही वापरता येतो—म्हणजे तो अल्-कायदाकडे जातो. धर्मादाय व व्यवसाय यांचे असे लागेबांधे असल्याचे हे सर्व अनुमान आहे, ठोस माहिती अजूनही उपलब्ध नाही.

काही थोड्याशा संगनमतांची माहिती उघडकीस आली आहे. उदाहरणार्थ, यासीन अल्-कारी आणि बीएमआय यांचा छुपा संबंध सप्रमाण ओळखता आला आहे. बीएमआयचा 'मर्सी इंटरनॅशनल' नावाच्या इस्लामी धर्मादाय संस्थेशी छुपा संबंध आहे; 'मर्सी'चा 'अल् तकवा' नावाच्या संस्थेची संबंध आहे आणि अल्-तकवाचा अल्-कायदाने आफ्रिकेत अमेरिकन वकिलातींवर केलेल्या बॉंबहल्ल्यात हात होता.

अमेरिकेतही असे छुपे, गुंतागुंतीचे लागेबांधे असणारे व अल्-कायदाला पैसा पुरविणारे उद्योग-व्यवसाय व धर्मादाय संस्था उघडकीला आल्या आहेत. त्यातल्या काही इस्लामी सांस्कृतिक, शैक्षणिक धर्मादाय संस्था आहेत, तर काही व्यापार आणि गुंतवणूक करणाऱ्या कंपन्या आहेत. त्यातल्या बऱ्याच कंपन्या केवळ कागदावर अस्तित्वात असतात. एकाच रजिस्टर केलेल्या पत्त्यावर अनेक कंपन्यांची नावे असतात; पण त्यांचे प्रत्यक्ष अस्तित्व दिसत नाही. असे एक 'सफा ग्रुप' नावाचे नेटवर्क अमेरिका व कॅनडात आहे. त्याला सौदी अरब कोट्यधीश अजीज

अल्-राझी पैसा पुरवीत असतो. हा ग्रुप व त्याच्याशी संबध असलेल्या कंपन्या आणि धर्मादाय संस्था इतके गुंतागुंतीचे आर्थिक व्यवहार करीत असतात की अखेर तो पैसा कोणाला जाऊन पोचतो हे शोधून काढणे दुरापास्त होते. तो अल्-कायदा, हमास व त्यांच्याशी जोडलेल्या दहशतवादी गटांना पोचत असावा असे वाटते.

अफगाणिस्तानात आणि पाकिस्तानच्या वायव्य प्रांतात चालणारा अमली पदार्थांचा आंतरराष्ट्रीय व्यापार आता जरी सरकारी नियंत्रणाखाली असला तरी त्याच्यावर बारीक नजर ठेवणे अजूनही आवश्यक आहे. ह्या व्यापारात मिळणारा किती पैसा अल्-कायदापर्यंत पोचतो, हे नक्की सांगता येत नाही. वार्षिक सहा बिलियन डॉलरच्या या व्यापाराचा बराच मोठा हिस्सा तालिबान घेते हे माहीत आहे. काही भाग अल्-कायदा चालविण्यासाठी जात असावा, असे काही तज्ज्ञांचे मत आहे. काहींचे तर असेही मत आहे की, बनावटी धर्मादाय संस्था उघडकीला येऊन त्यांच्या विरुद्ध कारवाईचे सत्र सुरु झाल्यावर अल्-कायदा ह्या 'अमली पैशा' वर अधिकच विसंबून राहू लागली आहे. अल्-कायदाच्या बाबतीत फारसा पुरावा उपलब्ध नसला, तरी अफगाण सरकारच्या अमली पदार्थ-विरोधी खात्याचा प्रमुख मीर वईस म्हणतो, २००३ साली तालिबान व त्यांच्या सहकाऱ्यांना ह्या व्यापारातून १५ कोटी डॉलर मिळाले. अमली पदार्थांचे चोरटे व्यापारी, मुल्ला ओमर आणि ओसामा बिन लादेन अशी ही तीनपदरी साखळी अजूनही शाबूत आहे, असा त्याचा तर्क आहे. पूर्वीच्या सोव्हिएट युनियनमध्ये, विशेषत: चेचन्यात अल्-कायदाचा घातपात ह्याच पैशांच्या बळावर चालतो असे कळते.

अफगाणिस्तानात अमेरिकेला तालिबानवर विजय मिळाल्यानंतर अल्-कायदाच्या एकसंध इमल्याचे तुकडे झाले आहेत व ह्या स्वायत्त गटांना स्वत:च्या चरितार्थासाठी स्वत:च पैसा मिळवणे प्राप्त झाले आहे. त्यासाठी ते लहान-मोठे व्यवसाय, धर्मादाय देणग्या आणि लहानसहान गुन्हेगारी यांचा अवलंब करु लागले आहेत. अमली पदार्थ व सिगारेटींचे स्मगलिंग, क्रेडिट कार्ड, कूपन इत्यादींची फसवाफसवी, आणि चोऱ्यामाऱ्या करुन ते पैसे मिळवतात. ओळखपत्रांची विक्री आणि कॉम्प्युटर, मोबाईल फोन, पासपोर्ट, क्रेडिट कार्ड यांच्या चोऱ्या हे मार्गही वापरले जातात. स्पेन व बेल्जियममध्ये क्रेडिट कार्डे चोरुन त्यांच्यावरील क्रमांकाचा वापर करुन दुसऱ्या देशातल्या आपल्या गटांसाठी खोटी कार्डे तयार करण्याचा उद्योगही अल्-कायदाने केला आहे.

आणखी एक लपवाछपवीचा मार्ग म्हणजे आपले पैसे मौल्यवान व ज्यांचा मागमूस लागणार नाही अशा मालात गुंतविणे. खरे म्हणजे १९९८ मध्ये जेव्हा अमेरिकेने व युरोपीयांनी तालिबानची बँक-खाती 'गोठवली', तेव्हापासूनच अल्-

कायदाने आपल्या पैशांच्या सुरक्षिततेसाठी या मार्गाचा अवलंब करण्यास सुरुवात केली होती. हा माल म्हणजे सोने, हिरे, 'टांझानाइट' व इतर असेच मौल्यवान पदार्थ. हा माल आकाराने लहान आणि लपवायला व चोरट्या वाहतुकीला सोपा असतो. शिवाय या वस्तूंची किंमत दीर्घ काळ टिकते, आणि त्या बाजारात थोड्या-थोड्या विक्रीसाठी सोडल्या तर कोणाला संशय येत नाही.

बँका

अल्-कायदाने आपल्या आर्थिक व्यवहारासाठी प्रारंभापासूनच आंतरराष्ट्रीय बँकांचा वापर केला आहे. स्वत: ओसामा बिन लादेन, अल्-कायदाचे अन्य उच्च पदाधिकारी आणि तिचे भांडवलदार ह्या सर्व मंडळींची युरोप, उत्तर अमेरिका व अन्यत्र आंतरराष्ट्रीय बँकांतून खाती आहेत. सन १९९८ मध्ये आफ्रिकेत अमेरिकन वकिलातींवरच्या बाँबहल्यानंतर ह्या लोकांची आणि तालिबानची जेवढी खाती ओळखता आली त्यांना गोठविण्याचे आदेश देण्यात आले असले तरी अल्-कायदाचे बडे भांडवलदार, प्रतिष्ठित धर्मादाय संस्था व उद्योग-व्यवसाय अजूनही आपला व्यवहार आंतरराष्ट्रीय बँकांच्या मार्फत चालू ठेवीत आहेत. त्यासाठी त्यांनी 'ट्रॅंगुलरायझेशन' नावाच्या तंत्राचा उपयोग करुन आपला व्यवहार लपविला आहे. शिवाय अल्-कायदाने आपल्या लोकांच्या स्वत:च्या बँकांचे नेटवर्क प्रस्थापित केले आहे. याची दोन प्रमुख उदाहरणे म्हणजे अल्-बरकत आणि अल्-तकवा.

अल्-बरकत ही अहमद नूर जियाल नावाच्या इसमाने मोगादिशू येथे स्थापन केली व तिचे मुख्यालय दुबईला आहे. तिचा मुख्य उद्देश सोमालिया व अन्य काही देशांत एक टेलिकॉम कंपनी चालविणे, एक बँक चालविणे व 'हवाला' पद्धतीने पैसे इकडून तिकडे पाठविणे हा आहे. ही कंपनी परदेशात राहणारे सोमाली आपल्या घरी जो पैसा पाठवतात त्यावरची फी म्हणून मिळणारा पैसा अल्-कायदाच्या उपक्रमांसाठी वापरते, असा अमेरिकन आरोप आहे. अल्-बरकतचा हवाला व्यवहार ४० देशांत पसरला असून ती वर्षाकाठी १४ कोटी डॉलरची उलाढाल करीत असते, असे अनुमान आहे. अल्-तकवाची कार्यालये स्वित्झर्लंड, लायटेनस्टीन, इटली व कॅरीबियन प्रदेशात असून तेथेही 'हवाला' चालतो. ही संस्था युसफ नादा नावाच्या इजिप्शियन उद्योजकाने काढली असून तिचे 'मुस्लिम ब्रदरहुड' संस्थेशी निकटचे संबंध आहेत. ती अल्-कायदा व इतर इस्लामी दहशतवादी गटांसाठी 'मनी लाँडरिंग' (म्हणजे काळा पैसा प्रामाणिक उत्पन्नाच्या नावाखाली लपविणे) करीत असते. अल्-कायदाच्या पैशाच्या गुंतवणुकीसाठी तिची 'अप्रत्यक्ष गुंतवणूक सेवा' उपलब्ध आहे व अल्-कायदाला लागतील त्याप्रमाणे तिला रोख

रकमा पोचत्या करण्याचे कामही ती करते. ओसामाच्या निकटच्या साथीदारांना ती गुपचूप कर्जही देत असल्याचे वृत्त आहे.

हवाला

हवाला व्यवहार मध्यपूर्व, आशिया, पॅसिफिक प्रदेश व लॅटिन (दक्षिण) अमेरिका या सर्व प्रदेशांत भरपूर चालतो. युरोप व अमेरिकेतही त्याचा जम बसलेला आहे. ही एक प्रकारची अप्रत्यक्ष बँकिंग पद्धत असून ती अनौपचारिकपणे पैसा-पुरवठा करण्याचे काम करीत असते. काहींच्या मते आग्नेय आशिया व पॅसिफिक प्रदेशात हवाला व्यवहार आंतरराष्ट्रीय बँकांच्या व्यवहारापेक्षाही मोठ्या प्रमाणात चालतो.

बहुतेक हवाला व्यवहारावर काही नियम-निर्बंध नसतात. लेखी नोंदी फारच थोड्या असतात. बहुतेक सर्व व्यवहार अनौपचारिक असतो. त्यामुळे छुप्या व्यवहारासाठी हा एक आदर्श मार्ग आहे. शिवाय पुष्कळ हवाला-दारांचा बँकांशी (विशेषत: आशिया व मध्यपूर्वेत) फार चांगला संबंध असतो. त्यामुळे त्यांच्या खात्यातून बाहेर जाणाऱ्या पैशांबद्दल कोणी फारशा शंका-कुशंका उपस्थित करीत नाही. परिणामत: हवाला मार्गाने जाणारा पैसा कोठून निघाला व अखेर कोठे पोचला हे गुलदस्त्यात राहते. पुष्कळ देशांनी हवाला व्यवहारावर शस्त्र उगारले आहे; पण अशा व्यवहारावर चौकस नजर ठेवणे फारसे कोणाला जमलेले नाही.

कॉमरासच्या ह्या प्रदीर्घ प्रबंधात एक गोष्ट निर्विवाद स्पष्ट होते, ती म्हणजे अल्-कायदाजवळ अमाप पैसा आहे. तो कसा नाना प्रकारच्या भल्या-बुऱ्या मार्गांनी मिळवलेला आहे, याचा बराचसा तपशील दिल्यानंतर देखील त्याने म्हटले की, 'आमच्या समितीने अभ्यासपूर्वक गोळा केलेल्या माहितीत अजूनही बरीच संदिग्धता आहे, तर काही प्रमाणात केवळ तर्क आहे. ही संदिग्धता काहीशी दूर करणारी थोडी आणखी माहिती इतर ठिकाणी आढळते.'

तिच्यात भारतीयांच्या दृष्टीने विशेष बाब म्हणजे 'हवाल्या'ची फसवणूक भारतात पसरत आहे. ही लबाडी कशी चालते हे स्पष्ट करणारा लेख 'इकॉनॉमिक टाइम्स'चे स्तंभलेखक शैलेश मेनन यांनी डिसेंबर ५, २००७ च्या अंकात लिहिला होता. लेखात मेनन म्हणतात, 'आफ्रिकेतल्या हिरे-उद्योगाचा पैसा अचानक अल्-कायदाच्या खिशात पडतो. अफगाणिस्तानातली अफूची लागवड क्रूर तालिबानच्या पदरात पैसा ओतते; तर कराची, लाहोर व इस्लामाबादला भरभराटीस येत असलेला गृहनिर्माण उद्योग लष्कर-ई-तोयबाला बंदुकी विकत घेण्यासाठी मदत करीत आहे. स्थानीय लोकांत दडून बसणे व त्या त्या काळी व स्थळी लोकप्रिय असलेल्या मार्गांनी गुंतवणूक करणे दहशतवादी गटांना अधिक सोयीचे वाटते, असे दहशतविरोधी

तज्ज्ञांचे म्हणणे आहे. बहुतेक दहशती गट—मग ते आफ्रिकेतले असोत की श्रीलंकेतले किंवा पाकिस्तानातले—स्थानीय उद्योगधंद्यांचा फायदा घेण्याचा प्रयत्न करतात, ह्या वरुन हे सत्य स्पष्ट होते.'

'म्हणून एकदा आपल्या अर्थमंत्र्यांनी पार्लमेंटला सांगितले की घातपातासाठी पैसा उभा करण्याच्या उद्देशाने आपल्या शेअरबाजाराचा संशयास्पद उपयोग करणाऱ्या एका इसमावर (फक्त एकुलत्या एकावर!) सरकार पाळत ठेवून आहे, तेव्हा जाणकारांना त्याचे नवल वाटले नाही.' लेखकाने पुढे दहशत-प्रतिबंध-तज्ज्ञ रमण यांचे पुढील उद्धरण दिले : 'दहशतवाद्यांची चलाखी अगदी सोपी असते. आपला हवाल्याचा पैसा बाजारात गुंतविण्यासाठी ते एखादा 'स्वच्छ' (म्हणजे प्रामाणिक) हितचिंतक किंवा दलाल दर्शनी हस्तक म्हणून निवडतात, व त्या गुंतवणुकीचे उत्पन्न त्याच हवाला-मार्गाने दहशतवादी संघटनेपर्यंत पोचवतात.'

वास्तविक पाहता दहशतवादाचा काळा पैसा 'धुण्या'चे कारस्थान सर्वत्र प्रचंड प्रमाणात चालले आहे. ते भारतीय अर्थव्यवस्थेत घुसण्याचा हा काही पहिला प्रसंग नाही. दोन-तीन वर्षांपूर्वी वर्तमानपत्रात अशी बातमी छापून आली होती की काही भाडोत्री आफ्रिकन लफंग्यांनी अंगोला नावाच्या आफ्रिकन देशातून सुरतला हिऱ्यांची चोरटी आयात केली होती. सुरतमध्ये एकूण १४,००० कोटी रुपयांचा हिऱ्यांचा वार्षिक व्यापार चालतो. त्यापैकी २७ टक्क्यांहून अधिक हिरे असे असण्याची खूप शक्यता आहे. यापूर्वी अशीही बातमी आली होती की हिरे-व्यापारातले सुमारे ६०० सौदे दहशती पैशांशी संबंधित होते.

याच्या पुढची अगदी अलीकडची प्रगती म्हणजे आता 'दहशती पैसा' राजरोस बँकेतूनही वाहू लागला आहे. मुंबई, दिल्ली सारख्या शहरांत बँकेत भरलेला असा पैसा काश्मीर व नेपाळमध्ये ताबडतोब एटीएममधून काढून घेतला जातो. म्हणजे बँकेत भरलेला बनावटी पैसा बँकेतून काढताना खरा होतो. सन २००९ च्या अवघ्या एका वर्षात १६ कोटी रुपयांचा असा व्यवहार झाल्याचे उघडकीस आले आहे.

अन्य कायदेशीर आर्थिक व्यवहारांचाही दुरुपयोग दहशतवाद्यांच्या घातपाती कृत्यांना पैसा पुरविण्यासाठी होण्याची भीती वाढत आहे, असे राष्ट्रीय सुरक्षा सल्लागार नारायणन यांनी फेब्रुवारी २००७ मध्ये कबूल केले. ते म्हणाले, मुंबई व चेन्नईच्या स्टॉक एक्स्चेंजने सरकारला कळविले होते की काही बनावटी कंपन्या शेअरची खरेदी-विक्री करीत आहेत. पुढे असे आढळून आले की या कंपन्यांचा दहशती गटांशी संबंध आहे. 'सुरक्षा धोरण' ह्या विषयावर ४३ वी आंतरराष्ट्रीय

परिषद जर्मनीत म्यूनिक येथे भरली होती तिला नारायणन गेले होते. तेथे त्यांनी म्हटले की, जैश-ई-महंमद व हिज्ब-उल् मुजाहिदीन ह्या दोन अल्-कायदाच्या सक्रिय घटक संघटनांना पैसा पुरविण्यासाठी दुबई व यूएई मधल्या बँकांच्या कायदेशीर व्यवहारांचा अवलंब केला जात आहे. 'खऱ्या व खोट्या अशा दोन्ही प्रकारच्या एटीएम कार्डांचाही उपयोग करण्यात आला आहे,' असे ते म्हणाले. 'भारतात घातपात करण्यासाठी लाखो डॉलर पाठविण्याचा उद्योग पाकिस्तानची सरकारी यंत्रणा करीत आहे,' असाही त्यांनी गौप्यस्फोट केला. ते म्हणाले, 'घातपाताला लागणारा पैसा उभारण्यासाठी जिहादी टोळ्यांनी हॉटेल-रेस्टॉरंट, गृहनिर्माण व्यवसाय, जहाज-वाहतूक कंपन्या अशा कायदेशीर उद्योगधंद्यांचे जाळे पसरविण्यासही सुरुवात केली आहे.'

या ठिकाणी एक संबंधित तपशील जोडायचा म्हणजे दहशतवाद्यांनी आपला अर्थ-व्यवहार नेहमी बदलत्या परिस्थितीशी मिळते घेण्याच्या मार्गाने केला आहे. उदाहरणार्थ साध्या-सरळ बँक-व्यवहारी मार्गाने जाण्यापेक्षा ते आता 'हवाला' आणि 'कॅश-कुरियर' म्हणजे प्रत्यक्ष रोकड इकडून तिकडे नेणाऱ्या माणसांचा अधिक वापर करीत असतात, असे 'वॉशिंग्टन इन्स्टिट्यूट फॉर नियर ईस्ट पॉलीसी' ह्या विचारकेंद्राने एका अलीकडच्या अध्ययनात म्हटले आहे. मात्र याच्या जोडीला शेअर बाजारातील चढउतारात एकदम भला मोठा फायदा होण्याची शक्यता असते, म्हणून या मार्गानेही पैसे मिळविण्याचे दहशतवाद्यांना आकर्षण वाटत असण्याची खूप शक्यता आहे, असे मत एका अमेरिकन तज्ज्ञाने व्यक्त केले आहे.

'अमली' पैसा

मागे उल्लेख केल्याप्रमाणे कॉमरास याने आपल्या प्रबंधात म्हटले आहे की, पाकिस्तानच्या वायव्य सरहद्दीवर आणि लगतच्या अफगाण प्रदेशात वार्षिक सुमारे ६ बिलियन डॉलरचा अमली पदार्थांचा आंतरराष्ट्रीय व्यापार चालतो. त्यातला बराच मोठा वाटा तालिबानला मिळतो व काही अल्-कायदाला मिळतो. उलट विल्यम्सने आपल्या पुस्तकात म्हटले आहे की ओसामा बिन लादेनने अफगाणिस्तानातल्या अमली पदार्थांच्या धंद्यावर आपली पकड कायम ठेवली असल्याने त्याच्याजवळ प्रचंड पैसा जमा झाला आहे व सारखा होत आहे. अल्-कायदाने अल्बेनियातल्या माफिया टोळीशी चांगले संधान बांधले आहे, आणि ही टोळी हेरॉइन ह्या मादक पदार्थाची सबंध युरोपात व अमेरिकेत चोरटी आयात व विक्री करण्यात मदत करते.

अमेरिकन प्रशासनाच्या 'ड्रग एनफोर्समेंट एजन्सी' (डीईए) चा माजी प्रशासक जॅक लॉन याला अफगाण दहशतवाद व हेरॉइन यांच्या अमंगळ युतीची इतकी

चिंता वाटली की त्याने प्रशासनाच्या व कॉंग्रेसच्या तमाम उच्च मंडळींना या संबंधात पत्र पाठविले; पण कोणीही त्याची दखल घेतली नाही. अन्य अमेरिकन अधिकाऱ्यांनी जुलै २००७ मधल्या दोन गुप्त अहवालांच्या आधारावर म्हटले की अल्-कायदा '९/११' नंतरच्या काळात पूर्वी कधीही नव्हती इतकी सुसंघटित व आर्थिकदृष्ट्या सुदृढ झाली आहे. त्यातल्या एकाने म्हटले, 'ह्या परिस्थितीत अफूचा किती वाटा आहे हे नजरेआड करुन कसे चालेल?' अफूपासून हेरॉइन तयार झाले व त्याची पश्चिमेला चोरटी निर्यात करण्याची सर्व तयारी झाली की पाकिस्तान-अफगाणिस्तान सरहद्दीवर अल्-कायदाचे पाईक हा उद्योग हाती घेतात. ते याच पैशावर जगायला शिकलेले दिसतात. युरोपात जे गुप्त दहशती गट आहेत त्यांच्या बाबतीत हे विशेष दिसून येते.

'अल्-कायदा इन युरोप' पुस्तकाचा लेखक लॉरेन्झो विडिनो म्हणतो, 'गुन्हेगारी हे येथल्या अतिरेक्यांचे पैसे कमावण्याचे मुख्य साधन झाले आहे.' १० वर्षांपूर्वी त्यांना तारेने पैसे पाठवले जात, तशी आता त्यांना गरज राहिली नाही. आता त्यांच्या गुन्हेगारी टोळ्या स्वत:च कमाई करतात. उदाहरणार्थ मार्च २००४ मध्ये दहशतवाद्यांनी माद्रिदमध्ये आगगाडीवर बॉंबहल्ला केला. यात १९१ लोक मेले व १५०० जखमी झाले. ह्या हल्लेखोरांनी एका इसमाला 'हशीश' हा अमली पदार्थ विकून बदल्यात त्याच्याकडून स्फोटके मिळवली आणि बॉंब कसे करावेत याचे शिक्षण त्यांना इंटरनेटवर इस्लामी संकेतस्थळांवर मिळाले. त्यातल्या एका कटवाल्याच्या घरावर पोलिसांनी छापा घातला, तेव्हा त्याला 'एक्स्टसी' नावाच्या मादक पदार्थाच्या १,२५,८०० गोळ्या सापडल्या. आणखी तपासाअंती २० लाख डॉलर किमतीचे अमली पदार्थ व रोकड सापडली. स्फोटानंतर दोन दिवसांनी अबू दुजन अल्-अफघानी नावाच्या इसमाने एक चित्रफीत प्रसारित केली. त्यात त्याने हा हल्ला मी केला असे म्हटले, व आपण 'अल्-कायदाचे युरोपातील लष्करी प्रवक्ता' आहोत, असा दावा केला.

युरोपातील सरकारी अधिकाऱ्यांनी सन २००३ मधले कॅसाब्लॅंका येथील दहशती हल्ले आणि २००२ मध्ये जिब्राल्टरच्या किनाऱ्याजवळ अमेरिकन व ब्रिटिश जहाजांवर बॉंबहल्ले करण्याचा प्रयत्न यांचा संबंध 'अमली पैशा'शी लावला आहे. युरोपीय पोलिसांना बरीच वर्षे माहीत होते की इस्लामी दहशतवादी युरोपात ठिकठिकाणी अमली पदार्थांचा चोरटा व्यापार करीत होते; पण पत्रकार डेव्हिड कॅपलान याच्या शब्दांत सांगायचे म्हणजे 'ह्या जुन्या परिस्थितीत नवीन गोष्ट म्हणजे 'जिहाद' आणि 'डोप' (म्हणजे अमली पदार्थ) यांच्या ह्या विषारी मिश्रणाचे प्रचंड प्रमाण.' कॅपलानने लिहिले आहे की, मोरोक्कोमध्ये १२.५ बिलियन (म्हणजे

१२५० कोटी) डॉलरचा 'हशीश' चा व्यापार चालतो. त्यातला एक-तृतीयांश व्यापार इस्लामी अतिरेक्यांच्या हाती आहे. या व्यापारात प्रत्यक्ष ओसामा बिन लादेन व मुल्ला उमरचा हात नसला तरी त्याच्यामुळे दहशतवादी आणि गुन्हेगार यांच्यामधली सीमारेषा किती धूसर होत चालली आहे हे जाणवते.

ह्या 'अमली दहशतवादा'ची आणखी माहिती ग्रेचेन पीटर्स नावाची स्त्री-पत्रकार दहा वर्षे पाकिस्तान-अफगाणिस्तान प्रदेशात राहिली होती तिच्या 'सीड्स ऑफ टेरर, द तालिबान, द आयएसआय ॲन्ड द न्यू ओपियम वॉर्स' ह्या पुस्तकात उपलब्ध आहे. ग्रेचेन लिहिते, 'अमली पदार्थांचा चोरटा व्यापार आणि दहशतवाद्यांना होणारा पैसा पुरवठा यांच्यामधल्या दुव्यावर नजर ठेवणाऱ्या अमेरिकन अर्थखात्याच्या अधिकाऱ्यांना सन २००४ मध्ये आढळले की अशा उत्पन्नाचे अड्डे असलेल्या अफगाणिस्तान-पाकिस्तानातून मोठमोठ्या रकमा जिहादी गटांना 'देणग्या' म्हणून बाहेर जात होत्या. तो पैसा अखेर कोठे पोचतो हे नक्की सांगता आले नाही, तरी ओळखणे कठीण नाही.'

गुन्हेगारी उत्पन्न

अल्-कायदाच्या जिहादी अर्थकारणाचा एक वाढता पैलू म्हणजे त्याला गुन्हेगारी वर्ज्य नाही. अमेरिकेत विद्यमान असलेले दहशतवादी निरनिराळे गुन्हेगारी उद्योग करुन किती पैसे उभारीत आहेत याचा हिशेब लावण्याचे काम अमेरिकन प्रशासनाने ९/११ नंतर जवळजवळ सहा वर्षांनी आरंभले. तेव्हा त्यांना आढळले की, जगभर दहशतवाद्यांना जेवढे पैसे मिळतात, त्यापैकी १० टक्के बेकायदेशीर धन अमेरिकेत मिळते. 'ह्याचा एखादा भाग जरी घातपातासाठी खर्च झाला, तरी ते भीतिदायक आहे,' असे उद्गार लॉस अँजेलिसच्या एका वरिष्ठ पोलीस अधिकाऱ्याने काढले. पुढे त्याने म्हटले, 'इतकेच नाही, तर संघटित गुन्हेगारी व दहशतवाद आता एकमेकांत मिसळून जात असल्याचे दिसते.' सन २००७ साली एका अमेरिकन वर्तमानपत्राने स्वत: केलेल्या तपासावर आधारित अशी लेखमाला प्रकाशित केली होती. तिच्यात अशी माहिती होती की, अमेरिकन प्रशासनातर्फे सार्वजनिक आरोग्य व समाजकल्याण या फक्त दोन कार्यक्रमासाठी जेवढा पैसा लावला जातो, त्यापैकी वर्षाकाठी दीडशे बिलियन डॉलर सरकारला फसवून गिळंकृत करण्याचा उद्योग संघटित गुन्हेगार व घातपाती दहशतवादी ह्या जोडगोळीने चालवला आहे. गुन्हेगारीशी संबंधित असा एक तपशील येथे जोडायचा म्हणजे खंडणी उकळण्यासाठी युरोपियन लोकांचे अपहरण ('किड्नॅप') करण्याचे तंत्रही अल्-कायदा उत्पन्नाचे एक साधन म्हणून अधिकाधिक वापरीत आहे.

कोठल्याही लबाडीत चलाख माणसाला एखादी कायदेशीर पळवाट कशी काढता येते, याचे एक रोचक उदाहरण म्हणजे अल्-कायदाची अमेरिकेत दडलेली काही मंडळी पैसे कमावण्यासाठी करीत असलेला सिगारेट विक्रीचा धंदा—म्हटला तर चोरटा, म्हटला तर उघड. 'मॅकिनॅक सेंटर फॉर पब्लिक पॉलिसी' ह्या विचारकेंद्राचे तज्ज्ञ जेम्स दमास्क ह्यांनी ह्या लबाडीचे स्पष्टीकरण केले, ते असे : अमेरिकेच्या नॉर्थ कॅरोलायना प्रांतराज्यात सिगारेटींवरचा विक्रीकर खूप माफक आहे, तर मिशिगन प्रांतराज्यात तो खूप अधिक आहे. या फरकाचा फायदा घेण्यासाठी एका इरामाने नॉर्थ कॅरोलायनामध्ये सिगारेटींची खोकीच्या खोकी उघडपणे विकत घेऊन मिशिगनमध्ये त्यांची चोरटी विक्री करण्याचा उद्योग केला, व त्यात हजारो डॉलरचा फायदा झाला. ह्या प्रकरणाची चौकशी झाली तेव्हा आढळले की हा किफायतखोर हिज्बुल्ला दहशतवादी गटाशी संबंधित होता. केवळ एका वर्षात त्याने या मार्गाने ७,३७,००० डॉलरची कमाई केली, आणि असे करणारा तो काही एकटा नव्हता. हिज्बुल्लाचे इतरही असे 'उद्योजक' होते, व त्यांची दर आठवड्याला रीतसर बैठक होत असे.

दुसरा एक हिज्बुल्ला सदस्य लेबनॉनमध्ये जन्मलेला अमेरिकन नागरिक होता. तो अशा प्रकारे कोणकोणत्या वस्तूंचा गुपचूप व्यापार करीत होता त्यांना तर विविध-वस्तु-भांडार म्हणता येईल अशी लांबलचक यादीच अमेरिकन सरकारच्या न्यायखात्याने तयार केली होती. त्यात काय काय होते, तर रात्री दिसण्याचे चष्मे ('नाइट-व्हिजन गॉगल'), कॅमेरे, सर्वेक्षण यंत्रे ('सर्व्हे एक्विपमेंट'), 'ग्लोबल पोझिशनिंग' करणारी दिशादर्शक यंत्रे, धातुशोधक यंत्रसामग्री ('मेटल डिटेक्टर'), व्हिडिओ करण्याची सामग्री, विमाने तयार करण्यासाठी लागणारे अत्याधुनिक सॉफ्टवेअर, लॅपटॉप, कॉम्प्यूटर, बेशुद्ध पाडायच्या बंदुकी ('स्टन गन'), रेडिओ, भोके पाडण्यासाठी व स्फोट करण्यासाठी लागणारी सामग्री ('डिटोनेटर'), 'लेसर'-शोधक यंत्रे—आणि कळस म्हणजे कुत्रे पळवून लावण्यासाठी 'अल्ट्रासॉनिक' ध्वनियंत्रे.

हे झाले येन केन प्रकाराने पैसे मिळविण्याचे दर्शनी प्रकार. त्यांच्या जोडीला खोट्या नोटा कशा हाताळाव्यात, याबद्दल तपशीलवार सूचना 'टेररिझम बायबल' पुस्तकात पद्धतशीरपणे दिल्या आहेत. हे 'बायबल' (खरे म्हणजे 'कुराण') एफबीआयच्या वेबसाईटवर वाचायला मिळते. त्यात खोट्या नोटा व खोटी कागदपत्रे या विषयावर एक स्वतंत्र 'धडा' आहे. त्यात आर्थिक सुरक्षेसाठी सावधगिरीच्या सूचना केल्या आहेत, त्या अशा :

- एखाद्या योजनेसाठी ठेवलेल्या पैशाचे दोन भाग करावेत. त्यातला एक भाग एखाद्या कायदेशीर प्रकल्पात गुंतवावा. दुसरा बचत करुन ठेवावा. तो फक्त

एखादी कारवाई पार पाडण्यासाठी वापरावा.

- योजना पार पाडण्यासाठी लागणारे सर्व पैसे एकाच ठिकाणी ठेवू नयेत.
- हे पैसे कोठे ठेवले आहेत ते ठेवणाऱ्याने संघटनेच्या इतर सदस्यांना सांगू नये.
- संघटनेचे पैसे संघटनेचे सभासद नसणाऱ्या माणसांजवळ ठेवावेत व गरज लागेल त्याप्रमाणे वापरावेत.
- खूपसे पैसे बरोबर घेऊन कोठे जात असताना सुरक्षेची योग्य ती सावधगिरी बाळगावी.

अल्-कायदाजवळच्या ह्या गडगंज संपत्तीचा आलेख कॉमरासने आपल्या प्रबंधात प्रस्तुत केला असला, तरी विशेष म्हणजे लहान, वैयक्तिक स्तरावरही पैसे गोळा करण्याच्या प्रक्रियेला ओसामाने नाक मुरडले नाही. मागे उल्लेख केल्याप्रमाणे त्याने मशिदीतून दानपेट्या ठेवल्या आहेत. याचा अर्थ सामान्य भाविक मुसलमान पवित्र जिहादला आपला अल्पसा हातभार म्हणून त्या पेटीत जे एखादे नाणे टाकील ते देखील त्याला स्वीकार्य वाटते. त्याचप्रमाणे सन २००९ मध्ये केलेल्या एका आवाहनात ओसामाने म्हटले की, 'आर्थिक जिहाद' लढणे हे मुसलमानांचे कर्तव्य आहे. अशा शब्दात त्याने जाहीरपणे आम आदमीजवळ पैशाची मागणा केली होती.

एकूण अशा सर्व लहान-मोठ्या मार्गांनी अल्-कायदाचा खजिना भरलेला आहे, व खजिना म्हटला की खजिनदार हवाच. असा पहिला ज्ञात खजिनदार मुस्तफा अल्-हौसावी नावाचा अल्-कायदाचा पदाधिकारी होता. तो २००२ मध्ये दहशतविरोधी कारवाईत मारला गेला. त्यानंतर नाव आढळते ते मुस्तफा अबू अल्-वाजीद याचे; पण तोही एका अमेरिकन 'ड्रोन' हल्ल्यात मरण पावला. तेव्हापासून अल्-कायदाचा मुख्य आर्थिक अधिकारी म्हणून ओसामा बिन लादेनचा जावई महंमद अब्दुल्ला हसन अबू अल्-खैर याला नेमण्यात आले आहे. ओसामाच्या मुलीशी लग्न होण्याच्या आधी कित्येक वर्षे तो ओसामाचा अंगरक्षक होता.

आता 'अर्थमंत्री' आला की 'बजेट' आलेच. या बाबतीत कॉमरासची कबुली: 'अल्-कायदाचे बजेट किती आहे व ते कसे खर्च होते याचे अजूनही केवळ अनुमान लावणे आम्हाला शक्य आहे.' ९/११ च्या आधी यापैकी बराचसा पैसा प्रशिक्षण, घातपाती हल्ले व त्यांच्यासाठी करावी लागणारी अन्य व्यवस्था यांच्यासाठी खर्च होत होता. ९/११ कमिशनच्या अध्ययनानुसार जिहादींना पैसा पुरवणे, प्रशिक्षण शिबिरे चालविणे, विमानतळ तयार करणे, शस्त्रास्त्रे व वाहने घेणे आणि प्रशिक्षणासाठी पाठ्यपुस्तके तयार करणे या गोष्टींसाठी अल्-कायदा पैसा वापरीत असे. ती तालिबानलाही दर वर्षाला सुमारे एक कोटी डॉलर देत असे. मात्र हा सर्व

खर्च नेमका किती आहे याचा केवळ अंदाज करणेच शक्य आहे.

अल्-कायदाचे हवाई दल

कॉमरासने 'विमानतळा'चा उल्लेख केला. तो ओझरता असला तरी सूचक आहे. कारण सन १९९३ साली ओसामा बिन लादेनने सुदानची राजधानी खार्टूम येथे २ लाख १० हजार डॉलरला एक जेट कार्गो विमान विकत घेतले. त्या विमानाने त्याला पेशावरहून अमेरिकन 'स्टिंगर मिसाईल' (क्षेपणास्त्रे) आणायची होती. आणि ओसामाचे हे एकच विमान नाही, अल्-कायदाजवळ स्वत:च्या विमानांचा ताफा आहे.

'रॉयटर' वृत्तसंस्थेने मिळविलेल्या माहितीनुसार तिच्या गुप्त वायुदलात 'अनेक बोइंग ७२७ विमाने', 'टर्बोप्रॉप' विमाने आणि श्रीमंतांसाठी बांधलेली 'एक्झीक्यूटिव्ह जेट' विमाने देखील आहेत. अमेरिकन सरकारच्या 'होमलँड सेक्युरिटी' (स्वगृह-सुरक्षा) खात्याने तयार केलेल्या अहवालावर आधारलेल्या रॉयटरच्या बातमीत म्हटले की पश्चिम आफ्रिकेतल्या निरनिराळ्या अस्थिर देशांना दक्षिण अमेरिकेहून अमली पदार्थ व शस्त्रास्त्रे यांचा चोरटा पुरवठा करण्यासाठी अल्-कायदा या विमानांचा उपयोग करते. एका बोइंग ७२७ विमानात १० टन माल वाहून नेता येतो. ह्या चोरट्या व्यापारातले अमली पदार्थ अखेर युरोपात विक्रीसाठी पोचतात आणि शस्त्रांचा उपयोग आफ्रिकन देशात व इतरत्रही चाललेल्या सशस्त्र संघर्षासाठी केला जातो.

'माफक' खर्च

अल्-कायदाजवळ गडगंज संपत्ती आहे व तिच्या विनियोगाचे अंतिम उद्दिष्ट जगात सर्वत्र घातपात व रक्तपात आहे—या दोन्ही गोष्टी सुस्पष्ट आहेत. या ठिकाणी अखिल मानवजातीच्या दृष्टीने अमानुष असे तथ्य सांगायचे म्हणजे दहशती हल्ला कितीही मोठा व कितीही संहारक असला तरी त्याचा खर्च अल्-कायदाच्या अमाप पैशाच्या तुलनेने अगदी माफक असतो. उदाहरणार्थ, दिनांक १२ ऑक्टोबर २००० रोजी स्फोटकांनी भरलेल्या अल्-कायदाच्या बोटीने 'कोल' नावाच्या अमेरिकन युद्धनौकेवर हल्ला केला, त्यात १७ अमेरिकन मेले व २४ कोटी डॉलरचे नुकसान झाले; पण हल्ल्याचा खर्च फक्त १०,००० डॉलर आला. दुसरे उदाहरण म्हणजे सन २००५ साली लंडनमध्ये भुयारी रेल्वे व बसगाड्यांवर भीषण हल्ले झाले, त्यात ५२ माणसे मेली. या हल्ल्यांसाठी १५,००० पाऊंड देखील लागले नसतील, असे जाणकारांचे मत आहे. आणि

प्रचंड '९/११' बद्दल सांगायचे म्हणजे '९/११ कमिशन'ने या भीषण हत्याकांडाच्या खर्चाचा हिशेब लावला त्यावरुन दिसले की तो एकूण पाच लाख डॉलरदेखील झाला नसेल. 'सीड्स ऑफ टेरर...' पुस्तकाची लेखिका ग्रेचेन पीटर्स म्हणते, 'हा खर्च ८ वर्षांपूर्वी देखील क्षुल्लक ('पीनट्स') होता. हल्लीचे दहशतवादी गट केवळ अमली पदार्थांच्या चोरट्या व्यापारावर एवढी कमाई दर आठवड्याला करु शकतात.'

अशा रीतीने अगदी माफक खर्चात हवा तेवढा संहार करणे कसे शक्य आहे हे दाखविणारी एक लक्षणीय घटना नुकतीच म्हणजे सप्टेंबर २०१० मध्ये घडली. येमेनी अल्-कायदाने त्यावेळी दोन 'पार्सल बॉंब' अमेरिकेत शिकागोला ज्यू प्रार्थनागृहांना पाठविले; पण ते उघडकीला आल्याने अनर्थ टळला. हे बॉंब म्हणजे कॉम्प्युटरच्या प्रिंटरच्या कार्ट्रिजमध्ये (शाई भरायच्या नळीत) पीईटीम् नावाचे महाशक्तिशाली स्फोटक ठासलेले होते. एका नळीत ते ३०० ग्रॅम होते, तर दुसऱ्या नळीत ४०० ग्रॅम. हे स्फोटक इतके भयंकर शक्तिशाली आहे की, तेवढ्या प्रमाणात त्याने ५० जेट विमाने उडविता आली असती; पण अल्-कायदाने या बॉंबच्या उद्दिष्टाचे व खर्चाचे जे स्पष्टीकरण केले, ते विचार करायला लावणारे आहे. तिने आपल्या 'इन्स्पायर' ('प्रेरणा') प्रकाशनात म्हटले, 'आमचा उद्देश अमेरिकेवर मोठा हल्ला करण्यापेक्षा तिचा हळूहळू 'रक्तस्राव' (हेम्रेज) करुन तिला क्षीण करुन मारायचा आहे.' त्यासाठी हे बॉंब अगदी स्वस्तात तयार केले. तो खर्च असा : दोन नोकिया मोबाईल फोन, प्रत्येकी दीडशे डॉलर; दोन एचपी कंपनीचे कॉम्प्युटर-प्रिंटर, प्रत्येकी तीनशे डॉलर आणि पाठविण्याचा व इतर किरकोळ खर्च. एकूण खर्च किती, तर अवघे ४२०० डॉलर; पण आता अमेरिकेला व इतर पाश्चिमात्य देशांना नवीन सुरक्षा उपाययोजनेसाठी कोट्यवधी डॉलर खर्च करावे लागतील. हेच आमच्या 'रक्तस्राव' डावपेचाचे यश.

- ० -

९. सुपरपॉवर अल्-कायदा ?

पाकिस्तानी गुप्तहेर खाते आयएसआयचे माजी प्रमुख जनरल हमीद गुल ह्यांनी अलीकडच्याच काळात 'नेशन' नावाच्या एका पाकिस्तानी वर्तमानपत्रात लिहिलेल्या लेखात अशी सरळ सरळ मागणी केली की, पाकिस्तानने अल्-कायदाला 'सुपरपॉवर स्टेटस्' द्यावे. त्यांच्या मते, अल्-कायदा आता एक जागतिक इस्लामी शक्ती झाली आहे. सकृत्‌दर्शनी अतिरेकी वाटणारी ही मागणी तितकीशी अवास्तव नाही अशी खरोखरीच आजची परिस्थिती आहे, व तिचे सविस्तर विश्लेषण नामवंत अमेरिकन दहशत-तज्ज्ञ ब्रूस रिडेल यांनी केले आहे.

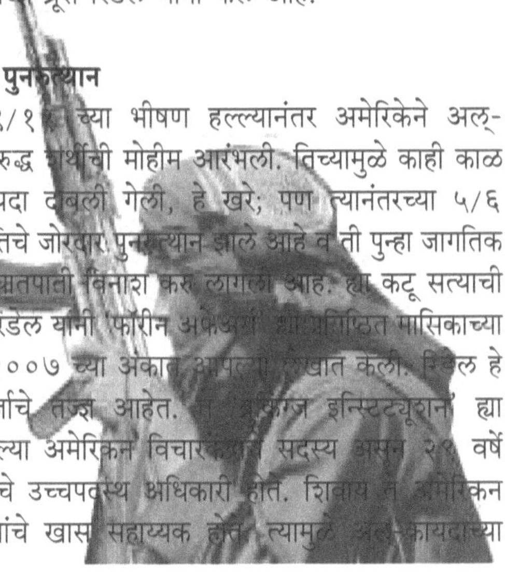

जोरदार पुनरुत्थान

९/११ च्या भीषण हल्ल्यानंतर अमेरिकेने अल्-कायदाविरुद्ध शर्थीची मोहीम आरंभली. तिच्यामुळे काही काळ अल्-कायदा दाबली गेली, हे खरे; पण त्यानंतरच्या ५/६ वर्षांतच तिचे जोरदार पुनरुत्थान झाले आहे व ती पुन्हा जागतिक स्तरावर घातपाती विनाश करू लागली आहे. ह्या कटू सत्याची मीमांसा रिडेल यांनी 'फॉरीन अफेअर्स' ह्या प्रतिष्ठित मासिकाच्या मे-जून २००७ च्या अंकात आपल्या लेखात केली. रिडेल हे उच्च दर्जाचे तज्ज्ञ आहेत. ते 'ब्रुकिंग्ज इन्स्टिट्यूशन' ह्या नावाजलेल्या अमेरिकन विचारकेंद्राचे सदस्य असून २९ वर्षे सीआयएचे उच्चपदस्थ अधिकारी होते. शिवाय ते अमेरिकन राष्ट्राध्यक्षांचे खास सहाय्यक होते. त्यामुळे अल्-कायदाच्या

सद्यस्थितीचे त्यांनी केलेले विश्लेषण जेवढे माहितीपूर्ण आहे, तेवढेच विचारप्रवर्तकही आहे. त्याचा सारांश:

अराजकातले राज्य

अल्-कायदा आज जेवढा धोकादायक शत्रू झाली आहे तेवढी पूर्वी कधीही नव्हती. ११ सप्टेंबर २००१ नंतर तिची काहीशी पीछेहाट झाली, हे खरे आहे. अफगाणिस्तानात तिचे 'राज्यातल्या आतले राज्य' होते, ते हरपले. तिचे अनेक उच्च घातपाती मारले गेले. इजिप्त, जॉर्डन व सौदी अरेबियामधल्या राजवटी उलथून पाडण्याचे तिचे प्रयत्न अयशस्वी झाले; परंतु 'अल्-कायदा'च्या नेत्यांना हुडकून काढून त्यांचा नायनाट करण्याऐवजी इराकमध्ये घुसण्याची वॉशिंग्टनने जी उत्सुकता दाखविली, तिचाच बव्हंशी परिणाम असा झाला की, पाकिस्तानच्या अराजक प्रदेशात आता तिचे भक्कम बस्तान बसले आहे. सबंध मुस्लिम जगतात तिचा शिरकाव झाला आहे, व तेथे सर्वत्र तिने आपल्या पाइकांची मोठी फळी उभारली आहे. त्याचप्रमाणे युरोपात तिला तेथे स्थायिक झालेल्या अरब व आशियाई समाजांचे लोक पाठिंबा देत आहेत. आपली चळवळ सबंध जगात इस्लामी प्रतिकाराचे प्रमुख प्रतीक आहे अशी प्रचार-मोहीम ओसामा बिन लादेनने चालवली होती. ती आजही यशस्वी होत आहे. त्याच्या विचारसरणीला आता पूर्वी कधी नव्हते इतके अनुयायी मिळत आहेत.

अल्-कायदाचे उद्दिष्ट बदललेले नाही व त्याची व्यूहरचनाही पूर्वीचीच आहे. ती म्हणजे सबंध इस्लामी जगतात शत्रूला भडकावून रक्तरंजित संघर्षात गुंतवणे. १९८० च्या दशकात अफगाणिस्तानात सोव्हिएट रशियाचे दिवाळे वाजविण्यात आपण हातभार लावला असा लादेनने दावा केला होता, व असेच दिवाळे अमेरिकेचे काढायचे असा त्याचा मनसुबा होता. मग नामोहरम झालेला 'दूरचा शत्रू' (म्हणजे अमेरिका) घरी जाईल, म्हणजे 'जवळचे शत्रू' नष्ट करण्याकडे लक्ष केंद्रित करता येईल. हे 'जवळचे' शत्रू म्हणजे इस्रायल आणि इजिप्त, जॉर्डन व पाकिस्तानातल्या 'भ्रष्टाचारी' राजवटी. अमेरिकेने इराक पादाक्रांत केल्यामुळे बिन लादेनच्या ह्या बेताला मदत मिळाली होती आणि आता तो अमेरिकेला जाळ्यात अडकविण्याची व्यूहरचना करीत असल्याची शक्यता होती.

'अल्-कायदा'चा निर्णायक पराभव करणे काही वर्षांपूर्वीच कठीण होते, ते आजही दुर्धर आहे. त्यासाठी वॉशिंग्टनने व त्यांच्या साथीदारांनी सर्वंकष योजना अमलात आणली नाही तर आज ना उद्या 'अल्-कायदा' अमेरिकेवर पुन्हा प्रहार करील हे निश्चित.

अफगाणिस्तानातली तालिबान राजवट इतक्या वेगाने कोसळेल अशी 'अल्-कायदा'च्या नेत्यांची अपेक्षा नव्हती. अफगाणिस्तान ही 'अल्-कायदा'च्या वाढीसाठी सुपीक भूमी होती. तेथे तिने ६०,००० जिहादींना प्रशिक्षण दिले असा अंदाज आहे. अमेरिकेने व संयुक्त सैन्याने अफगाणिस्तानावर चाल केली तेव्हा अल्-कायदाने त्याचे स्वागत केले. कारण तिला वाटले, दोन दशकांपूर्वी ज्याप्रमाणे सोव्हिएट लोक संघर्षाच्या दलदलीत रुतले, तशीच आता अमेरिकेची गत होईल.

परंतु डिसेंबर २००१ मध्ये स्वत:ला 'श्रद्धाळूंचा कमांडर' म्हणविणारा आणि ओसामाने ज्याच्याशी दोस्तीची कसम खाल्ली होती तो मुल्ला महंमद उमर अखेर तालिबान राजवटीची राजधानी कंदाहार गमावून बसला. तालिबान सत्तेवर असताना शरीयतच्या जहाल इस्लामी कायदेकानूची अत्यंत क्रूरतेने अंमलबजावणी करण्यात आली होती. त्यामुळे अमेरिकन आक्रमणाच्या काळात त्या राजवटीचा पाठिंबा खूपच ओसरला होता. ९/११ च्या पूर्वी पुष्कळ पाकिस्तानी स्वेच्छेने तालिबानच्या फौजेत सामील झाले होते, इतकेच नव्हे, तर प्रत्यक्ष पाकिस्तानी सैन्याच्या काही कमांडो तुकड्याही त्यात होत्या. हे अनुभवी सैनिक सोडून गेले, तेव्हा तालिबानची लष्करी क्षमता गेली, राजकीय पाठिंबा गेला व अल्-कायदाचे सुरक्षित आश्रयस्थान गेले.

पाकिस्तानात नवीन केंद्र

पण अल्-कायदा व तालिबान या दोन्ही संघटनांतली वरची मंडळी यातून लगेच सावरली. ते २००१ साली पाक-अफगाण सीमेवरच्या अराजक प्रदेशात लपले. त्यांचे फौजी भूमिगत झाले व त्यांचे तीन उच्च नेते बिन लादेन, मुल्ला उमर व अल्-जवाहिरी यांचा मागमूसही दिसेनासा झाला. पुढची दोन वर्षे अल्-कायदा व तालिबानने पाकिस्तानच्या बलुचिस्तान प्रांतातील क्वेट्टा येथे आपले नवीन केंद्र उभारण्यात खर्च केली. अल्-कायदाने आणखी एक गोष्ट ताबडतोब केली ती म्हणजे इराकमध्ये तिचे अस्तित्व नाममात्र होते ते विस्तृत व सक्षम केले. दिनांक ११ फेब्रुवारी २००३ रोजी ओसामाने इराकी जनतेला उद्देशून एक अनावृत्त पत्र सॅटेलाइट नेटवर्कवर प्रसारित केले. त्यात त्याने जिहादींना इशारा देऊन म्हटले, "क्रुसेडवाल्या लुटारूंपासून सावध रहा. त्यांच्याशी दीर्घ काळ संघर्ष करण्याची तयारी ठेवा. शहरात रस्त्या-रस्त्यातून लढाई करा. इतकेच काय, 'समाजवादी पाखंडी' अशा बाथिस्ट पक्षाच्या लोकांशीही हातमिळवणी करा." ओसामाच्या शब्दांनी उत्स्फूर्त होऊन हजारो अरब स्वेच्छा-फौजी म्हणून इराकला गेले.

अमेरिकन अपयश

ब्रूस रिडेलच्या ह्या चर्चात्मक माहितीची री ओढून 'स्ट्रॅटेजिक स्टडीज' या ब्रिटिश विचारकेंद्राने म्हटले की युरोपात जे दहशत गट उघडकीस आले त्यावरुन स्पष्ट झाले की पाश्चिमात्य जगावर मोठ्या हल्ल्यांची योजना करण्याची अल्-कायदाची क्षमता शाबूत आहे. अनेक जिहादी गट अल्-कायदाच्या जागतिक उद्दिष्टाशी आपण सहमत आहोत असे म्हणू लागल्याने अल्-कायदाचा आंतरराष्ट्रीय प्रभाव वाढत असल्याचे सिद्ध होते. याचा अर्थ इस्लामी जहालपणा सर्वत्र वाढत आहे. एकूण काय, बुश यांचे गाजलेले दहशतवादविरोधी युद्ध अपयशी ठरल्याचे अधिकाधिक स्पष्ट होत चालल्याचे परखड मत या विचारकेंद्राच्या अहवालाचे लेखक व ब्रिटिश गुप्तहेर संघटना एम्-आय-६ चे माजी प्रमुख नायजेल इंक्स्टर यांनी व्यक्त केले. त्यात त्यांनी असाही इशारा दिला की अल्-कायदा ९/११ च्या आधी होती त्यापेक्षाही अधिक शक्तिशाली झाली आहे आणि पुन्हा तेवढा 'नेत्रदीपक' हल्ला करण्याची तिला ईर्ष्याही आहे व काही प्रमाणात क्षमताही. उलट अमेरिकेचा आंतरराष्ट्रीय प्रभाव तिच्या अपयशामुळे कमी झाला आहे, असे सर्वेक्षण प्रकाशित करताना विचारकेंद्राचे प्रमुख जॉन चिपमन यांनी मत प्रदर्शित केले.

अशा रीतीने अल्-कायदाचा 'सुपरपॉवर स्टेटस्' इस्लामी जनमानसात ठसविण्यासाठी ओसामा बिन लादेनने आपल्या जागतिक जिहादच्या संकल्पनेचा प्रसार जगभर व्हावा म्हणून आपले शेकडो फौजी आशिया, आफ्रिका व मध्यपूर्वेत पाठवले होते. पाकिस्तानात तर त्याला सक्रिय सरकारी सहाय्य होते. अल्-कायदाच्या घातपात्यांनी सोमालिया, बॉसनिया, कोसोवो, ताजिकस्तान, उझबेकिस्तान, फिलिपाइन्स व इंडोनेशियामध्ये जे उत्पात केले त्यात आयएसआयच्या जिहादींचा हातभार स्पष्ट दिसतो.

पाकिस्तानच्या काही प्रदेशात तर अल्-कायदाचे राज्यच आहे, असे स्वत: पाकिस्तानीच म्हणत आहेत; परंतु याच्या जोडीला पाकिस्तानी सत्ताधिकाऱ्यांच्या केंद्रस्थानी देखील ओसामाचे व्यक्तिगत वजन किती होते याचे एक लक्षणीय उदाहरण उपलब्ध आहे. ते म्हणजे ९/११ च्या एक दिवस आधी त्याची प्रकृती एकदम बिघडली, तेव्हा पाकिस्तानात त्याच्यावर आणीबाणीचे औषधोपचार करण्यात आले होते. त्याला ताबडतोब रावळपिंडीच्या लष्करी हॉस्पिटलमध्ये हलविण्यात आले व त्याच्यावर 'किडनी डायलिसीस' उपचार करण्यात आला होता. त्यावेळी पाकिस्तानी लष्कराने हॉस्पिटलवर पहारा करुन त्याला सुरक्षित ठेवले होते. त्यांनी हॉस्पिटलच्या यूरॉलॉजी विभागातल्या नेहमीच्या कर्मचाऱ्यांना बाहेर घालवले व आपला स्वत:चा गुप्त गट त्यांच्या जागी ठेवला होता.

अमेरिकन जिहादी

अल्-कायदाच्या जागतिक प्रसाराचा एक ठोस पुरावा म्हणजे तिच्याजवळ खुद्द अमेरिकन व युरोपीय देशातले जिहादीदेखील आहेत. एबीसी टेलिव्हिजनच्या एका पत्रकाराने 'अनूहोली वॉर्स: अफगाणिस्तान, अमेरिका ॲन्ड इंटरनॅशनल टेररिझम' नावाच्या आपल्या पुस्तकात गौप्यस्फोट केला आहे की अल्-कायदाने अमेरिकन मुसलमानांची मुजाहिदीन म्हणून भरती केली आहे व त्यांना व्हर्जीनिया राज्यात कँप पियरी नावाच्या सीआयएच्या गुप्तहेर प्रशिक्षण शिबिरात पाठविण्यात येत असे. या शिबिरात अफगाण, अरब, इतकेच नव्हे, तर आफ्रिकन-अमेरिकन 'काळ्या मुस्लिमां'नाही घातपात-कौशल्याचे प्रशिक्षण दिले जाई.

'इन्डिपेन्डन्ट' ह्या ब्रिटिश वर्तमानपत्राने नोव्हेंबर १९९८ मध्ये एक बातमी छापली होती तिच्यात म्हटले की, आफ्रिकेतील दोन अमेरिकन वकिलातींवर दहशती हल्ले झाले त्यावेळी पकडला गेलेला एक दहशतवादी अली महंमद ह्याने अल्-कायदाच्या ज्या हल्लेखोरांना प्रशिक्षण दिले होते त्यांची भरती न्यूयॉर्कमध्ये करण्यात आली होती. हा माणूस खुद्द अमेरिकन सैन्यातला खास प्रशिक्षित असा 'ग्रीन बेरेट' कमांडो होता. त्याने तयार केलेल्या मुजाहिदीनांना पुढे पाकिस्तानात आयएसआयकडे पाठविण्यात येई व तेथून ते अफगाणिस्तानात जात.

याहून विचित्र असे युरोपीय उदाहरण म्हणजे ब्रिटिश सैन्याच्या एसएएस् नावाच्या गुप्त विभागातला एक सैनिक टॉम कॅन्यू हा गुप्तपणे अफगाणिस्तानात मुजाहिदीन म्हणून लढला होता. 'ऑब्झर्व्हर' ह्या ब्रिटिश वर्तमानपत्राला त्याने दिनांक १३ ऑगस्ट २००० रोजी सांगितले की, 'शहरी दहशतीचे तंत्र अफगाणांना शिकवायला अमेरिकन मंडळी उत्सुक होती. हेतू असा की, त्याच्या बळावर त्यांना मोठ्या रशियन शहरांवर हल्ला करता यावा.' याच्याही पुढची पायरी म्हणजे अलीकडच्या अमेरिकन वर्तमानपत्रांतल्या बातम्यांवरुन दिसते की, अल्-कायदाला 'गोरे' अनुयायीही मिळाले आहेत व त्यांना अमेरिकेत व निरनिराळ्या युरोपीय देशांत प्रशिक्षण देण्यात येत आहे. ऑगस्ट २०१० मध्ये प्रसारित झालेल्या एका दहशतवादी वेबसाईटवरील चित्रफितीत असे दिसल्याचे वृत्त आहे की सुमारे ४० जर्मन व अन्य काही युरोपीय दहशती पाकिस्तानच्या अराजक सीमाप्रदेशात प्रशिक्षण घेत आहेत. ते अफगाणिस्तानात तालिबानी फौजींना मिळणार आहेत किंवा युरोपला परतून निरनिराळ्या युरोपीय देशात हल्ला करायला सोप्या अशा स्थळांना आपले लक्ष्य करणार आहेत.

अल्-कायदाची आधुनिकता

वडवानलाच्या पसरत्या ज्वाळांप्रमाणे सर्वत्र पसरणारा हा मध्ययुगीन इस्लामी दहशतवाद तांत्रिकदृष्ट्या मात्र किती आधुनिक आणि प्रगत आहे याचा उल्लेख ठिकठिकाणी आलाच आहे. तरीदेखील या आधुनिकतेचे एक विशेष उदाहरण सांगण्यासारखे आहे. त्याची माहिती 'इंडियन एक्स्प्रेस' ने दिनांक ४ डिसेंबर २००७ रोजी प्रकाशित केली होती, ती अशी : मलेशियामध्ये अंकित फादिया नावाचा एक भारतवंशीय मुलगा आहे. तो वयाच्या १२ व्या वर्षी संगणकावरचे 'हॅकिंग' शिकला व त्यात तो इतका निष्णात झाला की १४ व्या वर्षी त्याने हॅकिंग कसे करतात यावर पुस्तक लिहिले, आणि आता २२ व्या वर्षी तो जगभरातल्या मोठमोठ्या कंपन्यांचा 'संगणक-सल्लागार' झाला आहे. अंकित म्हणाला, '९/११ च्या हल्ल्यानंतर अमेरिकन पोलिसांनी अल्-कायदाच्या नेत्यांनी एकमेकांना संगणकावर पाठविलेले गुप्त संदेश 'डी-कोड' करण्याची खूप धडपड केली. त्यावेळी त्यांनी माझ्याशी संपर्क साधला. बराच वेळ डोके खाजविल्यानंतर आम्ही अल्-कायदाच्या ई-मेलचे गुप्तलेखन फोडू शकलो.'

संगणकाच्या असल्या छुप्या उपयोगाच्या जोडीला खुला उपयोगही वाढत आहे. उदाहरणार्थ, पाश्चिमात्य देशात राहणाऱ्या मुसलमानांपर्यंत अल्-कायदाचा संदेश पोचविणाऱ्या इंग्रजी वेबसाईटची संख्या वाढत आहे. आता तिचे प्रचारक लेखांचे व प्रवचनांचे इंग्रजी भाषांतर प्रसारित करीत आहेत. हे अतिरेकी इस्लामी वेबसाईट जिहादींची भरती करण्यासाठी एक प्रभावी साधन झाले आहे. सात वर्षांपूर्वी अशा वेबसाईटची संख्या ३० होती, ती आता २०० च्या वर गेली आहे.

- ० -

१०. ओसामाचा शोध आणि हत्या

ओसामा कोठे होता?

ओसामा बिन लादेन कोठे आहे? त्याचा शोध चालू असताना अमेरिकन मंडळींनी ह्या प्रश्नाची बदलत्या काळानुसार बदलत जाणारी बरीच उत्तरे दिली. ती अशी :

- अगदी प्राथमिक उत्तर : आम्हाला माहीत नाही. शोध चालू आहे.
- नंतरच्या काळातले, पण तरीही प्रारंभिक उत्तर : तो अफगाणिस्तानाच्या डोंगराळ, दुर्गम प्रदेशात लपला असावा.
- नंतर अधिक 'माहिती'पूर्ण उत्तर : तो अफगाणिस्तान व

पाकिस्तान यांच्या सरहद्दीवरच्या डोंगराळ, दुर्गम भागात असावा.

- नंतरची दाट शंका : तो बहुतेक उत्तर पाकिस्तानच्या डोंगराळ, दुर्गम भागात असावा.
- नंतरचे खात्रीपूर्वक उत्तर : पाकिस्तानच्या काही सरकारी मंडळींना तो कोठे आहे हे माहीत आहे; पण ते आम्हाला सांगत नाहीत.
- अत्याधुनिक वैज्ञानिक पुराव्याचे उत्तर : तो पाकिस्तानच्या अमुक गावात अमुक २/३ घरांपैकी एका घरात आहे.

या सर्व उत्तरांच्या उतरत्या भांजणीकडे पाहिले तर एक गोष्ट लक्षात येते, ती म्हणजे ओसामा बिन लादेन व अल्-जवाहिरीला पकडणे अमेरिकनांना शक्य होत नव्हते, याचे कारण अल्-कायदा नेत्यांना त्यांच्या दुर्गम डोंगराळ आश्रयस्थानी पाकिस्तान्यांकडून आगाऊ इशारा मिळणे अगदी शक्य होते. ह्या पाकिस्तान्यात सीमेवरच्या काही मागास जमाती, काही राजकीय पक्ष व खुद्द आयएसआय ही मंडळी असावीत. हे दोघे इतकी वर्षे मोकळे राहू शकले, याचा अर्थ असा होतो की त्यांना वाचविणे हे काही मूठभर लोकांचे कारस्थान नव्हते. ते जेथे होते तेथे सार्वत्रिक व संघटित पाठिंब्यामुळे सुखरुप राहत होते.

ह्या पाठिंब्यात तालिबानचा विशेष सहभाग दिसला. ओसामा आणि कंपनीला मदत करणाऱ्या प्रमुख मंडळींत तालिबान नेता नेक महंमद आहे. ते ज्या प्रदेशात लपले, तेथे त्याचे वर्चस्व आहे. दुसरा नेता जलालुद्दीन हक्कानी. हा ओसामा बिन लादेनचा कित्येक वर्षांचा मित्र होता, सन १९८८ साली जेव्हा अल्-कायदाचा 'आफ-पाक' सीमाप्रदेशात प्रादुर्भाव झाला तेव्हा तिची प्रारंभीची शिबिरे हक्कानीच्या वर्चस्वाखालच्या प्रदेशात चालू झाली. अल्-कायदाची प्रारंभिक उभारणीदेखील हक्कानीच्या देखरेखीत झाली. हक्कानीचा तळ पाकिस्तानच्या उत्तर वझीरीस्तान प्रांतात मिरमशहा गावाच्या आसमंतात आहे.

स्वातमध्येही ओसामाचे स्वागत होते. पाकिस्तानच्या वायव्य भागातील स्वात खोऱ्यात तालिबान संघटना इतकी प्रबळ आहे की पाकिस्तानी लष्कराशीदेखील तिचा जोरदार मुकाबला झाला, व तो अजूनही संपलेला दिसत नाही. तेथला तालिबान प्रवक्ता मुस्लिमखान मागे एका मुलाखतीत म्हणाला, 'ओसामा बिन लादेन इकडे येऊ शकतो. तो आम्हाला भावासारखा आहे. त्याला हवे तेथे तो राहू शकतो.'

ह्या लपंडावातला आणखी एक आजचा डाव म्हणजे एप्रिल २००९ मध्ये काही अमेरिकन भूगोल-वैज्ञानिकांनी असा शोध लावला की ओसामा बिन लादेन अफगाणिस्तान-पाकिस्तानच्या सरहद्दीवरील अगदी सीमारेषेवर पारा चिनार नावाच्या गावात एका भिंतीआडच्या आवारातील घरात लपला असावा. एका अद्ययावत

भौगोलिक तंत्रज्ञानाच्या बळावर हा अंदाज करण्यात आला. अमेरिकन भूगोलतज्ज्ञ टॉमस गिलेस्पी व त्याच्या सहकारी संशोधकांनी सॅटेलाइट उपग्रहांनी रात्रीच्या वेळी घेतलेल्या फोटोंच्या आधारे व आणखीही काही अतिप्रगत तंत्रज्ञान वापरुन हा निष्कर्ष काढला होता. तेथे ओसामा बिन लादेन एकूण तीन आवारांपैकी कोठल्या तरी एका घरात असावा असे त्या संशोधकांनी अनुमान केल्याची बातमी 'युएसए टुडे' नावाच्या अमेरिकन नियतकालिकाने छापली.

अशाच तर्क-वितर्कांच्या धर्तीवर ऑक्टोबर २०१० मध्ये सीएनएन अमेरिकन वृत्तवाहिनीने बातमी दिली की बिन लादेन आणि अल्-जवाहिरी हे दोघेही वायव्य पाकिस्तानात जवळजवळच्या घरात लपले असावेत. तेथे त्यांना आयएसआयचे संरक्षण आहे. बातमीत एक गोष्ट कटाक्षाने सांगितल्यासारखी वाटली. ती म्हणजे 'कुठलाही अल्-कायदा नेता एखाद्या गुहेत राहत नाहीत, ते आरामशीर घरात राहत आहेत,' असे त्यावेळी अफगाणिस्तानातल्या एका उच्च नाटो अधिकाऱ्याने म्हटले. तो म्हणाला, 'चीनच्या सीमेवरील चित्रालपासून अफगाणिस्तानातल्या तोराबोरालगतच्या कुर्रम खोऱ्यापर्यंत दरम्यानच्या प्रदेशात ओसामा फिरत असावा. मुल्ला उमर हाही क्वेट्टा व कराची यांच्या दरम्यान महिन्यात ये जा करीत होता.' असे त्याने खात्रीपूर्वक सांगितले.

एकीकडे ही अशी शोधाशोध चालू असताना दुसरीकडे तिचा एक अज्ञात व अविश्वसनीय अध्याय अलीकडेच उजेडात आला. अमेरिका गेली कित्येक वर्षे ओसामा बिन लादेनच्या मागावर असूनही तो हाती लागत नव्हता. तालिबानची रानटी राजवट नष्ट करण्यासाठी अफगाणिस्तानात जाऊन थडकलेले अमेरिकन सैन्य अजूनही तेथेच आहे. तालिबानचे राज्य असताना ओसामा तेथे सन्माननीय व सुरक्षित सरकारी पाहुणा होता; पण ते राज्य पडले, तरी ओसामा सापडला नाही. असे का झाले याचे स्तिमित करणारे, पण अत्यंत वाचनीय असे (निदान एक) उत्तर 'हंटिंग अल्-कायदा' ('अल्-कायदाच्या शोधात') ह्या पुस्तकात वाचायला मिळते.

अमेरिकेचे अजागळ 'धर्मयुद्ध'

ह्या पुस्तकाचे आगळे-वेगळे वैशिष्ट्य असे की त्यात अफगाणिस्तानला जाऊन, प्रत्यक्ष लढून आलेल्या सैनिकांनी 'चक्षुर्वैसत्यम्' सांगितले आहे. पुस्तकाच्या लेखकाचे नाव 'अॅनॉनिमस' ('निनावी') हे अफगाणिस्तानला पाठविलेल्या अमेरिकन सैन्याच्या एका खास तुकडीचे सामूहिक नाव आहे. ह्या तुकडीचे सांकेतिक नाव 'बीस्ट-८५' होते. ह्या लेखक-समूहाने राष्ट्रीय सुरक्षा व आपल्या कुटुंबीयांची सुरक्षितता या दोन कारणांमुळे आपली नावे उघड केलेली नाहीत. पुस्तकाचे प्रत्यक्ष

लेखन करणारे सिद्धहस्त लेखक बॉब मेयर हे उच्च-प्रशिक्षित सेनाधिकारी होते. त्याचप्रमाणे पुस्तकाची प्रस्तावना उच्चपदस्थ निवृत्त सेनाधिकारी कर्नल जेरल्ड शूमॅकर यांची आहे. ह्या पुस्तकाचा सारांश एका वाक्यात सांगायचा म्हणजे अमेरिकेची अफगाणिस्तानातली लष्करी कारवाई म्हणजे बाबूशाहीच्या कातडीबचाऊ नीति-नियमांच्या जाळ्यात गुरफटलेले निष्फळ 'धर्मयुद्ध' होते.

'बीस्ट-८५' ही 'ग्रीन बेरेट' नावाच्या खास प्रशिक्षित कमांडो पलटणीची तुकडी होती व तिला सन २००२ मध्ये अफगाणिस्तानात पाठविण्यात आले होते. ह्या तुकडीला छुप्या हल्ल्याचे खास प्रशिक्षण दिलेले होते; पण अफगाणिस्तानात तिला फक्त 'टेहळणी'चे काम करण्याचा हुकूम होता. म्हणजे एक प्रकारे तिचे हात बांधून तिला रणांगणात पाठविण्यात आले. तिला तिच्या तेथल्या वास्तव्यात कसे अनुभव आले ? ह्याचे उत्तर प्रस्तावनेत परखड शब्दांत दिले आहे :

'हंटिंग अल्-कायदा' हे अस्वस्थ करणारे पुस्तक आहे. ते सेना, गुप्तहेर यंत्रणा आणि सबंध अमेरिकेत अनेकांना अस्वस्थ करील. दहशतवाद्यांना हुडकून काढण्यासाठी शक्य ते सर्व काही करण्यात येत आहे, ह्या असत्याचे ते शतशः तुकडे करील. ही एक आकर्षक मुलामा फासलेली 'युद्धस्य रम्या कथा' नाही. तिच्यात युद्धक्षेत्राची कठोर, विद्रूप सत्यता आहे.

या सैनिकांना हे माहीत नव्हते की त्यांच्या पुढचे सर्वात मोठे आव्हान अल्-कायदाला हुडकून काढणे व नष्ट करणे हे नाही, त्यांच्या पुढचे सर्वात मोठे आव्हान 'एकही अपघात होऊ न देणे किंवा एकही जखम होऊ न देणे म्हणजेच विजय', अशी विजयाची व्याख्या करणाऱ्या राजकीय/लष्करी बाबूशाहीच्या संगतीत काम करणे हे होते.

कालांतराने अधिकाधिक अमेरिकन लष्करी तुकड्या अफगाणिस्तानात पाठविण्यात आल्या, तेव्हा अधिकारी अधिक व सैनिक कमी अशी परिस्थिती निर्माण झाली. वरिष्ठ अधिकाऱ्यांची संख्या जेव्हा डोईजड झाली, तेव्हा निरनिराळ्या अंतर्गत निर्बंधांमुळे 'जमिनीवरच्या सत्या' शी प्रत्यक्ष झुंजणाऱ्या सैनिकांच्या क्षमतेची गळचेपी झाली. अमेरिकन सैन्याला दुबळे करणारा हा 'हस्तीरोग' तालिबानने ओळखला.

लढायचे कसे याचे देखील नियम सैनिकांना घालून दिले होते. त्यातला एक तर 'बीस्ट-८५' ला 'हास्यास्पद' वाटला. तो असा :

'नियोजित हल्ल्याचा लेखी तपशील योग्य प्रकारे वरिष्ठ अधिकाऱ्याकडे पाठविण्यात आला पाहिजे आणि त्याची पोच मिळाली पाहिजे आणि त्याची शब्दरचना तपासली व सुधारली गेली पाहिजे आणि हल्ल्याची परवानगी मागितली व दिली गेली पाहिजे आणि ... आणि ... आणि ... हे सर्व झाल्याशिवाय शत्रूचा

पाठलाग करण्याची सक्त मनाई आहे.' याच्याही पुढे जाऊन बग्रामच्या कमांडरने पाठविलेला अध्यादेश पुढील अर्थाचा होता : 'उघड उघड हल्ला नको. मृत्यू आणि / किंवा विध्वंस नको. गोळीबार करावा लागण्याचा धोका नाही असे जोपर्यंत अगदी स्पष्ट होत नाही तोपर्यंत नाकेबंदी केलेल्या तुमच्या 'ठाण्यातून बाहेर यायचे नाही— आणि मेहरबानी करुन कोठलाही धोका पत्करु नका.'

अशा निर्बंधांनी जखडलेल्या सैनिकांचे सैन्याबद्दल काय मत असणार, हे ओळखणे कठीण नाही. 'बीस्ट-८५' मधल्या एका कमांडोने ते अगदी रांगड्या शब्दांत मांडले आहे. त्याच्या मते, 'अमेरिकन सैन्य म्हणजे केवळ एका जागी जखडलेली व धोका पत्करायला तयार नसलेली यंत्रणा आहे, व तिचा केवळ एक उद्देश आहे, तो म्हणजे स्वत:ला शक्य तेवढे बचावून वेळ काढायचा व आपले सूत्रसंचालन करणाऱ्या श्रेष्ठींना राजकीय अडचणींपासून वाचवायचे हा आहे. कदाचित् असेही असू शकेल की, कसे तरी करुन कमांडरच्या हुद्द्यापर्यंत पोचलेल्या काही महामूर्खांना ('इडियट्स') वाटले असेल की शत्रूला पकडण्यापेक्षा शब्द आणि व्याकरण यांना अधिक महत्त्व आहे.'

राजकारणाचे रणांगण

या ठिकाणी ह्या संतप्त सैनिकाने राजकारणाचा उल्लेख केला आहे तो अनाठायी नाही. कारण ही तुकडी अफगाणिस्तानात असताना मुल्ला उमरच्या आवारावरच्या हल्ल्याची योजना स्वत: डिफेन्स सेक्रेटरी (रक्षामंत्री) डोनाल्ड रम्सफेल्ड यांनी तयार केली होती. या संदर्भात पुस्तकाच्या प्रस्तावनेचा लेखक म्हणतो,

'स्वत: रक्षामंत्री डोनाल्ड रम्सफेल्ड ह्यांनी रणांगणावरच्या व्यूहरचनेचे निर्णय घेतले असल्याचे मला कळले, तर त्याचे मला आश्चर्य वाटणार नाही. अर्थात, ते स्वत: त्यांच्या 'मता'ला 'निर्णय' म्हणणार नाहीत; पण त्यांच्या उच्च पदावरुन त्यांनी एखादे मत प्रदर्शित केले तरी ते वेगाने खालच्या स्तरावर झिरपत जाऊन त्याचे रुपांतर 'आदेशा'त होते.'

तालिबानवर अमेरिकेची दया

'बीस्ट-८५' च्या अफगाणिस्तानातील वास्तव्यात ओसामा बिन लादेनचा थांगपत्ता लागला नाही; पण ३/४ वरिष्ठ तालिबान नेते हाती लागले. त्यांचे काय झाले याचा वृत्तांत वाचनीय आहे.

प्रथम मुल्ला अख्तर महंमद उस्मानी हा तालिबान राजवटीचा क्रमांक २ चा नेता व तालिबानचा सरसेनानी कोठे लपला आहे याची खबर बीस्ट-८५ ला

मिळाली व त्यांनी त्याला पकडले; पण पुढे काय झाले? त्याला बग्राम येथे दोन आठवडे कैदेत ठेवले व नंतर बऱ्याच दिवसांनी क्वेट्टाला नेऊन पाकिस्तानच्या हवाली करण्यात आले. त्याच्या सुटकेचा सौदा स्थानिक अफगाण प्रशासनाच्या भ्रष्टाचारी अधिकाऱ्यांनी अडीच लाख डॉलरला केला होता. पाकिस्तानात सुखरुप पोचल्यावर उस्मानी पुन्हा तालिबानचा नेता झाला व संयुक्त (नाटो) सैन्याशी लढू लागला.

उस्मानीला पकडल्यानंतर पाच दिवसांनी बीस्ट-८५ ला गरमागरम खबर मिळाली की तालिबानचा क्रमांक ३ चा नेता मुल्ला रफीक अमुक ठिकाणी लपला आहे. रफीक हा मुल्ला उस्मानी, मुल्ला उमर आणि प्रत्यक्ष ओसामा बिन लादेनच्या विश्वासातला माणूस होता. त्याने हजारा जमातीच्या लोकांची क्रूर कत्तल केली होती; त्याचप्रमाणे तुर्की, ताजिक व पख्तून जमातींचेही खूप रक्त सांडले होते. त्यालाही त्यांनी पकडले; पण त्याच्याही सुटकेचा सौदा झाला असावा, कारण थोड्या दिवसांनी त्याला सोडून देण्यात आले. पुढे त्याला पाकिस्तानला जाऊ देण्यात आले व तेथून तो पुन्हा तालिबानचे मार्गदर्शन करु लागला.

आणखी एक तालिबानचा प्रमुख नेता अब्दुल रजाक नावाचा होता. तो तालिबान राजवटीत उपरक्षामंत्री असावा. तोही मुल्ला उमर, मुल्ला उस्मानी व खुद्द ओसामा बिन लादेनच्या नित्य संपर्कात होता. रजाकलाही बीस्ट-८५ ने पकडले; पण पुढे काय झाले? थोडे दिवस तुरुंगात ठेवून त्याला सोडून देण्यात आले. 'का सोडले ? माहीत नाही.' रजाकने पुढे एका छुप्या हल्ल्यात दोन नाटो सैनिक मारले. दोन वर्षांनी स्पेशल फोर्सच्या सैनिकांनी केलेल्या हल्ल्यात तो मारला गेला.

सर्वात वरताण म्हणजे एके दिवशी स्मिथ नावाच्या सीआयएच्या गुप्तहेराला स्वत: मुल्ला उमर कोठे लपला आहे याची सनसनाटी बातमी मिळाली व ती त्याने लगेच बीस्ट-८५ ला सांगितली. उमर हेलमंड प्रांतात एका निर्जन दरीतल्या शिबिरात लपला होता; पण तेथे वाहनाने जाणे शक्य नव्हते, म्हणून बीस्ट-८५ ने हवाई मदत मागितली. ह्या तुकडीला देण्यात आलेला हुकूम फक्त टेहळणी करण्याचा होता; पण या ठिकाणी प्रत्यक्ष हल्ला करण्याशिवाय गत्यंतर नव्हते, म्हणून हल्ला करण्याची परवानगी मागितली. परवानगी विनाविलंब मिळणे आवश्यक होते, कारण मुल्ला उमर तेथून लवकरच दुसरीकडे जाण्याची शक्यता होती. परवानगी देणाऱ्या वरिष्ठ अधिकाऱ्याने नाही म्हटले नाही; पण त्याने ३६ तास विचार करण्यात घालवले. तोपर्यंत उमर तेथून निसटला होता. ह्या घटनेनंतर 'वॉशिंग्टन टाइम्स' मध्ये दिनांक ५ जानेवारी २००४ रोजी एक लेख प्रकाशित झाला. त्यात लेखकाने म्हटले की, मुल्ला उमरला पकडण्याची आणखी एक संधी सैन्याने गमावली, कारण ज्या स्पेशल फोर्सच्या तुकडीला त्याच्या ठावठिकाणाची गुप्त

माहिती मिळाली होती तिला त्याच्या मागे जाण्याची परवानगी नाकारण्यात आली.

'फास्ट फॉरवर्ड' करुन आजची परिस्थिती पाहिली, तर हरदासाची कथा मूळ पदावर आलेली दिसली. कारण अफगाणिस्तानातले नवीन अमेरिकन सरसेनानी जनरल पेट्रियस ह्यांनी एनबीसी टेलिव्हिजन वृत्तवाहिनीला म्हटले, 'ओसामा बिन लादेन बहुधा पाकिस्तानच्या दुर्गम डोंगराळ प्रदेशात लपला आहे; पण तो खरोखरीच कोठे आहे हे कोणालाच माहीत नाही.' सीआयएचे प्रमुख लिऑन पॅनेटा म्हणतात, 'बिन लादेन व अल्-जवाहिरी नक्की कोठे आहेत हे मला माहीत नाही; पण ते पाकिस्तानात कोठेतरी — 'उत्तर वझीरीस्तानच्या जमाती प्रदेशात किंवा तेथे जवळपास' - आहेत, असे सीआयएच्या अधिकाऱ्यांना वाटते.' याच्याही पुढे जाऊन 'अफगाणिस्तान : ए मिलीटरी हिस्टरी फ्रॉम अलेक्झांडर द ग्रेट टू द वॉर अगेन्स्ट द तालिबान' या पुस्तकाचे अमेरिकन लेखक स्टीफन टॅनर मार्च २०१० मध्ये म्हणाले, 'आयएसआय ओसामा बिन लादेनचे रक्षण करीत आहे अशी माझी खात्री आहे. म्हणून आपल्याला पाकिस्तानशी सौदा करावा लागेल.' याचा अर्थ आयएसआयला त्याचा ठावठिकाणा माहीत आहे, पण त्यांना ती माहिती गुप्त ठेवायची आहे, कारण अमेरिकेवर वरचष्मा ठेवण्याच्या डावपेचात त्यांना त्याचे प्यादे वापरायचे आहे.

ह्या सर्व नाटकाचे भरत-वाक्य : अल्-कायदाचा सर्वोच्च नेता आणि इस्लामी जिहादचा आधुनिक अवतार ओसामा बिन लादेन ह्याला पकडण्यासाठी अमेरिकेने २५ मिलियन डॉलर म्हणजे ११५ कोटी रुपयांचे बक्षीस लावूनही तो सापडत नव्हता, याचे कारण तो पाकिस्तानात सरकारी संरक्षणाखाली सुखरुप होता.

ओसामा बिन लादेन अशा प्रकारे केवळ पाकिस्तानच्या सरकारी छत्रछायेखालीच सुखरूप होता असे नाही, तर तो अक्षरशः पाकिस्तानी राज्यकर्त्यांच्या कुशीत लपला होता, हे स्तंभित करणारे सत्य अखेर, थोड्याच दिवसांपूर्वी उघडकीस आले. दिनांक १ आणि २ मे २०११ च्या मध्यरात्री पाकिस्तानच्या राजधानीपासून अवघ्या चाळीस मैल (आणि भारतापासून अवघ्या ६०/६५ मैल) अंतरावर असलेल्या अबोटाबाद शहरात, कडेकोट बंदोबस्त असलेल्या, एका बंगल्यावर अमेरिकन 'सील' कमांडोच्या एका पथकाने हेलिकॉप्टरने उतरून छुपा हल्ला केला आणि अवघ्या ३०/४० मिनिटांच्या चकमकीत ओसामाला गोळ्या घालून ठार मारले.

त्याच्या शवाची खात्री पटण्यासाठी त्यांनी फोटो व चित्रफिती तर पाहिल्याच, पण डीएनए शास्त्रीय तपासणी करूनही खातरजमा करून घेतली. नंतर त्याचा मृतदेह घेऊन ते तेथून निसटले, व कोणालाही थांगपत्ता लागणार नाही अशा ठिकाणी तो अरबी समुद्रात टाकण्यात आला. अशा रीतीने इस्लामी दहशतवादाचा हा जागतिक भस्मासुर अखेर गाडला गेला.

अमेरिकेच्या गुप्तहेर संस्थानी लादेनच्या ठिकाणाचा मागोवा उपग्रहाद्वारे काढला त्याचा घराचे उपग्रहाद्वारे घेतलेले हे छायाचित्र.

'९/११' च्या भीषण हल्ल्यापासूनच्या दहा वर्षात, अमेरिकेने ओसामा बिन लादेनला शोधण्यासाठी जंगजंग पछाडले होते, आणि त्याला हुडकून ठार मारण्याची शपथ घेतली होती. ह्या शोधात एक दोन वेळा ओसामा केवळ सुदैवाने निसटला होता. सुमारे आठ नऊ महिन्यापूर्वी अमेरिकेला त्याच्या सध्याच्या गुप्त आश्रयस्थानाचा विश्वसनीय सुगावा लागला होता व १ मे च्या आठवडाभर आधी त्या सुगाव्याची खातरजमा झाली होती. लगेच अमेरिकन अध्यक्ष 'ओबामा' ह्यांनी गुप्त हल्ला करण्याचा आदेश दिला आणि धाडशी 'सील' कमांडो पथकाने त्याची यशस्वी अंमलबजावणी करून जगाला थक्क केले. अर्थात् या धाडसामागे पूर्वतयारीही तशीच होती. सीआयएचे पाकिस्तानातले गुप्तहेर 'त्या' घरावर सतत पाळत ठेवीत होते व सॅटलाईटचीही आकाशातून टेहळणी चालू होती. इतकेच काय, अफगाणिस्तानातील बग्राम विमानतळावर ओसामाच्या घराची प्रतिकृती तयार करून कमांडो पथकाला हल्ल्याचे तपशीलवार प्रशिक्षणही देण्यात आले होते.

हा हल्ला करताना पाकिस्तान्यांना अगदी ऐन वेळेला सांगून त्यांना हल्ल्यात सामील करायचे असा अमेरिकेचा आधी विचार होता. पण तेवढेदेखील करायचे नाही असे ठरले. कारण ओसामा त्या घरात तब्बल सहा वर्षे रहात होता व त्याच्या आधी दोन वर्षे पाकिस्तानातच अन्यत्र रहात होता. याचा अर्थ त्याचा ठावठिकाणा पाकिस्तानी राज्यकर्त्यांना ठाऊक असणार हे अमेरिका जाणून होती. त्यामुळे आपल्याला हल्ल्याची पूर्वसूचना होती व त्याच्यात आपले अप्रत्यक्ष सहकार्य होते असे सुचविणारे एक गुळगुळीत वक्तव्य प्रारंभी पाकिस्तानी राज्यकर्त्यांनी केले, पण

त्यावर कोणचाच विश्वास नाही. उलट प्रत्यक्ष अध्यक्ष झरदरी यांनी नंतर कबूल केले की आम्हाला नियोजित हल्ल्याचा थांगपत्ता नव्हता.

दहा वर्षांपूर्वी हजारो अमेरिकन नागरिकांच्या झालेल्या हत्त्येला जबाबदार असणाऱ्या ओसामा बिन लादेनला देहांताची शिक्षा दिल्याशिवाय थांबायचे नाही, हा आपला निर्धार पूर्ण करण्यासाठी अमेरिकेने त्यावेळी काम केले ह्यापेक्षा काय केले नाही हे लक्षात घेणे महत्त्वाचे आहे. पहिली गोष्ट म्हणजे एका परकीय देशात गुप्तपणे अगदी खोलवर घुसून आपण अनधिकृत हिंसाचार करणार आहोत याची त्यांनी तमा बाळगली नाही, दुसरे म्हणजे इतकी वर्षे अमेरिका ज्या पाकिस्तानी राज्यकर्त्यांवर कोट्यावधी डॉलरची खैरात करीत आली आहे, त्यांना काय घडणार आहे ह्याचा मागमूसदेखील लागू दिला नाही, आणि तिसरे म्हणजे या हल्ल्यासाठी अमेरिकेने एका देशाचे सीमोल्लंघन करून त्या देशाच्या स्वातंत्र्यावर घाला घातला आहे. अशी आता करंटे बुद्धिजीवी कोल्हेकुई करतील याची त्यांनी पर्वा केली नाही. पाकिस्तानला तर त्यांनी साधे 'सॉरी' देखील म्हटले नाही.

ओसामा बिन लादेन हा इस्लामी दहशतवादाचे मूर्त स्वरूप होता. ओसामा संपला, पण म्हणून इस्लामी दहशतवाद संपला काय? नाही. अल्-कायदाची प्रत्यक्ष सूत्रे हल्ली नंबर दोनचा नेता अयूमन अल् जवाहिरी याच्या हाती आहेत अशा खात्रीलायक बातम्या गेली दोन-तीन वर्षे येत आहेत, आणि तो 'ओसामापेक्षा अधिक भयंकर' आहे असे त्याचा चरित्रलेखक पाकिस्तानी पत्रकार हमीद मीर याने काही वर्षांपूर्वीच म्हटले आहे. उलट आता ओसामाच्या घराच्या झडतीत जो 'गुप्त माहितीचा खजिना' अमेरिकनांच्या हाती लागला आहे त्यावरून स्पष्टपणे दिसले की, ओसामा स्वत: त्याच्या खोलीतून अल्-कायदाचे सूत्रसंचालन करीत होता. शिवाय ओसामाचे प्रभावी व्यक्तिमत्त्व जवाहिरीजवळ नाही. ते काही असले व ओसामाचा उत्तराधिकारी कोणीही झाला तरी जगभर पसरलेल्या अल्-कायदाची जगावरची पकड सहजासहजी सुटणार नाही हे निश्चित.

अखेर म्हणजे जे घडले त्याच्यावर भारताच्या राज्यकर्त्यांची प्रतिक्रिया नेभळटपणाची झाली. गृहमंत्री चिंदबरम् म्हणाले, "झालेल्या घटनेमुळे दहशतवाद संपला असे होत नाही. पाकिस्तान आपली दहशतवादाची यंत्रणा 'जोपर्यंत' गुंडाळीत नाही, तोपर्यंत भारताने 'अत्यंत सतर्क' राहिले पाहिजे." म्हणजे जी गोष्ट पाकिस्तान कधीच करणार नाही, ती गोष्ट घडण्याच्या प्रतिक्षेत आपले राज्यकर्ते वाटाघाटींच्या गोंडस नावाखाली तोंडाची वाफ दवडीत बसणार आहेत.

- ० -

११. भारतात भस्मासुर

अल्-कायदाच्या रुपाने इस्लामी दहशतवादाचा भस्मासुर हिंदुस्थानातही आला आहे. हल्ली भारतात सर्वत्र दैनंदिन होणाऱ्या दहशती घातपातात प्रत्यक्ष अल्-कायदाचे नाव दिसले नाही, तरी गेली कित्येक दशके भारताविरुद्ध चालू असलेल्या जिहादात अल्-कायदाचा सहभाग नवीन नाही. याचे जुने उदाहरण म्हणजे काश्मीरमध्ये भारतीय सैन्याशी लढण्यासाठी आयएसआयने ओसामा बिन लादेनच्या '०५५ ब्रिगेड' ह्या खास पलटणीचा उपयोग केला होता. बिन लादेनने अफगाणिस्तानात आल्यावर अगदी सुरुवातीच्या काळात तालिबानशी हातमिळवणी केली, त्या वेळी नवीन मैत्रीचे प्रतीक म्हणून त्याने ही पाच-सहा हजार फौजींची पलटण उभारुन व खास प्रशिक्षित करुन तालिबानी फौजेला जोडली होती.

तेव्हापासून गेल्या ५-६ वर्षांत अल्-कायदाच्या भारताला धमक्या चालू आहेत. अशा एका धमकीत दिनांक ८ ऑगस्ट २००७ रोजी तिने म्हटले की, अमेरिकेवर आणि तिला साथ देणाऱ्यांवर—म्हणजे 'टेल अवीव, मॉस्को व दिल्लीवर — हल्ला करण्याचा आम्हाला हक्क आहे.' अमेरिकेत प्रसृत झालेल्या एका चित्रफितीत ही धमकी होती, व तिच्यात असा आरोप करण्यात आला होता की भारताने अमेरिकेच्या आशीर्वादाने 'काश्मीरमध्ये एक लाख मुसलमान मारले आहेत.'

वर्तमानपत्रांनी बातमी दिली की 'ह्या व्हिडिओमुळे भारत सरकार चिंताक्रांत झाले...पण चारचौघांत तसे चेहऱ्यावर दिसू

दिले नाही.' एका केंद्रीय मंत्री-महोदयांनी नेहमीचे सरकारी आश्वासन दिले, 'आमचे सैन्य व आमची सरकारी यंत्रणा असल्या धमक्यांना तोंड देण्यासाठी नेहमी तयार असते;' पण 'रॉ' गुप्तहेर खात्याचे भूतपूर्व प्रमुख सहाय ह्यांनी धोक्याचा इशारा देऊन म्हटले की, 'ही धमकी नजरेआड करता येणार नाही. आपण तिची गंभीरपणे दखल घेतली पाहिजे.' सीबीआयचे माजी संचालक त्रिनाथ मिश्र म्हणाले, 'आपण आपले जाळे अधिक दूरवर पसरवीत आहोत हे अल्-कायदाला दाखवायचे आहे. व्हिडिओने दाखवले की अल्-कायदा वाढत आहे.'

याच्या आधी राष्ट्रीय सुरक्षा सल्लागार नारायणन एका मुलाखतीत म्हणाले होते की, 'अल्-कायदाचा एक गट एकदा टेहळणी करण्यासाठी भारतात येऊन गेला होता.' त्यांच्या ह्या वक्तव्यानंतर आठवड्याभरात ही धमकी देण्यात आली. नारायणन म्हणाले, 'त्यांचे काय कारस्थान आहे याचा काही मागमूस त्यांनी जाताना मागे ठेवला नाही; परंतु ते भारतात घातपाती हल्ले करु शकतील.'

सुरुवातीला असे सांगण्यात आले की धमकी देणाऱ्या या चित्रफितीत दिसणारा माणूस अल्-कायदाचा एक अमेरिकन कार्यकर्ता आहे; पण एक-दोन दिवसातच कळले की तो माणूस दुसरा कोणी नसून अल्-कायदाचा क्रमांक २ चा नेता अयमन अल्-जवाहिरी होता. ह्या बातमीमुळे टेपचे गंभीर महत्त्व खूपच वाढले. कारण काही काळापूर्वी अशा विश्वसनीय बातम्या आल्या होत्या की त्याला अगदी जवळून ओळखणाऱ्या एका पाकिस्तानी पत्रकाराच्या मते अल्-जवाहिरी आता अल्-कायदाचा दुसऱ्या क्रमांकाचा नेता राहिला नसून पहिल्या क्रमांकाचा नेता झाला आहे, व तो बिन लादेनपेक्षा अधिक धोकादायक माणूस आहे.

आणि केवळ दोन नेत्यांच्या धमक्या पुरेशा नाहीत म्हणूनच जणू काय, त्यांच्या नंतर तिसऱ्या नेत्यानेही भारताला धमकावले. तो म्हणजे अल्-जवाहिरीच्या खालोखालचा व अफगाणिस्तानातल्या अल्-कायदा घातपाताचा कमांडर मुस्तफा अबू अल्-याझीद. फेब्रुवारी २००९ मध्ये 'रॉयटर' वृत्तसंस्थेला दिसलेल्या एका चित्रफितीत याझीद प्रत्यक्ष भारताला उद्देशून म्हणाला की, 'पाकिस्तानवर प्रतिहल्ला केलात तर मुंबईसारखे आणखी हल्ले होतील. तुम्ही तशी चूक केलीत तर अल्लाच्या हुकुमाने तुम्हाला त्याची जबर किंमत मोजावी लागेल. मुजाहिदीन तुमच्या सैन्याचे तुकडे तुकडे करुन ते जमिनीत गाडतील. तुमच्या आर्थिक केंद्रांना जमीनदोस्त करतील. आम्ही सगळ्या इस्लामी जगतातून मुजाहिदीन आणि फिदायीन आणून तुमच्यासमोर उभे करु. तुमच्या आर्थिक केंद्रांना सर्वत्र लक्ष्य करु, आणि तुमची संपूर्ण अर्थव्यवस्था उद्ध्वस्त करु.'

ह्या धमक्या अलीकडच्या काळातल्या असल्या तरी मागे म्हटल्याप्रमाणे

अल्-कायदाने भारताला हल्लीच लक्ष्य केले आहे असे नाही. 'जेन्स' नियतकालिकाने कित्येक वर्षांपूर्वीच हे सांगितले होते. आयएसआयच्या गुप्तहेरांना भारतात दहशत पसरविण्यासाठी अफगाणिस्तानातील ज्या शिबिरात प्रशिक्षण दिले जात होते, ती शिबिरे अल्-कायदाची होती. अमेरिकेने अफगाणिस्तानात खोस्त शहराजवळ असलेल्या अल्-कायदाच्या शिबिरावर क्रूज क्षेपणास्त्रांनी हल्ला केला त्यावेळी अल्-कायदा व आयएसआय यांच्या मधला 'अनैतिक संबंध' उजेडात आला. कारण त्या हल्ल्यात जे दहशतवादी मेले, त्यात पाकिस्तानचा पाठिंबा असलेला एक काश्मिरी अतिरेक्यांच गट होता.

भारतीय सेनेच्या उच्च अधिकाऱ्यांनी देखील याला दुजोरा दिला होता. उदाहरणार्थ मागे म्हटल्याप्रमाणे उत्तर कमांडचे जीओसी लेफ्टनंट जनरल पनाग यांनी म्हटले होते की अल्-कायदा ही एक अखिल-इस्लामी दहशतवादी संघटना असून तिचे गुप्त घातपाती सबंध जगात आहेत, तेव्हा भारतातदेखील तिचे अतिरेकी असण्याची शक्यता नाकारता येत नाही. ही 'शक्यता'ही एक जुने तथ्य आहे, याचाही उल्लेख मागे आलाच आहे. अमेरिकन काँग्रेसच्या अन्वेषण विभागाने सन २००५ मध्ये 'अल्-कायदा : प्रोफाइल ॲन्ड थ्रेट असेसमेन्ट' नावाचा एक अहवाल तयार केला. त्यात म्हटले की १९९० च्या दशकाच्या प्रारंभकाळापासूनच, म्हणजे ओसामा बिन लादेन सुदानमध्ये राहत होता तेव्हापासूनच काश्मीरातील जिहादींना प्रशिक्षण देण्याच्या कामी तो सक्रिय मदत करीत होता. सन २००१ मध्ये 'हरकत उल्-मुजाहिदीन' ही काश्मीरी दहशतवादी संघटना रीतसर अल्-कायदा परिवाराची घटक झाली होती. यूनोच्या निर्वासित विभागाचे प्रमुख (यूएन हायकमिशन फॉर रेफ्यूजीस) यांनी म्हटले आहे की, '१९९९ च्या कारगिल युद्धाच्या काळात अल्-कायदाने पाकव्याप्त काश्मीरात आपले अड्डे उभारले व तेव्हापासून आयएसआयच्या अलिखित अनुमतीच्या बळावर अल्-कायदा काश्मीरात वाढत आहे.'

याच्या जोडीला हिज्बुल मुजाहिदीन आणि लष्कर-ई-तोयबा ह्या दोन्ही अल्-कायदाच्या संघटनांनीही आपली भरतीची मोहीम काश्मीर खोऱ्यात विस्तारली आहे, अशी ताजी बातमी आहे. इलाही व झारगर नावाच्या दोन काश्मीरी मुस्लिम संशयितांनी पोलिसांना ही बातमी दिल्याचे 'मुंबई मिरर' ने नोव्हेंबर ३, २०१० च्या अंकात छापले. ही मोहीम हिज्बुल व 'लष्कर'च्या पाकिस्तानी नेत्यांच्या देखरेखीखाली चालली आहे. इलाहीने असाही गौप्यस्फोट केला की दीड हजार सशस्त्र अतिरेकी पाकिस्तानात व पाक-व्याप्त काश्मिरात ठिकठिकाणी चाललेल्या शिबिरात प्रशिक्षण घेत आहेत. त्यातली काही शिबिरे पाकिस्तानी सेना व आयएसआयने चालविली आहेत.

वरील बातमीनंतर दोनच दिवसांनी ५ नोव्हेंबरला लंडनहून बातमी आली की तेथल्या दहशत-प्रशिक्षण शिबिरात शेकडो विश्वविद्यालयीन विद्यार्थी भरती झाले आहेत व त्यात काही परदेशातलेही आहेत. राजधानी मुझफ्फराबादला ठिकठिकाणी भिंतीवर जिहादच्या घोषणा दिसतात. याच शहरात सन २००९ च्या सुरुवातीस निरनिराळ्या दहशती संघटनांची एक संयुक्त बैठक झाली होती. तिच्यात १२ संघटनांनी भाग घेतला होता. या बैठकीत भारतविरोधी जिहाद अधिक तीव्र करण्याची मागणी करण्यात आली होती. या बैठकीसाठी पाकिस्तान सरकारने पोलीस बंदोबस्त केला होता.

आता तर पाकव्याप्त काश्मीरातील दहशती परिस्थिती भारताच्या सुरक्षेच्या दृष्टीने इतकी विकोपाला गेली आहे की, तेथे महिला दहशतवादी देखील तयार होत आहेत. ह्या प्रदेशात अनेक ठिकाणी अल्-कायदाच्या घटक संघटना लष्कर-ई-तोयबा व जैश-ई-महंमद आणि हिज्ब-उल्-मुजाहिदीन व अल्-बदर या दहशतवादी संघटनांची शिबिरे विखुरलेली आहेत व या शिबिरात महिलाही प्रशिक्षण घेत आहेत असे सीआयएच्या उच्च अधिकाऱ्याने म्हटले आहे. ही दहशत-केंद्रे मुझफ्फराबाद, अटक, ओघी व मन्सेरा विभागात आहेत. 'लष्कर'ची प्रशिक्षण केंद्रे मुझफ्फराबाद व मन्सेराला आहेत; तर हिज्बुल आपल्या नवीन रंगरुटांना अटक येथे प्रशिक्षण देते. अल्-बदरचे शिबिर ओघी येथे आहे. ह्या शिबिरात प्रशिक्षण घेणाऱ्या दहशतवाद्यांत बव्हंशी महिला आहेत. ही सर्व शिबिरे अजूनही चालू आहेत. त्यातली काही त इस्लामाबाद, रावळपिंडी, लाहोर आणि पेशावर अशा मोठमोठ्या पाकिस्तानी शहरांच्या जवळ आहेत.

काश्मीरमध्ये घातपात करीत असलेले बरेच दहशतवादी अल्-कायदा व तालिबान बरोबर एकाच मदरशात शिकलेले आहेत. १९९८ साली अल्-कायदाने अमेरिका व तिच्या साथीदारांवर जिहाद पुकारल्याची लेखी घोषणा केली. त्या घोषणापत्रावर हिज्बुल मुजाहिदीनचा नेता फजलुर रहमान खलिल याचीही सही होती. सन २००२ मध्ये ओसामा बिन लादेनने अमेरिकन जनतेला उद्देशून एक अनावृत पत्र लिहिले होते. त्यात त्याने म्हटले की, आपण अमेरिकेविरुद्ध जी लढाई लढत आहोत तिचे एक कारण म्हणजे काश्मीर प्रश्नावर अमेरिकेचा भारताला पाठिंबा. याच्या आधी नोव्हेंबर २००१ मध्ये एके दिवशी नेपाळात काठमांडू विमानतळावर अचानक आणीबाणीची सुरक्षा व्यवस्था करण्यात आली — कारण काय, तर तेथून एक विमान हायजॅक करुन नवी दिल्लीत खाली पाडायचे अशी ओसामा बिन लादेनची योजना असल्याची धमकी मिळाली होती. सन २००२ मध्ये अमेरिकेला अशी बातमी मिळाली की हिज्बुल मुजाहिदीन ह्या काश्मीरी दहशतवादी संघटनेने ओसामाला आश्रय दिला होता, तेव्हा त्याला हुडकून काढण्यासाठी अमेरिकेने आपले 'डेल्टा फोर्स' नावाचे खास कमांडो पथक काश्मीरला पाठवले होते.

असे म्हणतात की जैश-ई-महंमदचा संस्थापक मौलाना मसूद अजहर हा अनेक वेळा ओसामा बिन लादेनला भेटला होता व ओसामाने त्याला पैसे पुरवले होते. अमेरिकन दहशतविरोध-तज्ज्ञ ब्रूस रिडेल याच्या मते १९९९ साली इंडियन एअरलाइन्सच्या विमानाचे अपहरण करुन ते कंदाहारला नेण्यात आले त्यात अल्-कायदा व तालिबान यांचा खूप मोठा हात होता. हेच विमान सोडण्याची किंमत म्हणून भारत सरकारने अजहर ह्या कुप्रसिद्ध दहशतवाद्याला सोडून दिले होते. बिन लादेनचा अंगरक्षक अबू जंदलने सांगितले की 'अजहर सुटून आल्यावर ओसामा बिन लादेनने स्वत: त्याचे स्वागत केले होते व त्याच्या सुटकेप्रीत्यर्थ जंगी पार्टी दिली होती.'

सन २००८ मध्ये मुंबई हल्ल्याचे सूत्रसंचालन करणाऱ्या लष्कर-ई-तोयबाचीही पाकिस्तानात असलेल्या अल्-कायदा नेत्यांशी खूप जवळीक असल्याची माहिती आहे. एफबीआयच्या मते अल्-कायदा व 'लष्कर' या संघटना बऱ्याच पूर्वीपासून एकमेकांना जोडलेल्या आहेत; तर सीआयएच्या मते अल्-कायदा 'लष्कर' ला पैसा पुरवते. फ्रान्सचे वरिष्ठ दहशतविरोधी-तज्ज्ञ ब्रुगिए ह्यांनी सन २००० साली 'रॉयटर' वृत्तसंस्थेला म्हटले, 'लष्कर-ई-तोयबा ही आता केवळ काश्मीरात राजकीय व लष्करी उद्देशाने पाकिस्तानने चालविलेली चळवळ राहिलेली नाही. लष्कर-ई-तोयबा अल्-कायदाचा सदस्य झाली आहे.' सन २००८ साली प्रसृत झालेल्या एका चित्रफितीत अल्-कायदाचा उच्च कार्यकर्ता आदम याहिये गदाहन याने म्हटले, 'काश्मीरमध्ये विजय मिळायला फार वर्षे लागली आहेत. तेथे चाललेल्या जिहादमधला

हा अडथळा अल्लाच्या कृपेने दूर झाला तर हिंदूंच्या कबजात असलेल्या ह्या इस्लामी भूमीची मुक्तता करण्यासाठी त्यांच्यावरच्या विजयाची ही पहिली पायरी ठरेल.'

'लष्कर' च्या घातपाती महिला

आधी म्हटल्याप्रमाणे काश्मीरमध्ये चाललेल्या दहशत-जिहादात आणखी एक नवीन आघाडी उघडण्यात आलेली दिसते. ती म्हणजे लष्कर-ई-तोयबाने केलेली महिला घातपात्यांची भरती. अशा बऱ्याच काश्मीरी स्त्रिया आपल्या पुरुष साथीदारांबरोबर खरेखुरे भारतीय व्हिसा घेऊन पाकिस्तानला गेल्या व तेथे शस्त्रास्त्रांचे प्रशिक्षण घेऊन भारतात परतल्या. सन २००४ मध्ये खलीदा अख्तर नावाची एक महिला श्रीनगरला पकडली गेली तेव्हा ही गोष्ट उघडकीला आली. तिची उलट-तपासणी केली तेव्हा कळले की एलईटी स्त्री-दहशतवाद्यांची टोळी तयार करीत आहे, व त्यांना पाकिस्तानव्याप्त काश्मीरात जहाल मानसिकतेचे व शस्त्रास्त्रांचे प्रशिक्षण देत आहे.

खलीदाच्या तपासणीत आणखी एक गोष्ट उघडकीस आली, व ती म्हणजे ह्या तरुण व देखण्या स्त्रिया भारतीय सेनाधिकाऱ्यांना व जवानांना भुरळ पाडून त्यांच्याकडून भारतीय सैन्याच्या हालचालींची गुप्त माहिती मिळविण्यासाठी वापरल्या जात होत्या. अशाच कामगिरीवर खलीदा एका भारतीय सेनाधिकाऱ्याला भेटण्यासाठी एका बगीच्यात गेली असताना पकडली गेली. खलीदाच्या पासपोर्ट व व्हिसाची व्यवस्था एलईटीचा घातपाती जमालखान याने एप्रिल २००६ मध्ये केली होती व ते दोघे दिल्लीहून पाकिस्तानला विमानाने गेले होते. तेथे तिने एप्रिल-मे मध्ये पाकव्याप्त काश्मीरमध्ये प्रशिक्षण घेतले होते. 'टाइम्स ऑफ इंडिया' च्या वृत्तानुसार खलीदा त्या सेनाधिकाऱ्याला ओळखत होती व काही वेळा भेटली होती. त्या अधिकाऱ्याला एलईटीच्या एरिया कमांडरने ठार मारायचे असा कट रचण्यात आला होता, व त्या कटात खलीदा सामील झाली होती.

निरनिराळ्या दहशती संघटनांशी 'सोयरीक' करण्याच्या अल्-कायदाच्या तंत्राची अलीकडची आणखी उदाहरणे म्हणजे जैश-ई-महंमद व त्यातून निघालेले दोन गट — लष्कर-ई-झांगवी व सिपाह-ई-सहाबा. दिनांक ३ सप्टेंबर २००७ रोजी वर्तमानपत्रांनी बातमी छापली की ह्या संघटना अल्-कायदाला जोडल्या गेल्या आहेत. जैश-ई-महंमद हा गट कुप्रसिद्ध दहशतवादी मसूद अजहर याने स्थापन केला आहे. मागे म्हटल्याप्रमाणे इंडियन एअरलाइन्सचे विमान हायजॅक करुन काठमांडूहून तालिबानचा अड्डा असलेल्या कंदाहारला नेण्यात आले, तेव्हा विमानातल्या प्रवाशांच्या सुटकेची किंमत म्हणून भारतीय तुरुंगात असलेल्या ह्या कुप्रसिद्ध

दहशतवाद्याला व त्याच्या दोन सहकाऱ्यांना सोडून दिले होते. जैश-ई-महंमदवर भारतात बंदी आहेच, पण अमेरिकेतही आहे. ही एक परदेशी दहशतवादी संघटना असल्याचे अमेरिकेन सरकारने घोषित केले आहे. सन २००३ मध्ये जैशचे देखील दोन तुकडे पडले. त्यांची नावे खुद्दाम उल्-इस्लाम व गमात उल्-फुरकान. ह्या दोन्ही गटांवर खुद्द पाकिस्तान सरकारने पाकिस्तानातही घातपाती कृत्ये करण्याबद्दल बंदी घातली.

पूर्व भारतात अल्-कायदा

'भारताबद्दल अल्-कायदाचे आगामी बेत काय आहेत, याबद्दल आपल्याला काही माहिती नाही,' असा राष्ट्रीय सुरक्षा सल्लागार नारायणन यांनी कबुलीजबाब दिला, तरी पश्चिमेला पाकिस्तानात मुख्य अड्डा असलेली ही दहशतवादी संघटना भारतासारख्या विशाल देशाच्या पूर्व-प्रदेशात देखील सक्रिय आहे हे एक कटू सत्य आहे. दिनांक २१ ऑगस्ट २००७ रोजी 'इंडियन एक्स्प्रेस' ने इंफालहून आलेली बातमी छापली की मणीपूर राज्यात शेजारच्या ब्रह्मदेशाची सरहद्द ओलांडून भारतात घुसलेल्या १५ संशयास्पद इसमांच्या एका गटाला अटक करण्यात आली. ही अटक राजधानी इंफालपासून अवघ्या ७० मैलांच्या अंतरावर करण्यात आली. 'ह्या घुसखोरांचा अल्-कायदाशी संबंध असावा असा दाट संशय आहे,' असे एका उच्च पोलीस अधिकाऱ्याने म्हटले.

दक्षिणेत अल्-कायदा

अल्-कायदा दक्षिण भारतात देखील विद्यमान आहे, हे हैदराबादमधील बाँबहल्ले व गोव्यातला धोक्याचा इशारा ह्यांनी उघडकीस आले आहे. हैदराबादला लक्ष्य करणाऱ्या दहशती टोळीतला अबू हमजा ह्याला अल्-कायदाने रासायनिक बाँब कसे करावेत हे शिकविले होते, अशी बातमी 'टाइम्स ऑफ इंडिया' ने दिनांक ६ सप्टेंबर २००७ रोजी छापली होती. ह्या टोळीला आपल्या जाळ्यात पकडण्यासाठी पोलिसांनी एका परिचित गुन्हेगाराला मुद्दाम मोकळे ठेवून त्याच्यावर पाळत ठेवली आणि मग पकडून बंगलोरच्या फॉरेन्सिक प्रयोगशाळेत त्याची 'नार्को-अनॅलिसिस' परीक्षा केली, तेव्हा हे उघडकीला आले. मुंबईला लोकलगाड्यांत जे बाँबस्फोट झाले ते बाँब 'ब्लॅक अझाइड' नावाचा विशिष्ट घटक वापरुन तयार करण्यात हमजा वाकबगार झाला आहे, असे पोलिसांचे मत आहे.

हैदराबादच्या मक्का मशिदीत बाँबस्फोट होण्याच्या एक दिवस आधीपर्यंत हमजा आपल्या दोन साथीदारांसह हैदराबादला होता, ते साथीदार म्हणजे अजहर

नावाचा एक हैदराबादी इसम व नफीज नावाचा बांगलादेशी. स्फोट होताच हमजा व त्याचा हस्तक कादर यांनी ताबडतोब आपल्या मोबाईल फोनची 'सिम' कार्डे बदलून टाकली. ही कार्डे त्यांना कलीम नावाच्या एका १९ वर्षांच्या मुलाने पुरवली होती. ह्याच मुलाने त्यांना शहरातले त्यांचे वास्तव्य कायदेशीर आहे असे दाखविणारे बनावट कागदपत्रही पुरविले होते. बंगलोरच्या प्रयोगशाळेतल्या आपल्या रासायनिक परीक्षणात कलीमने आश्चर्यकारक गौप्यस्फोट केले. त्याने सांगितले की, 'भारतात गुपचूप घुसलेल्या दहशतवाद्यांना त्याने अशी १०० 'सिम' कार्डे पुरविली होती.' त्याने असेही सांगितले की, 'गेल्या २/३ वर्षांत हैदराबाद दहशतवाद्यांनी अक्षरश: ओसंडून गेले आहे.'

हैदराबादचा हल्ला ही 'हुजी' नावाच्या बांगलादेशी दहशती टोळीची कामगिरी होती; पण तिच्याबद्दल 'इंटलिजन्स ब्यूरो'चे माजी प्रमुख अजित दोवल म्हणाले, 'या गटाची फारशी माहीत नसलेली, पण अधिक चिंताजनक गोष्ट म्हणजे तिचा अल्-कायदाशी जुना व घनिष्ट संबंध आहे.'

गोव्याबद्दल सांगायचे म्हणजे 'असोसिएटेड फ्रान्स प्रेस' ह्या वृत्तसंस्थेने दिनांक १३ डिसेंबर २००५ रोजी जेरुसलेमहून पाठविलेल्या बातमीनुसार इस्रायलच्या दहशतवादविरोधी खात्याच्या मुख्यालयाने इस्रायली जनतेला धोक्याचा इशारा दिला की, 'गोव्याला जाऊ नका. हल्ली भारताला अल्-कायदा दहशतीचा धोका आहे. त्याचाच एक भाग म्हणजे सध्या गोवा प्रदेशाला निश्चित धोका आहे. या ठिकाणी वर्षाच्या अखेरीस शेकडो प्रवासी सुट्टीवर येत असतात, त्यात इस्रायली असतात. गोव्याला जाणाऱ्या प्रवाशांना अल्-कायदाच्या हल्ल्याचे फार मोठे भय आहे, म्हणून येत्या काही आठवड्यात इस्रायली नागरिकांनी गोव्यात राहणे शक्य तेवढे टाळावे, अशी त्यांना सूचना देण्यात येत आहे,' असे एका सरकारी वक्तव्यात जाहीरपणे सांगण्यात आले. त्यावेळी ही भीती खरी ठरली नाही; पण ५/६ वर्षांपूर्वीच सावधानतेचा इशारा देणाऱ्या इस्रायलींनी भारतात अल्-कायदाचे अस्तित्व भीतिदायक वाटण्याइतके वाढले असल्याचे ओळखले होते.

सुनियोजित राहुल कट

अल्-कायदा आता भारतात किती मोठ्या प्रमाणावर हालचाली करु शकते याचे स्तिमित करणारे प्रात्यक्षिकही दिसले आहे. दिनांक १५ नोव्हेंबर २००७ रोजी अल्-कायदाचा एक अत्यंत सक्रिय असलेला विभाग अशा जैश-ई-महंमदचे तीन पाकिस्तानी दहशतवादी उत्तर प्रदेशात पकडले गेले, तेव्हा लखनऊ पोलीस खात्याचे महासंचालक विक्रमसिंग यांनी एका पत्रकार-परिषदेत सांगितले की, 'राहुल गांधींचे

अपहरण करुन त्याच्या बदल्यात भारतात निरनिराळ्या ठिकाणी तुरुंगात असलेल्या ४२ दहशतवाद्यांच्या सुटकेची मागणी करायची, असा कट त्यांनी रचला होता.' नंतर पोलिसांनी ती सबंध यादीही प्रकाशित केली. त्यात सुरुवातीलाच गाजलेल्या अफजल गुरुचे नाव होते. पकडलेल्या तीन इसमांच्या कसून केलेल्या तपासणीत त्यांनी उघड केले की राहुलला धरायच्या आधी त्याच्या गळ्यात हातगोळ्यांची माळ घालायची अशी योजना होती. नंतर तुरुंगातल्या दहशतवाद्यांच्या सुटकेसाठी यूनोच्या हस्तक्षेपाची मागणी करायची, असा त्यांचा विचार होता. या दहशतवाद्यांना पकडण्यासाठी एका खास पोलीस तुकडीला त्यांच्याशी गोळीबाराची चकमक करावी लागली. त्या तुकडीच्या सूत्रांनी सांगितले की वाटाघाटी करण्यासाठी दोन पत्रकार गुंतवायचे असाही जैशचा बेत होता. त्यांच्या 'हिटलिस्ट' वर आणखी दोन नावे होती, ती म्हणजे अटलबिहारी वाजपेयी व लालकृष्ण आडवाणी.

या कटाचे एक गंभीर वैशिष्ट्य म्हणजे कट अमलात आणणाऱ्या दहशतवाद्यांना मिळालेले पद्धतशीर प्रशिक्षण व या कारस्थानाचा सूत्रधार. आठ-नऊ वर्षांपूर्वी इंडियन एअरलाइन्सच्या विमानाचे अपहरण करुन एक आठवडाभर सबंध भारताचा थरकाप उडविणारा (व अखेर भारताला शरण आणणारा) प्रमुख सूत्रधार इब्राहिम अथर हा पुन्हा प्रकट झाला होता, व तोच राहुल-अपहरण कारस्थानाचा म्होरक्या होता. त्याने व जैश प्रमुखाचा मेव्हणा अब्दुल राउफ या दोघांनी कटाची अंमलबजावणी करणाऱ्या घातपात्यांना प्रशिक्षणही दिले होते. भारत सरकारने पाकिस्तानात राहणाऱ्या २० 'मोस्ट वॉन्टेड' दहशतवाद्यांची यादी पाकिस्तान सरकारला ७-८ वर्षांपूर्वी सादर केली होती, तिच्यात अथर आणि राउफ या दोघांचीही नावे आहेत. शिवाय या दोघांच्या नावाने इंटरपोलची नोटीसही आहे.

पोलीस सूत्रानुसार हा कट गेली ५/६ वर्षे शिजत होता. जे तीन दहशती तो अमलात आणण्यासाठी निवडले होते त्यांना कोठल्या मुद्यांवर वाटाघाटी करायच्या ते सर्व नीट समजावण्यात आले होते. पाकिस्तानात सियालकोटनजीक एका शिबिरात त्यांचे प्रशिक्षण स्वत: अथरच्या देखरेखीखाली तीन महिने चालले होते. ह्या प्रशिक्षणात ज्या भारतीय नेत्यांचे अपहरण करायचे त्यांचे व इतर काही राजकारणी नेत्यांचे व्हिडिओ प्रशिक्षणाचा एक भाग म्हणून त्यांना दाखविण्यात आले होते. त्या तिघांनी राजकीय पक्षांच्या कार्यालयात झाडूवाल्यांची नोकरी घ्यायची व तेथे त्यांनी ओलीस नेते पकडायचे असे ठरले.

या ठिकाणी एका संबंधित गोष्टीचा उल्लेख करायचा म्हणजे अफजल गुरुची सुटका करायचा बेत आणखी एका अल्-कायदाशी जोडलेल्या संघटनेने

ठरवला होता, व ती म्हणजे लष्कर-ई-तोयबा. सन २००७ मध्ये मिळालेल्या विश्वसनीय माहितीनुसार लष्कर-ई-तोयबा आणि शीख अतिरेकी यांची एक संयुक्त बैठक त्यांच्या पाकिस्तानी सूत्रधारांनी जर्मनीत बर्लिन येथे घडवून आणली होती व तिच्यात भारतीय तुरुंगात असलेल्या प्रमुख दहशतवाद्यांना (अफजल गुरु धरुन) सोडविण्यासाठी अपहरणाचे तंत्र वापरण्यावर चर्चा झाली होती.

अल्-कायदाच्या भारत-भेटीचा आणखी एक अगदी अलीकडचा पुरावा म्हणजे पुण्याच्या जर्मन बेकरीत सन २०१० च्या प्रारंभी झालेला बाँबस्फोट. ऑगस्ट २०१० मध्ये अल्-कायदा नेता याझीद याने अफगाणिस्तानातून एक चित्रफीत प्रसारित केली, तिच्यात त्याने म्हटले की 'हा स्फोट अल्-कायदाशी संबंधित एका गटाने घडवून आणला. या कटाचा सूत्रधार इलियास काश्मीरी हा होता, असेही त्याने म्हटले. काश्मीरी हा '३१३ ब्रिगेड' नावाच्या घातपाती फलटणीचा संस्थापक असून तोही अल्-कायदाचा आता एक उच्च नेता आहे. जर्मन बेकरीतील स्फोटात काही इस्रायली नागरिकांचाही मृत्यू झाला. 'जिहादसाठी हा स्फोट म्हणजे एक उत्तम उदाहरण आहे. 'व्हाइट हाऊस' सारख्या इस्लामविरोधी शक्तींसाठी जिहादचा पुन्हा वापर केला जाईल,' अशा आशयाचा मजकूरही चित्रफितीत होता.

जर्मन बेकरी कांड 'अल्-कायदाशी संबंधित गट' म्हणजे 'एलईटी'ने घडवून आणले होते व त्यानंतर गणेशोत्सवाच्या वेळी पुण्याच्या प्रसिद्ध दगडूशेठ गणपतीवरही हल्ला करण्याचा 'लष्कर'चा बेत होता; पण बेकरी कटातल्या दोन दहशत्यांना अटक झाल्याने तो सोडून द्यावा लागला.

राजधानीला धोका

या सर्व गंभीर परिस्थितीचे टोक म्हणजे प्रत्यक्ष राजधानीलाच धोका आहे. दिनांक २६ जानेवारी २००८ च्या प्रजासत्ताक दिनाच्या आधी दिल्लीतल्या सार्वजनिक इमारती व गर्दीच्या ठिकाणी आणि त्याआधी नाताळच्या सुमारास दिल्लीच्या प्रमुख चर्चमध्ये बाँबहल्ले करण्यात येण्याची शक्यता आहे अशी बातमी दिनांक ४ डिसेंबर २००७ रोजी वर्तमानपत्रांनी छापली होती. ही धोक्याची सूचना इंटलिजन्स ब्यूरोतर्फे दिल्ली पोलिसांना देण्यात आली. तिच्यात म्हटले होते की, 'नाताळच्या निमित्ताने ज्या दोन प्रमुख चर्चमध्ये अनेक परदेशी डिप्लोमॅट मंडळी जमतात, त्यांना 'लष्कर' व 'हुजी' लक्ष्य करणार आहेत. या दोन्ही दहशतवादी संघटनांचे उत्तर प्रदेशात मजबूत बस्तान आहे व हरयाणामध्ये 'स्लीपर गुप्त गट' आहेत.'

राजधानीवरच्या दहशती हल्ल्याच्या शक्यतेचे हे सावट अजूनही दूर झालेले नाही. अगदी अलीकडे म्हणजे ऑक्टोबर २०१० मध्ये झालेल्या कॉमनवेल्थ

क्रीडामहोत्सवालाही अल्-कायदा व लष्कर-ई-तोयबाच्या संभाव्य हल्ल्यापासून सावधानतेचा इशारा मिळाला होता. दिनांक १० ऑक्टोबर रोजी एका परदेशी गुप्तहेर संघटनेने भारतीय सुरक्षा यंत्रणेला इशारा दिला की दिनांक १२ व १३ ला खेळांच्या काही ठिकाणी हल्ले करण्याची अल्-कायदा व एलईटीची योजना आहे. ह्या इशाऱ्यात असेही म्हटले होते की या संघटना राजधानीत निदान एका तरी पंचतारांकित हॉटेलवर हल्ला करण्याचा बेत करीत आहेत. या हल्लेखोरांना पाक-अफगाण सरहद्दीवर आयएसआयने प्रशिक्षण दिले होते. इशाऱ्यात असेही म्हटले होते की हल्लेखोर नेपाळमार्गे किंवा पश्चिम सीमेवरुन येण्याची शक्यता आहे. हा हल्ला उघड उघड रॉकेटने होणार होता. हा इशारा 'काही प्रमाणात विश्वसनीय' असल्याचे मान्य करुन खेळांच्या जागी व नव्या दिल्लीतील आठ पंचतारांकित हॉटेलांच्या भोवती सुरक्षा यंत्रणा कडक करण्यात आली. त्याचप्रमाणे खेळावर हवाई हल्ला होण्याचीही शक्यता लक्षात घेऊन विमानविरोधी तोफा सज्ज ठेवण्यात आल्या.

भारताची आर्थिक राजधानी असलेल्या मुंबईबद्दल बोलायचे तर ती सतत दहशतवाद्यांचे 'आवडते' लक्ष्य राहिली आहे. १९९३ च्या बॉंबस्फोट-मालिकेपासून २००८ च्या प्रचंड व उघड हल्ल्यापर्यंत मुंबईत दहशती रक्तपात चालू आहे आणि तो पुढेही चालू राहणार असल्याचे वृत्त आहे. कारण दिनांक २१ नोव्हेंबर २०१० रोजी 'टाइम्स ऑफ इंडिया'ने बातमी छापली की लष्कर-ई-तोयबा व हरकत-उल्-मुजाहिदीन या पाकिस्तानी संघटना आणि इंडियन मुजाहिदीन ही भारतीय संघटना या तिघांनी मिळून ७ घातपात्यांचा एक गट दक्षिण मुंबईतल्या एका पंचतारांकित हॉटेलवर हल्ला करण्यासाठी रवाना केला आहे. हा कट काश्मीरमध्ये शिजला आहे.

एकूण अलीकडच्या काही वर्षांत अल्-कायदा भारतात करीत असलेल्या घातपातात तिचा सहभाग अप्रत्यक्ष पण स्पष्ट दिसतो. मुख्यत्वे तो 'लष्कर' व 'जैश' या संघटना करीत असतात, व या दोन्ही अल्-कायदाचे उघडउघड घटक आहेत. तितकीच जवळीक अल्-कायदा व तालिबान यांच्यामध्ये आहे, कारण अल्-कायदा नेता ओसामा बिन लादेन आणि तालिबान नेता मुल्ला उमर हे तर प्रत्यक्ष सोयरे होते. तेव्हा अल्-कायदाचा इस्लामी दहशतवाद तालिबानच्या मार्गानेही भारताजवळ सरकत आहे, याची जाणीव ठेवणे आवश्यक आहे. ही जाणीव दिनांक ७ जानेवारी २००९ रोजी 'टाइम्स ऑफ इंडिया' मध्ये इन्द्राणी बागची यांनी लिहिलेल्या लेखात दिसते.

ह्या लेखाचे शीर्षक 'नियरर दॅन यू थिंक' ('तुम्हाला वाटते त्याहून अधिक

जवळ') असून त्यात लेखिकेने म्हटले आहे की, 'गोवा मुंबईहून जेवढे जवळ आहे, त्याहीपेक्षा अधिक तालिबान वागा सरहद्दीच्या जवळ आहे.,' सशस्त्र इस्लामी दहशतवाद 'जवळ जवळ भारताच्या उंबरठ्यावर येऊन ठेपला आहे.' अंतराचे तौलनिक प्रमाण देताना लेखात म्हटले आहे : अमृतसरहून लाहोर ५० कि.मी. अंतरावर आहे — म्हणजे दक्षिण मुंबईहून खारघर उपनगरापेक्षाही अधिक जवळ आहे. लाहोरपासून इस्लामाबाद (पाकिस्तानची राजधानी) २६० कि.मी., तेथून बुनेर हे लहानसे गाव वायव्येला १६० कि.मी. अंतरावर आहे, आणि त्याच्यापुढे 'तालिबानिस्तान' सुरु होते. त्याची पसरत चाललेली सरहद्द भारताच्या वागा सरहद्दीपासून केवळ ४३० कि.मी. अंतरावर आहे.

म्हणजे सर्व जगाला — आणि विशेषत: भारताला — भेडसावणाऱ्या दहशतवादाचे स्रोत आता केवळ पाकिस्तानच्या दुर्गम डोंगरात व अफगाणिस्तानच्या गुहात दडलेले नसून ते आता भारताच्या सीमारेषेपासून ७/८ तासांच्या मोटारीच्या प्रवासाने गाठण्याइतके जवळ आहेत आणि हे अंतर दिवसा-दिवसाला कमी होत आहे, कारण तालिबानच्या पसरत्या प्रभावापुढे पाकिस्तान सरकारने जवळजवळ शरणागती पत्करली आहे. 'फाटा'च्या सर्व प्रदेशावर तालिबानचे पूर्ण वर्चस्व आहे. वायव्य सरहद्द प्रांत त्यांच्या मुठीत आहे. क्वेट्टा हे तालिबान नेता मुल्ला उमरचे निवासस्थान आहे. पेशावर हे तालिबानी शहर दिसू लागले आहे — रस्त्यावर एकही स्त्री दिसत नाही. कराचीत देखील तालिबानच्या पाट्या दिसू लागल्या आहेत.

अल्-कायदाची गुप्त सेना

ह्या सर्व चिंताजनक परिस्थितीचे भयावह टोक म्हणजे अल्-कायदाने एक भारतविरोधी गुप्त सैन्य ('शॅडो आर्मी') उभारले असल्याचे वृत्त आहे. त्यात लष्कर-ई-तोयबा, हिज्बुल जमात इस्लामी ('हुजी') आणि इंडियन मुजाहिदीन यांचा समावेश आहे. अल्-कायदाने संपूर्ण दक्षिण आशियात एक सर्वंकष राजकीय व्यूहरचना केली असून ती साध्य करण्यात या संघटनांचा सहभाग आहे. दिनांक ३० डिसेंबर २००९ रोजी 'पायोनियर' वर्तमानपत्रात शेखर नावाच्या लेखकाने लिहिलेल्या लेखात म्हटले आहे की ह्या गुप्त फौजेचे नाव 'लष्कर अल्-झिल्' असे असून 'हुजी' च्या '३१३ ब्रिगेड' चा कमांडर इलियास काश्मीरी हा तिचा प्रमुख आहे, असे प्रथमच थोड्या दिवसांपूर्वी त्याचे वर्णन केले गेले. त्याच्या आधी अल्-कायदाचे पाकिस्तानातले नेते अबू उबेदा अल्-मिस्त्री व खलीद हबीब हे या फौजेचे प्रमुख होते. ते दोघे २००८ साली मेल्यानंतर त्यांच्या जागी काश्मीरी नेमला गेल्याची बातमी 'एशिया टाइम्स' मध्ये दिनांक २४ डिसेंबर २००९ रोजी आली

होती. त्याच्या आधी त्याच वर्षी फेब्रुवारी महिन्यात 'लाँग वॉर जर्नल' नावाच्या प्रकाशनात बिल रॉजियो नावाच्या लेखकाने लिहिले की लष्कर अल-झिल् फौजेची रचना अत्यंत पद्धतशीरपणे केलेली आहे व अनुभवी सैनिक अधिकारी तिच्या पलटणींचे प्रमुख आहेत. ही फौज पूर्वी अल्-कायदाने उभारलेल्या '०५५ ब्रिगेड' मधून तयार करण्यात आली आहे.

ह्या छुप्या फौजेच्या उभारणीचा पूर्वेतिहास असा की काश्मीरी ह्याच्या वजीरीस्तानमधल्या शिबिरात पाकिस्तानी सैन्यातल्या निवृत्त फौजींनी तळ ठोकला होता व तेथून ते हालचाली करीत होते. हे लोक मध्यम हुद्द्यांचे म्हणजे कॅप्टन, मेजर, कर्नल असे होते. पुढे फेब्रुवारी २००८ मध्ये 'आशिया टाइम्स' ने अबू हदीस नावाच्या एका एलईटी फौजीचा हवाला देऊन म्हटले की काश्मीरमध्ये लढण्यासाठी आयएसआयने प्रशिक्षित केलेले जिहादी आणि काही निवृत्त पाकिस्तानी सेनाधिकारी ह्यांचा ह्या सैन्यात भरणा करण्यात आला.

ह्या इलियास काश्मीरीबद्दल महत्त्वाची ताजी बातमी अशी की आतापर्यंत नंबर ३ चा अल-कायदा नेता म्हणून गणला जाणारा हा दहशती आता नवा ओसामा बिन लादेन म्हणून पुढे येत आहे. जगातला 'मोस्ट वॉन्टेड' असा हा दहशतवादी घातपाताच्या बाबतीत ओसामाचा वारस समजला जाऊ लागला आहे. तो कडवा भारत-विरोधक असून भारताला सर्वात मोठा शत्रू समजतो. युरोपात होऊ घातलेल्या घातपाती कटांचा तो सूत्रधार आहे, असे मानले जाते, व त्यासाठी पाकिस्तानच्या दुर्गम जमाती प्रदेशात १०,००० फौजी आत्मघातकी हल्ल्यांचे प्रशिक्षण घेत आहेत असे म्हणतात.

- ० -

१२. भारताचा दयनीय प्रतिसाद

आज परिस्थिती अशी आहे की दहशतीचे शस्त्र हाती घेतलेले जिहादी भारतावर वाटेल तेव्हा व वाटेल तेथे प्रहार करु शकतात. अशी ही मन:पूत प्रहारांची मालिका अखंड चालू आहे — मुंबई, दिल्ली, बंगलोर, हैदराबाद, मालेगाव, वाराणसी, काश्मीर... यादी संपता संपत नाही. दहशतवादाचे हे थैमान देशभर अखंड चालू शकते याचे कारण स्पष्ट आहे, व ते म्हणजे ह्या हैदोसाला भारताचा प्रतिसाद नगण्य म्हणण्याइतका दयनीय आहे.

सर्व जगात स्वत:च्या भूमीवर दहशतवादी हल्ल्यांना सर्वाधिक बळी पडलेला देश एक इराक सोडला, तर भारत आहे. काही बोलके आकडे पहा : सन २००४ पासूनच्या काळात दहशतवादाला बळी पडलेल्या भारतीयांची संख्या सुमारे ४००० आहे. ही संख्या उत्तर अमेरिका, दक्षिण अमेरिका, मध्य अमेरिका, युरोप व युरेशिया मिळून झालेल्या घातपातांच्यापेक्षाही मोठी आहे. ह्यातले २० टक्क्यांहून अधिक मृत्यू काश्मीरात पाकिस्तानच्या आयएसआयने अल्-कायदा, तालिबान इत्यादींच्या मदतीने चालविलेल्या अप्रत्यक्ष युद्धात झालेले आहेत. अन्य काही आकडे याहूनही अधिक भेडसावणारे आहेत. उदाहरणार्थ, काही जाणकारांच्या मते— गेल्या एका दशकात ५३,००० हून अधिक भारतीय दहशतवादाला बळी पडलेले आहेत. अन्य काहींच्या मते, ही संख्या ६०,००० पेक्षा मोठी आहे. स्वातंत्र्यप्राप्तीनंतरच्या काळात भारताविरुद्ध जेवढी युद्धे झाली, तेवढ्या सर्व युद्धात किती प्राणहानी झाली,

तर ८०००. म्हणजे भारताने उघड युद्धात जेवढे नागरिक गमावले, त्यापेक्षा कितीतरी पट अधिक दहशतवादी घातपातात.

ह्या परिस्थितीचा तपशिलात जाऊन विचार केला तर दिसते की दहशतवादाचा समर्थपणे सामना करण्याच्या बाबतीत भारत प्रत्येक स्तरावर प्राणघातक प्रमाणात असमर्थ ठरला आहे. हे स्तर मुख्यत्वे पुढीलप्रमाणे आहेत :

- पोलीस सुरक्षा
- गुप्त माहिती यंत्रणा
- शासकीय दक्षता
- राजकीय निर्धार
- सामाजिक मानसिकता

सुरक्षेचा बोजवारा

पोलीस सुरक्षेच्या बाबतीत अगदी पहिली गोष्ट म्हणजे सामान्य नागरिकांना अगदी सामान्य स्वरुपाची सुरक्षा पुरविण्यासाठी जेवढे पोलीस हवेत, तेवढेदेखील नाहीत. उलट देशभरात पोलीस खात्यांचे संख्याबळ आवश्यकतेच्या मानाने खूपच कमी आहे, असे अलीकडच्या काळात करण्यात आलेल्या एका सर्वेक्षणात दिसून आले होते. कसाब आणि कंपनीने मुंबईवर धाड घातली तेव्हा ताजमहाल हॉटेलवर हल्ला चालू असताना रतन टाटा तिकडे धावले. त्यावेळी त्यांना हॉटेलजवळ फक्त दोन-तीन पोलीस दिसले, असे त्यांनी नंतर जाहीरपणे सांगितले. त्याच वेळी छत्रपती शिवाजी टर्मिनसवर हल्ला चालू असताना एका पोलिसाला हातातली बंदूक कशी चालवायची हे देखील नीटसे माहीत नव्हते असे त्यावेळी छापून आले होते. मुंबई पोलिसांच्या दहशत-विरोधी पथकाचे प्रमुख या हल्ल्यात मारले गेले. त्यांना हल्ल्याच्या महिनाभर आधी खात्यातर्फे चिलखती (बुलेट-प्रूफ) गाडी देण्यात आली होती. ती त्यांनी फक्त एकदाच चालवून पाहिली, नंतर वापरलीच नाही. याहून पुढची गोष्ट म्हणजे इंटलिजन्स ब्यूरोचे निवृत्त उपप्रमुख धर यांनी एका मुलाखतीत म्हटले त्याप्रमाणे 'आपले पोलीस एक तर कायदा व सुव्यवस्था ठेवण्यात किंवा बंदोबस्ताच्या कामगिरीत गुंतलेले असतात, अथवा त्यांच्या राजकारणी मालकांनी दिलेल्या हुकमांची अंमलबजावणी करण्यात व्यस्त असतात.' धर यांच्या मते, 'आपल्या देशात पोलीस खात्याचे अनिष्ट रुपांतर सत्ताधिष्ठित पक्षाच्या सशस्त्र विभागात झाले आहे.' हेच सत्य खरमरीत शब्दांत नामवंत पत्रकार विवेक देवराय यांनी सांगितले आहे. दिनांक २८ ऑगस्ट २००७ च्या 'टाइम्स ऑफ इंडिया' मध्ये 'टू बी ए हार्ड स्टेट' शीर्षकाच्या आपल्या लेखात त्यांनी म्हटले, 'कटू सत्य हे

आहे की भ्रष्टाचार, अकर्मण्यता आणि राजकीय हस्तक्षेप यांच्या प्राणघातक मिश्रणामुळे आपली न्याययंत्रणा दुर्बळ झाली आहे व निरपराध लोकांना ठार मारणाऱ्यांचा योग्य समाचार घेण्याच्या पोलिसांच्या निर्धाराचा व क्षमतेचा ऱ्हास झाला आहे.'

हैदराबादला झालेल्या प्रचंड घातपाताची त्यावेळी पोलीस चौकशी चालू होती. तिच्याशी एकूण परिस्थितीचा संबंध जोडून देवराय म्हणाले, 'हैदराबादला कोटाच्या आत जुने शहर ('ओल्ड सिटी') येथे (मुसलमान वस्तीत) जिहादींना लपण्यासाठी आसरा मिळतो. तेथे जाऊन त्यांची धरपकड करण्याची पोलिसांना मोकळीक मिळाली असती तर झाली ती प्राणहानी टाळता आली असती असे सुचविणारे संकेत उपलब्ध आहेत.' या ठिकाणी एक संबंधित तपशील जोडायचा म्हणजे हैदराबादच्या पोलिसांनी अशी खंत जाहीरपणे व्यक्त केली होती की, 'दहशतवाद्यांची नुसती सूची आमच्याकडे असती तर आम्हाला हल्ल्याचा तपास करण्याच्या कामी तिचा उपयोग झाला असता. तीही नाही.' दहशतवादी संघटनांची व तिच्या घातपात्यांची नावानिशीसकट माहिती डेटाबेसच्या स्वरुपात उपलब्ध असणे ही घातपाताचा तपास करणाऱ्या पोलिसांची प्राथमिक गरज आहे व असे डेटाबेस पाश्चिमात्य देशांत–विशेषत: अमेरिकेत व इस्रायलमध्ये–जागतिक स्तरावर तयार करणाऱ्या संस्था आहेत; पण आपल्या पोलिसांकडे हे प्राथमिक साधनही उपलब्ध नाही.

झीरो इंटलिजन्स

गुप्तहेर यंत्रणेच्या बाबतीतही परिस्थिती किती गंभीर आहे याचे परखड वर्णन इंटलिजन्स ब्यूरोचे माजी जॉइंट डायरेक्टर मलय कृष्ण धर यांनी 'मुंबई मिरर' वर्तमानपत्राच्या दिनांक २ सप्टेंबर २००७ च्या अंकात केले. वर उल्लेख केलेल्या या मुलाखतीचे नावच वर्तमानपत्राने 'इंडिया हॅज झीरो इंटलिजन्स' असे ठेवले होते. धर म्हणाले, 'भारत इतक्या सहजासहजी दहशतवादाला बळी पडतो व प्रत्युत्तर देण्याच्या कामी इतका दुबळा ठरतो याचे कारण पोलीस व राजकारणी मंडळी यांचे संगनमत व जोडीला गुप्तहेर यंत्रणेची अकार्यक्षमता हे आहे.' मुलाखतीतली एक-दोन प्रश्नोत्तरे पहा:

प्रश्न : ह्या वरचेवर होणाऱ्या हल्ल्यांना तोंड देण्यासाठी गुप्त माहिती खात्याची कितपत तयारी आहे ?

उत्तर : हल्ल्यांची शक्यता जेवढ्या प्रमाणात आहे, त्याच्या केवळ २० टक्के आमची तयारी आहे. इंटलिजन्स ब्यूरोजवळ फार अपुरे मनुष्यबळ आहे. समाजाच्या ज्या वर्गावर नजर ठेवायला हवी त्या वर्गात त्यांना फारच थोडा गुप्त शिरकाव करता आला आहे. परदेशी संस्था-संघटनांनी जे घातपाती गुप्त गट देशात ठिकठिकाणी पेरले आहेत त्यांच्या बाबतीतही हीच परिस्थिती

आहे. परदेशी जिहादींना हुडकून काढण्याच्या कामी ते बहुतेक वेळा अपयशी ठरले आहेत.

प्रश्न : इंटलिजन्स ब्यूरो आणि 'रॉ' ह्या संस्था राजकारणी नेते स्वत:च्या स्वार्थासाठी वापरणे चालू आहे, असे आपल्याला वाटते काय?

उत्तर : इंटलिजन्स ब्यूरो, सीबीआय आणि 'रॉ' ह्या संस्था राजकीय पटावरची प्यादी झाल्या आहेत, हे मला कबूल केले पाहजे. त्याचप्रमाणे प्रांतराज्यांच्या पोलीस खात्याचे गुप्तचर विभागही क्षुद्र राजकीय स्वार्थासाठी वापरले जातात. लोकशाहीचा हा सर्वात मोठा दुरुपयोग आहे.

या ठिकाणी एक संबंधित तळटीप जोडायची म्हणजे स्वत: मिळविलेली गुप्त माहिती तर सोडाच, पण 'एशिया टाइम्स' वर्तमानपत्राने सप्टेंबर-ऑक्टोबर २००८ मध्ये दहशतवाद्यांच्या भारतविरोधी धोक्याच्या जाहीर सूचना दिल्या होत्या, त्यांच्याकडेही २६/११ घडेपर्यंत दुर्लक्ष करण्यात आले.

याहूनही अधिक सखेदाश्चर्याची गोष्ट म्हणजे खुद्द पंतप्रधान मनमोहनसिंग यांनी माहितीच्या बाबतीत दाखविलेले अज्ञान. जून २००८ मध्ये त्यांनी एका प्रसंगी म्हटले की, 'दहशतवाद्यांनी अणुशस्त्रे प्राप्त करण्याचा धोका वाढत आहे आणि जागतिक सुरक्षेच्या दृष्टीने ही एक नवीन भीती आहे.' वस्तुस्थिती अशी आहे की त्यांच्या या विधानाच्या चार वर्षे आधी अल्-कायदाचा क्रमांक २ चा नेता अल्-जवाहिरी याने पाकिस्तानी पत्रकार हमीद मीर याला दिलेल्या मुलाखतीत सांगितले होते की, 'आम्ही मध्य आशियाच्या चोरबाजारात अणुबॉंब विकत घेतले आहेत.' आता अल्-कायदाजवळ जवळजवळ ७० अणुबॉंब असावेत, असा काही तज्ज्ञांनी जाहीर तर्क केल्याचे मागे म्हटले आहेच.

सरकारी गाफीलपणा

शासकीय दक्षतेच्या बाबतीत सांगायचे तर ती कशी 'अभावाने तळपते,' याची उदाहरणे देता येतील. उदाहरणार्थ मुंबई हल्ल्याचा अग्रदूत हेडली याला भारतीय व्हिसा मिळालाच कसा, असे आता विचारण्यात येते; पण त्याहीपेक्षा महत्त्वाचा प्रश्न म्हणजे तो हल्ल्याची पूर्वतयारी म्हणून टेहळणी करण्यासाठी मुंबईला ८/९ वेळा येऊन गेला असतानाही त्याच्या पासपोर्टमधल्या नोंदी पाहून कोणाच्याही मनात पाल कशी चुकचुकली नाही ? शिवाय तो परत जाताना नेहमी येथून पाकिस्तानाला जात असे, याचा सूचक अर्थ कोणालाही कसा कळला नाही? दिनांक ३० डिसेंबर २००९ च्या 'हिंदू' वर्तमानपत्रात सिद्धार्थ वरदराजन यांनी

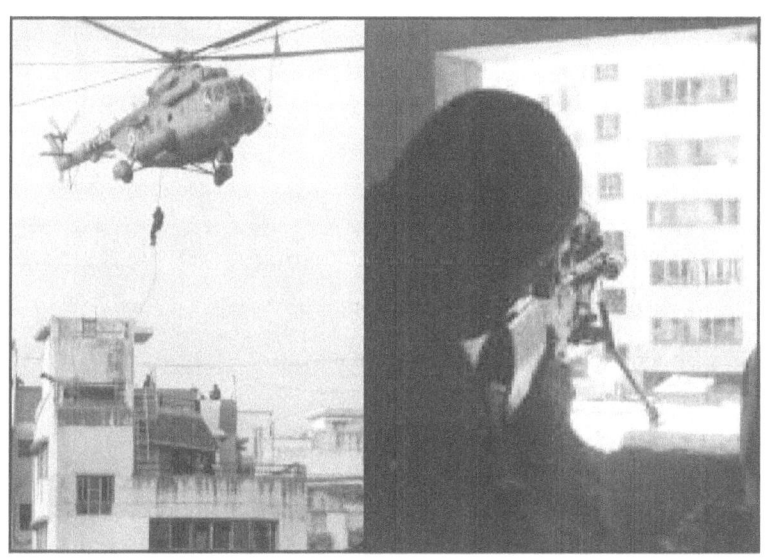

हेडली प्रकरणानंतर भारत सरकारने जे नवीन उलटसुलट व्हिसा नियम केले आहेत, त्यांची चर्चा करुन ते 'खरोखरीच अगदी निरुपयोगी' असल्याचा शेरा मारला.

दुसरे उदाहरण या हल्ल्याच्या संबंधातलेच देता येईल. अमेरिकेत ९/११ च्या हल्ल्याची सर्वांगीण समीक्षा करण्यासाठी '९/११ कमिशन' बसविण्यात आले, तसे भारतात २६/११ च्या बाबतीत व्हायला हवे होते. ९/११ कमिशनने तपासाअंती एफबीआय आणि सीआयए या दोन्ही गुप्तहेर खात्यांच्या अपयशाला जबाबदार धरले. भारतात असे कमिशन विशेषच आवश्यक होते. कारण भारतातल्या अपयशात केंद्रीय व प्रांतिक सरकारांची निरनिराळी खाती व सैन्याचे विभाग ह्या सर्वांचा सहभाग होता; पण झाले काय, तर दोन निवृत्त सरकारी बाबूंनी पोलीस अधिकाऱ्यांना भेटण्यासाठी एक चक्कर मारली. पोलिसांनी सांगितले तेवढी माहिती ऐकली व तिच्या आधारावर आपला निष्कर्ष सादर केला आणि तोही फायलीत पुरण्यात आला.

सरकारी गाफीलपणाचे आणखी एक उदाहरण 'आर्थिक दहशतवादा'शी संबंधित देता येईल. फेब्रुवारी २००७ मध्ये राष्ट्रीय सुरक्षा सल्लागार नारायणायांनी 'दहशतवादी लोक घातपाताला पैसा पुरविण्यासाठी शेअर बाजाराचा उपयोग करीत असावेत,' अशी भीती व्यक्त केली; पण यावर उपाययोजना काय, तर ही भीती बोलून दाखविल्यानंतर तब्बल १० महिन्यांनी अर्थमंत्र्यांनी गौप्यस्फोट केला की, 'आम्ही एका (फक्त एका!) व्यक्तीवर पाळत ठेवीत आहोत.'

ह्या आर्थिक दहशतवादाचा आणखी एक प्रकार म्हणजे आयएसआयने दाऊद टोळीशी संगनमत करुन भारतीय अर्थव्यवस्थेत खोट्या नोटा भरण्याचा सपाटा लावला आहे. रिझर्व्ह बँकेला आढळून आले आहे की, सन २००६-०७ मध्ये सव्वादोन कोटी रुपयांहून अधिक रकमेच्या खोट्या नोटा भारतात आल्या होत्या; तर २००८-०९ मध्ये हा ओघ पाचपट वाढून साडेपंधरा कोटी रुपयांपर्यंत गेला. याच्याही पुढे जाऊन भारतीय सुरक्षा यंत्रणेने नुकतेच काही पाकिस्तानी अधिकारी व त्यांचे भारतातील हस्तक यांच्यामधले गुप्त टेलिफोन कॉल ऐकले. त्यावरुन दिसते की, ४० कोटी रुपयांच्या खोट्या पाकिस्तानी नोटा भारतात पाठविण्यासाठी तयार आहेत.

बाबूशाहीचा 'स्फोटक' करंटेपणा

मलय कृष्ण धर यांनी 'मुंबई मिरर' च्या मुलाखतीत मुख्य दोन गोष्टी सांगितल्या होत्या. त्या म्हणजे पोलीस भ्रष्टाचारी आहेत व गुप्तचर यंत्रणा अकर्मण्य आहे. ह्या दोन चिंताजनक गोष्टी एकत्र आल्या म्हणजे केवढा अनर्थ होऊ शकतो, याचे एक ठळक उदाहरण म्हणजे सबंध देशभर प्राणघातक स्फोटकांची प्रचंड प्रमाणावर चाललेली चोरी. 'इंडियन एक्स्प्रेस' वर्तमानपत्राने ह्या प्रकरणी शोध घेऊन दिनांक ६-७ ऑक्टोबर २००७ रोजी आपला अहवाल छापला. त्यात पुढील माहिती आहे.

कित्येक टन स्फोटके चोरीला जातात, पण त्यांचा मागमूसही लागत नाही. ही चोरी मुख्यत्वे स्फोटक-निर्मात्यांच्या कारखान्यातून होते. कोणती स्फोटके कोणाच्या हाती पडतात, याची काही नोंद नसते. इतकेच नव्हे, तर एखादा दहशती हल्ला झाल्यानंतरही त्यात वापरल्या गेलेल्या स्फोटकांचे धागेदोरे ओळखणे अशक्यप्राय असते. सबंध देशात सुमारे २२,००० अधिकृत स्फोटक-निर्माते आहेत. त्यांच्या कारखान्यातून होणाऱ्या प्रचंड चोरीची कल्पना द्यायची म्हणजे २००४-२००६ या कालावधीचे सरकारी अहवाल उपलब्ध आहेत. त्यातली चोरीला गेलेल्या मालाची आकडेवारी अशी : ८६,८९९ डेटोनेटर, २०,१५० किलो 'स्लरी' स्फोटके, ५२,७४० मीटर लांब स्फोट करण्याचा फ्यूज आणि ४१९ किलो जेलाटिन स्फोटकांच्या कांड्या. याच्या जोडीला दुकानातून चोरीला गेलेल्या काडतुसांचे व 'बूस्टर'चे प्रचंड साठे. यात आणखी एक भर म्हणजे अमोनियम नायट्रेट रसायन खुल्या बाजारात मिळते व ते फ्युएल ऑइल व गंधक यांच्यात मिसळले, तर शक्तिशाली स्फोटक तयार होते. वाराणसीला २००६ साली झालेले बॉंबस्फोट, मुंबईच्या लोकल गाड्यांतले बॉंबस्फोट, मालेगावचा घातपात व हैदराबादचे हल्ले

या सर्व ठिकाणी हे रसायन 'आरडीएक्स' स्फोटकात मिसळलेले होते.

स्फोटक निर्मितीवर देखरेख ठेवण्यासाठी कलकत्ता, राउरकेला, वडोदरा, भोपाळ व वेलोर येथे डेप्युटी चीफ कन्ट्रोलर अधिकारी नेमलेले आहेत. त्यांनी वेळोवेळी होणाऱ्या स्फोटकांच्या चोऱ्यांबद्दल पोलिसांना कळविले होते; पण ती परत मिळविण्यासाठी काय उपाय केले, याबद्दल त्यांना एकाही पोलीस खात्याचे उत्तर आले नाही. उलट असा अनुभव आला की, स्फोटकांच्या चोऱ्या जेवढ्या प्रचंड प्रमाणावर होत होत्या, तेवढ्याच प्रचंड प्रमाणावर त्यांच्याबद्दलची सरकारी पत्रापत्री होत होती; पण फलनिष्पत्ती नगण्य होती. खुल्या बाजारात मिळणाऱ्या अमोनियम नायट्रेटचा दुरुपयोग रोखण्यासाठी त्याच्या सर्व खरेदी-विक्रीचे कागदपत्र संगणकावर नोंद करुन ठेवावेत, अशी चीफ कन्ट्रोलरने मागणी केली, तेव्हा गृहमंत्रालयाने उत्तर दिले - ते शक्य नाही, फार जिकिरीचे आहे.

सर्वांत वरताण म्हणजे एकदा 'आउटलुक' नियतकालिकाने आपले वार्ताहर सैकत दत्त व जयदीप मुजुमदार यांना म्हटले, 'जा, बाजारातून 'आरडीएक्स' घेऊन या.' तेव्हा त्यांनी काय केले? खरोखरीच आरडीएक्स विकत आणले! नियतकालिकाच्या दिनांक २ ऑक्टोबर २००६ च्या अंकात त्यांनी 'आम्ही आरडीएक्स कसे विकत घेतले?' या शीर्षकाच्या वृत्तांतात ही सर्व चकित करणारी माहिती दिली. त्यांनी म्हटले, 'हे प्राणघातक स्फोटक मिळणे फार कठीण आहे, अशी पोलीस व गुप्तहेर खात्याचे लोक समजूत करुन देतात, तितके ते कठीण नाही. बॉंब तयार करण्याचे हे विध्वंसक मिश्रण अवघे एका ग्रॅमला ८० रुपये ह्या भावाने मिळते. जोडीला ते आणखी घातक करण्यासाठी उपयोगी असे घटक पदार्थही मिळतात.'

हा स्फोटक गलथानपणा मागील अंकावरुन पुढे चालू राहिलेला दिसतो. कारण सध्याच्या वर्षाच्या प्रारंभी राजस्थानात धौलपूर येथल्या कारखान्यातून मध्यप्रदेशात जाण्यासाठी निघालेले व ८५० टन स्फोटकांनी लादलेले १६४ ट्रक दोन महिन्यांच्या कालावधीत वाटेत नाहीसे झाले. दोन-तीन राज्यांच्या पोलिसांनी मिळून चालविलेल्या तपासात आढळून आले की, ह्या उद्योगात एक सुसंघटित माफिया आहे व ती इकडचे ट्रक तिकडे पाठविते. आतापर्यंत ३५ ट्रक सापडले आहेत. त्यातले काही महाराष्ट्रात पाठवले होते, तर काही गुजराथला. पोलिसांच्या मते ही स्फोटके दहशतवाद्यांच्या हाती पडली असल्याची शक्यता आहे.

राज्यकर्त्यांचा कणाहीन नाकर्तेपणा

दहशतवादाला भारतात भरपूर मोकळीक आहे, याची ही निरनिराळी कारणे दाखविता आली, तरी त्या सर्वांना लपेटणारे कारण म्हणजे राज्यकर्त्यांच्या कणाहीन

मानसिकतेतून उद्भवलेला नाकर्तेपणा. दहशतवादाविरुद्धचे युद्ध जिंकायचे असेल, तर मानसिकता मुळीच कशी नसावी, याचे भारत सरकार हे एक लक्षणीय उदाहरण आहे. ह्या नतद्रष्ट नाकर्तेपणाचे विश्लेषण करताना 'टाइम्स ऑफ इंडिया' चे पत्रकार दिवाकर यांनी दिनांक २८ ऑगस्ट २००७ च्या अंकात लिहिले,

'नुकत्याच हैदराबादला झालेल्या दहशतवादी हल्ल्यावर सरकारी प्रतिक्रिया आता ओळखीची अशीच झाली - गुन्हेगारांना पकडून शासन करण्याचा जाहीर निर्धार, पाकिस्तान-बांगलादेशवर (खरेच असले तरी नित्याचे) आरोप करणे, बळी गेलेल्यांच्या बद्दल शोक-प्रदर्शन आणि थेट पंतप्रधानांपासून खालपर्यंत विचारविनिमयाच्या बैठका. गेल्या २० वर्षांहून अधिक कालावधीत दहशतवाद्यांनी देशात निरंतर रक्तपात केला आहे, तरी भारताची नकारवृत्ती चालू आहे - आधी सरकारने निर्वाळा दिला की, कोठल्याही भारतीय नागरिकाने अल्-कायदाशी हातमिळवणी केलेली नाही व नंतर हा निर्वाळा जेव्हा खोटा ठरला, तेव्हा ही सर्व रक्तपाताची दुष्ट मोहीम म्हणजे 'मूठभर बहकलेल्या तरुण मंडळींची कामगिरी' आहे, अशी मखलाशी करणे.'

भारताच्या दहशत-विरोधी प्रतिसादाची (खरे तर प्रतिसादाच्या अभावाची) याहूनही प्रखर शब्दात ब्रह्म चेलानी ह्या पत्रकाराने हजेरी घेतली आहे. ह्या सर्व प्रकाराला त्यांनी 'केवळ छाती पिटणे' असे नाव ठेवून दिनांक ८ नोव्हेंबर २००५ च्या 'हिंदुस्तान टाइम्स' मध्ये लिहिले, 'भारताच्या दृष्टीने हे हल्ले केव्हाच इतिहासजमा झाले आहेत आणि भारत आता आपल्या 'व्यवच्छेदक लक्षणा'कडे वळला आहे - ती म्हणजे पक्षीय लाथाळीचे राजकारण आणि क्रिकेट. सर्व काही सुरळीत चालले आहे. फक्त एकाच गोष्टीचा मागमूस दिसत नाही, ती म्हणजे विश्वसनीय दहशतविरोधी व्यूहरचना' त्यांच्या लेखातले काही विशेष उल्लेखनीय उतारे :

हतबल राजकारण

'दहशतवादाशी लढण्यासाठी लागणारा राजकीय निर्धार आपल्यात नाही, हे सांगायला भारताच्या न्यायमूर्तींची आवश्यकता नाही. भारत ही आपली लढाई आपण स्वत: लढायला कचरत आहे, यावरुनच ही कचखाऊ मानसिकता स्पष्ट होते आणि केवळ निर्धाराचा अभाव आहे, एवढेच नव्हे, तर एकूण भारतीय शासनव्यवस्थाच इतकी हतबल झाली आहे की, क्वचित एखाद्या प्रसंगी नेत्यांनी कणखरपणा दाखविला, तरी सरकारी यंत्रणा काही दमदार काम करुन दाखवू शकत नाही.

'असे वाटते की, आपला भूगोल आणि आपले नशीब या दोन्ही गोष्टी न

बदलणाऱ्या आहेत. तेव्हा दहशती हल्ले हे या गोष्टींचा अटळ परिणाम आहेत, असे म्हणून भारताच्या प्रशासनाने त्यांचा स्वीकार केला आहे. याच मनोवृत्तीतून भारतावर 'हजार प्रहारातून मृत्यू' लादण्याच्या पाकिस्तानी व्यूहरचनेवर भारताचा प्रतिसाद 'हजार मलमपट्ट्यातून जीवन' असा झाला असावा.

'जेव्हा जेव्हा भयानक घातपात भारताची परीक्षा घेतो, तेव्हा तेव्हा भारताचा प्रतिसाद ठरलेला असतो - अकर्मण्यता झाकणारे शूर शब्द. परदेशी दहशतवाद्यांना भारत फार सोपे लक्ष्य का वाटते, हे जाणून घेण्यासाठी एक तुलना करता येईल. जगातल्या अनेक लोकशाही देशांनी 'कोठल्याही दहशतवाद्याला शिक्षा केल्याशिवाय आम्ही राहणार नाही' अशी जाहीर घोषणा केली आहे. उलट भारतावर हल्ला करणाऱ्या दहशतवाद्यांना व त्यांच्या सूत्रधारांना त्याची किंमत मोजावी लागेल अशी उपाययोजना करण्यास नवी दिल्ली कचरत असते. इतकेच काय, पण दहशतवाद्यांशी सौदेबाजी करुन आपण किती पुचपुचीत लक्ष्य आहोत, याची भारत जाहिरातच करतो.

'भारताची समस्या अधिक बिकट करायची नसेल, तर भारताने आपला सुस्तपणा झाडून आपली दहशतवादावरची लढाई दहशतवादाच्या उगमस्थानापर्यंत पोचवली पाहिजे. ही लढाई भारताच्या अस्तित्वाची लढाई आहे. खुनी दहशतवादापासून सुरक्षा हवी असेल, तर ती मिळविण्याचा एकच मार्ग आहे व तो म्हणजे जशास तसे - त्यांचे गुप्त गट, त्यांची गुप्त आश्रयस्थाने, त्यांची जाळी हे सर्व हुडकून काढून त्यांचा नायनाट करणे. गुप्त हल्ल्यावर एकच प्रत्युत्तर - गुप्त प्रतिहल्ला.'

बेगडी सेक्युलरवाद

इस्लामी दहशतवादाच्या भस्मासुराला टक्कर देण्यात आजचा हिंदुस्थान इतका हतबल का झाला आहे, याचे मूलभूत कारण– तो बेगडी सेक्युलरवादाच्या आहारी गेला आहे. या आत्मघातकी कारणावर नेमके बोट ठेवून (पण सौम्य शब्दांत) मलय कृष्ण धर आपल्या मुलाखतीत म्हणाले होते की, भारताचे 'सेक्युलर कुंपण' अगदी तकलादू आहे. कारण स्वत:ला सेक्युलर म्हणविणारे पक्ष समाजाच्या काही घटक-वर्गांची उघडउघड खुशामत करण्यात गुंतले आहेत. याचे ताजे उदाहरण म्हणजे भारताच्या संपत्तीवर मुसलमानांचा पहिला हक्क आहे, हे सांप्रतच्या पंतप्रधानांचे विवेकशून्य विधान.

परंतु स्वार्थी राजकारण्यांचा संधिसाधू सेक्युलरवाद एक वेळ बाजूला ठेवला, तरी भारतातला तथाकथित बुद्धिजीवी वर्ग ह्या विनाशक विचारधारेच्या आहारी जाऊन कसा बुद्धिभ्रष्ट झाला आहे, याचे पावलोपावली प्रत्यंतर येते. याचे रोज

दिसणारे उदाहरण म्हणजे मोठमोठ्या इंग्रजी वर्तमानपत्रांचे स्तंभलेखक. केवळ एका 'इंडियन एक्स्प्रेस'चे उदाहरण पाहिले, तरी याचे नमुने दिसतात. उदाहरणार्थ एका लेखात औरंगजेबाची तरफदारी करुन लिहिले होते की, 'औरंगजेब हिंदूद्वेष्टा नव्हता. त्याला हिंदू 'आवडत नव्हते' एवढेच.' दुसऱ्या एका लेखात म्हटले होते की, 'गझनीने सोमनाथवर केलेल्या स्वारीचा उद्देश केवळ संपत्तीची लूट एवढाच होता' आणि अगदी अलीकडची गोष्ट म्हणजे काश्मीर भारताला 'जोडण्या'चा करार झालेला असला, तरी त्याचा अर्थ काश्मीर भारतात 'विलीन' झाले असा होत नाही, असा काश्मीरच्या मुख्यमंत्र्यांनी नवीनच तर्कवाद केला, तेव्हा एका स्तंभलेखकाने त्याची तळी उचलून धरली.

वर्तमानपत्री लेखनातला हा 'दैनिक सेक्युरलवाद' सोडला, तरी 'अहवाल'कर्त्या साचरांपासून 'अहवाल'-कर्त्या रंगनाथापर्यंत इतर मान्यवरही आपल्या इस्लामी सेक्युलरवादाचे विद्वत्तापूर्ण प्रदर्शन करीत असतात. सेक्युलरवाद कोळून पिऊन झिंगलेल्या अरुंधती रॉय यांनी तर 'भुकेल्या-नंग्या भारतापासून काश्मीरला मुक्त करा,' असे तारे तोडले आहेत. कळस म्हणजे एम. एफ. हुसेनने काढलेल्या हिंदूंना पूजनीय असलेल्या देवींच्या अत्यंत गलिच्छ चित्रांचे 'कलाकाराचे स्वातंत्र्य' म्हणून जाहीर समर्थन करण्यात आले.

मुस्लीम मानसिकता

ह्या बेगडी सेक्युलरवादाला इस्लामी सेक्युलरवाद म्हणण्याचे कारण याच सेक्युलरवादाने मुसलमानांच्या फुटीरपणाला व मुजोरीला सतत खतपाणी घातले आहे आणि त्या खतपाण्याचा परिणाम इस्लामी दहशतवाद फोफावण्यात झाला आहे. थेट पाकिस्तानातून येऊन भारतात हल्ला करायला अवघे दोन-तीन दहशतवादी पुरेसे असले, तरी त्यांचा हल्ला यशस्वी होण्यासाठी बऱ्याच स्थानिक 'हितचिंतकां'चे सक्रिय साहाय्य लाभलेले असते, हे कटू सत्य आता पोलीस यंत्रणा व राजकीय नेते देखील नाइलाजाने मान्य करु लागले आहेत. याचे एक विचित्र उदाहरण म्हणजे गेली ३०/३५ वर्षे मुंबईच्या भेंडीबाजारात राहणारा एक मुसलमान पाकिस्तानी होता व गेली काही वर्षे दहशतकर्त्यांचा छुपा साथीदार होता, हे केवळ २/३ वर्षांपूर्वी पोलिसांना समजले. एरव्ही देखील विकृत मुस्लीम मानसिकतेची उदाहरणे दिसतात. त्यातले एक उदाहरण म्हणजे महाराष्ट्रातल्या एका मुस्लीम संस्थेने औरंगजेबाचा स्मृतिदिन करायचे ठरवले होते. त्या सोहळ्याला निमंत्रित केलेल्या सर्व मंत्र्यांनी यायला नकार दिला, तेव्हा तो रद्द झाला.

विशेष म्हणजे भारतीय मुसलमानांचे निवडून आलेले लोकप्रतिनिधीदेखील

आपला मुस्लीमपणा किती बेदरकारपणे मिरवतात, याचे उदाहरण देवराय यांनी आपल्या लेखात सांगितले; ते म्हणजे 'मजलिस-ई-इत्तेहाद उल्-मुस्लमीन' (एमआयएम) या कट्टर इस्लामी पक्षाचे. ह्या पक्षाचा एक पार्लमेंट सदस्य आहे व चार जागा आंध्र विधानसभेत आहेत. हा पक्ष केंद्रात यूपीएचा पाठीराखा आहे व आंध्र प्रदेशातील काँग्रेस सरकारचा समर्थक आहे. हैदराबादच्या बाँबस्फोटांच्या चिंताजनक पैलूंची चर्चा करताना ह्या पक्षाबद्दल देवराय यांनी लिहिले, 'ह्या पक्षाची लक्षणीय कामगिरी म्हणजे आंध्र विधानसभेत ९/११ च्या हल्ल्याची निंदा करणारा ठराव मांडण्यात आला, तेव्हा त्याने त्याला विरोध केला आणि ऑगस्ट २००७ मध्ये तस्लीमा नासरीनवर हल्ला केला. हैदराबादच्या दहशत-विरोधी पोलीस पथकाच्या कडक मनोवृत्तीवर टीका केली. केंद्रीय अथवा राज्याच्या सरकारने एमआयएमच्या विरुद्ध एक शब्द तरी काढला काय? माझ्या तरी ऐकिवात नाही.'

राष्ट्रीय वृत्तीची उणीव

ह्या सर्व विपरीत परिस्थितीचे एक मोठे व प्रत्यक्ष कारण म्हणजे भारत हा एक अगदी गाफील (नरम, 'सॉफ्ट') देश आहे, असे एका इस्रायली दहशत-तज्ज्ञाने म्हटले आहे, ते म्हणजे प्रा. इमॅन्युअल सिवन. प्रा. सिवन हे अतिरेकी इस्लामी चळवळींचे गाढे अभ्यासक आहेत व शिमॉन पेरेस आणि एरियल शॅरॉन या दोन इस्रायली पंतप्रधानांचे सल्लागार होते. त्यांनी अशी धोक्याची सूचना दिली आहे की, भारताच्या सांप्रतच्या अवस्थेत तो अल्-कायदासारख्या जहाल चळवळींचे लक्ष्य होण्याची खूप शक्यता आहे.' दिनांक १३ ऑक्टोबर २००७ रोजी दिल्लीला झालेल्या एका आंतरराष्ट्रीय सेमिनारमध्ये भाग घेताना प्रा. सिवन यांनी मत प्रदर्शित केले की, भारतीय मुस्लीम समाजात जो अंतर्विरोध ('कॉन्ट्रॅडिक्शन') आहे. त्यामुळे हा समाज अल्-कायदाला दहशतवाद्यांची भरती करण्यासाठी मोकळे रान होऊ शकेल. 'भारताचा सध्याचा काळ फारशा प्रखर राष्ट्रीय वृत्तीचा नाही... ज्या देशातले प्रशासन अराजकतेच्या जवळपास असते, अशा देशातल्या 'सॉफ्ट टारगेट'वर अल्-कायदाचे लक्ष असते.' सिवन यांनी पुढे म्हटले की, 'ओसामा बिन लादेन हा अत्यंत कुशल संघटक होता व त्याने देशादेशातल्या सीमारेषा ओलांडणारी अल्-कायदा संघटना उभी केली आहे.' अखेर त्यांनी इशारा दिला, 'जहाल इस्लाम आता दृढमूल झाला आहे.'

सारांश, 'अजूनपर्यंत अल्-कायदाच्या धोक्याचे काही विश्वसनीय वृत्त नाही,' असा भारत सरकारच्या मंत्र्यांमागून मंत्र्यांनी तोंड भरुन निर्वाळा दिला, तरी सत्य असे आहे की, अल्-कायदा भारतात आहे. इतकेच नव्हे, तर वाढत आहे. तेव्हा

प्रश्न असा की, दृढमूल झालेल्या दहशतवादी इस्लामच्या समोर भारताचा नेभळट 'स्यूडोसेक्युलॅरिझम' कितीसा टिकेल?

प्रतिसाद नव्हे, प्रत्युत्तर

दिनांक १ एप्रिल २००९ च्या 'ऑर्गनायझर' साप्ताहिकात सुब्रम्हण्यन स्वामी यांनी दहशतवादाचा समर्थ प्रतिसाद कसा असावा, याचे एका लेखात विवेचन केले आहे. त्यात म्हटले आहे की, 'भारतातला सर्व दहशतवाद हिंदूंच्या विरुद्ध आहे, तेव्हा हिंदूंनीच त्याचा प्रतिकार केला पाहिजे.' तो समर्थपणे करण्यासाठी त्यांनी खालील उपाययोजना मांडली :

- प्रथम म्हणजे हिंदूंनी सांघिक मनोवृत्ती बाणवली पाहिजे, कारण हिंदू समाजाला लक्ष्य करणाऱ्या दहशतवादाचा प्रतिकार सांघिकरित्याच करणे शक्य आहे.
- दुसरी गोष्ट म्हणजे मुस्लीम दहशतवाद्यांच्या कोठल्याही मागणीपुढे हिंदूंनी मान तुकवता कामा नये.
- तिसरी गोष्ट म्हणजे दहशती कृत्य कितीही लहान असले, तरी त्याचा बदला प्रचंड ('मासिव्ह') प्रमाणात घेतला पाहिजे.

अगदी ह्याच वीरवृत्तीचे आवाहन अरुण शौरी यांनी पार्लमेंटमधल्या आपल्या भाषणात केले होते - 'ॲन आय फॉर ॲन आय' म्हणजे 'डोळ्याला डोळा' नव्हे, तर 'एका डोळ्याला दोन्ही डोळे !' आणि 'ए टूथ फॉर ए टूथ' म्हणजे 'दाताला दात' नव्हे, तर 'दाताला सबंध जबडाच!'

- ० -

१३. आजचा दहशतवादी

बिन लादेन इंजिनियरिंग कॉलेजचा स्टुडंट

दहशतवादी कसा तयार होतो ? बेगडी सेक्युलरवादाने ग्रासलेल्या भारतीय बुद्धिमंतांचे या प्रश्नाचे फॅशनेबल उत्तर म्हणजे तो गरीब असतो, पीडित असतो, अशिक्षित असतो, म्हणून दहशतवादी होतो; पण जगातल्या विशेष कुप्रसिद्ध अशा काही इस्लामी दहशतवाद्यांची पार्श्वभूमी पाहिली, तर हे उत्तर किती उथळ व अर्थहीन आहे, हे दर्शविणारी काही प्रत्यक्ष

उदाहरणे सुब्रम्हण्यन स्वामी यांनी जानेवारी २००९ मध्ये एका लेखात सादर केली होती. ती अशी :

- बिन लादेन– सौदी अरब कोट्यधीशाचा मुलगा. इंजिनियरिंग कॉलेजमध्ये शिकत होता.
- बिन लादेनचा उजवा हात अयमन् अल्-जवाहिरी– डोळ्यांचा सर्जन.
- महंमद आता– वकिलाचा मुलगा. 'अर्बन प्लॅनिंग' विषयाचा डबल-ग्रॅज्युएट.
- '९/११' चा सूत्रधार खलीद शेख महंमद– अमेरिकन कॉलेजात शिकलेला इंजिनियर.
- जियाद झदा– पायलट. याचा पिता बेरुटमध्ये उच्च अधिकारी होता. त्याची मर्सीडीज गाडी होती.
- लंडनमधल्या घातपाताच्या बाँबहल्लेखोरांपैकी काही पदवीधर होते, एक शिक्षक होता व एकाच्या पित्याचे दुकान होते.
- '९/११' च्या सौदी अरब हायजॅकरांपैकी बरेच जण आपापल्या गावांत 'खूप हुशार' म्हणून ओळखले जात.
- पेंटागॉनमध्ये विमान कोसळविणारा हनी हंजूर अमेरिकेत अरीझोना युनिव्हर्सिटीत विद्यार्थी होता. त्याच्या कुटुंबातले लोक तैफ नावाच्या सौदी अरब शहरात श्रीमंत व्यापारी होते.
- पॅलेस्टाइनमधले बहुतेक आत्मघातकी बाँबहल्लेखोर मध्यमवर्गीय कुटुंबातले आहेत.
- अमेरिकेतले काही अत्यंत जहाल मुल्ला पीएच.डी. आहेत.

या उदाहरणांचा स्पष्ट अर्थ असा की, जिहादी मानसिकतेचा खरा प्रेरणास्रोत ओळखण्यासाठी उथळ सेक्युलरवाद सोडून सखोल, मनोवैज्ञानिक विचार केला पाहिजे. अशा दृष्टीतून अल्-कायदाचा विचार केला, तर मुख्यत्वे जी गोष्ट जाणवते, ती म्हणजे 'दार-उल्-इस्लाम' (सर्व जगाचे इस्लामीकरण) हे अल्-कायदाचे अंतिम ध्येय कायम तेच राहिले असले, तरी त्या ध्येयप्राप्तीचे साधन असा जो दहशतवादी, तो बदलत गेला आहे. आता तो बदललेल्या परिस्थितीत राहत आहे आणि तो करीत असलेल्या घातपाताचे मानसिक अधिष्ठान बदलले आहे.

हे तथ्य लक्षात घेऊन बऱ्याच दहशत-तज्ज्ञांनी ह्या आधुनिक दहशतवादाचे मानसशास्त्रीय विश्लेषण केले आहे. त्यात त्यांना आढळून आले आहे की, तो अजूनही 'इस्लामचा वीर' कायम राहिला आहे; पण आता तो पारंपरिक मुस्लीम बहुजन समाजापासून वेगळा झाला आहे.

मानसशास्त्रीय चित्रण

९/११ च्या हल्ल्यानंतर सीआयएने मार्क सेजमन नावाच्या मानसशास्त्रज्ञाला सर्वसाधारण अल-कायदा दहशतवाद्याचे मानसशास्त्रीय चित्र रेखाटायला सांगितले. सर्व जगातल्या दहशतवादी संघटनांशी व गटांशी संबंध असलेल्या ४०० दहशतवाद्यांचा 'डेटा बेस' वापरुन सेजमनने काढलेले निष्कर्ष स्तंभित करणारे होते. ते असे :

अल्-कायदाला वाहिलेला आजचा जिहादी आता आर्थिकदृष्ट्या गरीब नाही. अल्-कायदा आता मध्यमवर्गीय मुसलमानाला आकर्षित करीत आहे - प्रसंगी वरच्या वर्गालाही. हा मुस्लीम फारसा 'धार्मिक' वृत्तीचा नाही. तो अशिक्षित किंवा गावंढळ नाही - दहशतवादी व्हायचे असेल, तर तो किमान इंजिनियर असणे आता जवळजवळ आवश्यक झाले आहे. तो अविवाहित नाही. अल्-कायदाने भरती केलेले दहशतवादी आता सर्वसाधारणपणे विवाहित असतात. त्यांना भरपूर मुलेबाळे असतात आणि सिनेमाला जाणे किंवा फूटबॉलची मॅच बघायला जाणे यात काही गैर आहे, असे त्यांना वाटत नाही.

रोहन गुणरत्न हा तज्ज्ञ आपल्या 'इनसाइड अल्-कायदा' पुस्तकात म्हणतो, 'सेजमनने रेखाटलेले मूळचे चित्रण इस्लामी दहशतवाद्यांच्या पहिल्या पिढीला लागू पडते.' ह्या पिढीतला अल्-कायदा सभासद एका विशिष्ट वर्गात मोडणारा होता - म्हणजे तो अफगाणिस्तानातल्या जिहादमध्ये मुरलेला आणि बहुधा बिन लादेनला प्रत्यक्ष ओळखणारा अरब होता. अमेरिकन सरकारी अधिकारी जेव्हा असा दावा करतात की, आम्ही अल्-कायदाच्या नेता-गणातले '७० टक्के' लोक मारले किंवा पकडले, तेव्हा ते ह्या 'संस्थापक नेत्यां' ('फाउंडिंग फादर्स') बद्दल बोलत असतात.

बहुतेक तज्ज्ञांच्या मते, अखिल-इस्लामी दहशतवाद्यांच्या दुसऱ्या पिढीला अफगाणिस्तानातल्या जिहादचा प्रत्यक्ष अनुभव फारसा नाही. 'त्यांच्या बाबतीत अल्-कायदा हे एक स्फूर्तीचे उगमस्थान आहे, याहून विशेष नाही,' असे 'रॉ'चे तज्ज्ञ रमण म्हणतात. त्यांना मिळालेले घातपाती प्रशिक्षण निरनिराळ्या, विखुरलेल्या गटांकडून मिळालेले असते - लष्कर-ई-तोयबा व जैश-ई-महंमदपासून लिबियाच्या 'इस्लामी फायटर्स' व इराकच्या 'तोहीद-ई-जिहाद'पर्यंत.

त्यामुळे साहजिकच दुसऱ्या पिढीचा दहशतवादी अधिक व्यापक ('कॉस्मॉपॉलिटन') दृष्टीचा झाला आहे. रमण म्हणतात, 'इस्लामी दहशतवादात आता अरब घटक कमी झाला आहे. मध्यपूर्वेच्या बाहेर लंडनमधल्या हल्ल्यात किंवा ऑस्ट्रेलियात सापडलेल्या गुप्त गटात सापडलेले आंतरराष्ट्रीय दहशतवादी आता अधिकतर पाकिस्तानी असतात, नाहीतर कधी कधी बांगलादेशी.' ते म्हणतात, 'बिन लादेनने पूर्वी कधीही गैर-अरबांची भरती केली नाही.'

तिसरी पिढी

अखिल-इस्लामी दहशतवाद्यांची तिसरी पिढी आता आपल्यासमोर ठाकली आहे. तिच्या हातचा हिंसाचार अधिकच वरच्या थराला पोचण्याची लक्षणे दिसत आहेत. 'इंटरनॅशनल क्रायसिस ग्रुप' नावाच्या संस्थेचे एक दहशत-तज्ज्ञ सिडनी जोन्स म्हणतात, 'पूर्वी अफगाण युद्धात मुरलेला दहशतवादी हा आंतरराष्ट्रीय दहशती नेटवर्कच्या केंद्रस्थानी होता. त्याच्या जागी आता काश्मीर, इराक किंवा फिलिपाइन्समधला निष्णात घातपाती आला आहे. असे गुप्त गट अधिक रक्तपिपासू असतात.'

हे दहशतवादी वयाने अधिक तरुण आहेत आणि स्थानिक प्रसारमाध्यमे व इंटरनेट यांच्या प्रभावामुळे जहाल झाले आहेत. सेजमनच्या उदाहरणांपैकी ८० टक्के लोक आपल्या मायभूमीच्या बाहेर हिंसक इस्लामवाद शिकले आहेत. गुणरत्न म्हणतात, 'ब्रिटन व कॅनडामध्ये अलीकडच्या काळात उघडकीला आलेले दहशती कट जरी फसले असले, तरी त्यांच्यात भविष्यात घडू शकणाऱ्या घटनांची चाहूल लागते. हे गट बहुतेक संपूर्णपणे एतद्देशीयांचे असणार. त्यांच्या घातपातात सफाई दिसणार नाही; पण तांत्रिक साधनांच्या क्षेत्रात ते पूर्वीच्या घातपात्यांपेक्षा वरचढ असणार.' ऑस्ट्रेलियात स्थायिक झालेले मानसशास्त्रज्ञ तनवीर अहमद म्हणतात, 'हा नवीन दहशतवादी बहुतेक दक्षिण आशियाई पार्श्वभूमीचा - विशेषत: पाकिस्तानी असेल, कॉलेजचे शिक्षण घेतलेला असेल, त्याला परदेशी घडामोडींत - विशेषत: अरब जगातील - स्वारस्य असेल आणि तो स्वत:ला केवळ मुसलमान - कोठल्याही एखाद्या देशाचा नव्हे - समजणारा असेल.'

सेजमन आता दहशतवादावर आंतरराष्ट्रीय खासगी सल्लागार म्हणून व्यवसाय करीत असतात. ते म्हणतात, 'जे मुसलमान सर्वसाधारण धार्मिक वृत्तीच्या बहुजन समाजातले 'आम आदमी' असतात, त्यांच्याबद्दल काळजी करण्याची आवश्यकता नाही, असे मी राज्यकर्त्यांना सांगतो. उलट ज्या मुसलमानांना मशीद हवी तेवढी जहाल वाटत नाही व म्हणून जे मशीद सोडून घरात नमाज पढायला लागतात, ते भावी दहशतवादी असतात व त्यांच्यापासून सावध राहिले पाहिजे.'

भारतीय दहशतवादी

भारतीय दहशतवादीदेखील काळाबरोबर बदलला आहे. अल्-कायदात तयार झालेला आजकालचा आंतरराष्ट्रीय दहशतवादी आता जसा अत्याधुनिक झाला आहे, तसाच भारतीय दहशतवादीही झाला आहे. फैजल शेखचेच उदाहरण पहा. तो पश्चिम भारतातल्या लष्कर-ई-तोयबाचा कमांडर आहे, असे पोलिसांनी म्हटले

आहे व ११/७ च्या मुंबईतल्या लोकलगाड्यांमधल्या बाँबस्फोटांचा आरोप त्याच्यावर आहे. तो एक देखणा, गुळगुळीत दाढी करणारा तिशीचा तरुण आहे. तो सफाईने इंग्रजी बोलतो - जणू काय ती त्याची मातृभाषा आहे. तो डेनिमची जीन घालतो, संध्याकाळ बीयर-बारमध्ये घालवतो. एका 'बारगर्ल'शी त्याची ओळख झाली व तिला त्याने वांद्र्याला आपल्या घरी देखील आणले. त्याने दोन वर्षे इंजिनियरिंग कॉलेजमध्येही घालवलेली आहेत. एकूण तो एखाद्या पारंपरिक परदेशी जिहादीच्या अगदी उलट दिसतो.

आणि फैजल हा काही नियमाला अपवाद नाही. उलट आजचा आधुनिक जिहादी कसा असतो, हे फैजलच्या रुपाने पाहायला मिळते. ७/११ च्या बाँबहल्ल्यातले सर्वजण असेच आहेत. एहताम सिद्दीकी हा महाराष्ट्रातल्या 'सिमी'चा जनरल सेक्रेटरी असून त्याच्यावर मीरा रोड उपनगरात बाँब ठेवल्याचा आरोप आहे. तो इंजिनियर आहे. डॉ. तन्वीर अन्सारी यांनी दहशतवाद्यांसाठी निरनिराळ्या सुविधा करण्याची मदत केली. त्यांनी नागपूरच्या मेडिकल कॉलेजमध्ये सहा वर्षे काढली आहे. नवेद खान ह्याने खार उपनगरात बाँब ठेवला होता. तो हैदराबादला एका कॉल सेंटरमध्ये नोकरी करीत होता आणि रिझवान दावरे हा पाकिस्तानातून येणाऱ्या जिहादींच्या प्रवासाची व्यवस्था करीत असे. तो दुबईच्या एका मल्टीनॅशनल कॉम्प्युटर कंपनीत सॉफ्टवेअर इंजिनियर म्हणून लठ्ठ पगार मिळवीत होता.

पण हे सर्व जरी असले, तरी रमण यांच्या मते, भारतातला जहाल जिहादी आणि अखिल-इस्लामी दहशतवादी यांच्यात एक फरक आहे. ते म्हणतात, 'भारतीय मुस्लीम जहाल होतात, ते अखिल-इस्लामी दहशतवादाच्या शिकवणुकीमुळे; तसे होण्यापेक्षा स्थानिक घटनांच्या प्रभावामुळे अधिक होतात; पण आता ह्या दोन कारणांमधले अंतर भीतिदायक प्रमाणात कमी होत चालले आहे. मुंबईत सन २००६ मध्ये व त्याच्या आधी १९९३ मध्ये झालेल्या बाँबस्फोटांवरुन असे दिसते की, भारतीय मुस्लीम दहशतवादी आता मोठ्या प्रमाणावर सरसकट कत्तल करायला अधिक तयार असतात. बिन लादेनने फतवा काढला होता की, जिहादींनी निरपराध लोकांना ठार मारण्याबद्दल पर्वा करु नये. त्याचे हे भारतीय प्रतिबिंब म्हणता येईल.'

'पवित्र' हिंसा

दहशतवादी हिंसेची ही सर्व मानसशास्त्रीय कारणमीमांसा अशी विविधांगी असली, तरी कार्यमीमांसा केली तर एकच निष्कर्ष निघतो व तो म्हणजे 'पवित्र जिहाद'च्या मार्गाने इस्लामसाठी रक्तपात. हा रक्तपात कितीही अमानुष असला, तरी तो आपण एक पुण्यकर्म करीत आहोत, अशा निष्ठेने केला जातो. उदाहरणार्थ

सन २००८ मध्ये दिल्लीत दहशती हल्ले झाले, त्या हल्ल्यातला आरोपी झिया उर-रहमान म्हणाला, 'जर अल्लाची तशी मर्जी असेल, तर माझी आजी ज्या भाजीबाजारात भाजी विकत असेल, तेथे मी बाँबहल्ला करीन. ती स्वर्गाला जाईल.'

इस्लामवादी अमेरिकन

शाहजादचा नियोजित घातपात जरी फसला असला, तरी त्या घटनेवरुन अमेरिकेच्या दृष्टीने विशेष चिंताजनक अशी एक गोष्ट स्पष्ट झाली– ती म्हणजे अल्-कायदा आता इंग्रजी बोलणाऱ्या, सुशिक्षित व पगारदार इसमांची दहशती कृत्यांसाठी भरती करीत आहे. सभोवतालच्या समाजात नकळत मिसळू शकणारे व 'हायटेक' घातपात करु शकणारे दहशतवादी अल्-कायदा मिळवीत आहे.

शाहजाद हा एकांडा शिलेदार होता, हा प्रारंभिक समज तपासाअंती कोलमडून पडला. एफबीआयने न्यूयॉर्क, न्यूजर्सी व मॅसॅच्युसेट्समध्ये छापे घालून तीन माणसांना पकडले. त्यांनी त्याला पैसे पुरवल्याचा संशय आहे; पण शाहजाद जन्माने पाकिस्तानी असला, तरी १२ वर्षे अमेरिकेत कनेक्टीकट राज्यात राहिला. अमेरिकन युनिव्हर्सिटीत शिकला. एक साधारण नोकरी करीत होता व एका मध्यमवर्गीय अमेरिकन उपनगरात बायको व दोन मुलांसह राहत होता. एवढे असताना तो एकदम नोकरी सोडून आणि घरातले सामान विकून दहशतवादी कसा झाला ? 'इकॉनॉमिक टाइम्स' ने जून २०१० मध्ये शेरा मारला- 'कोणीही एके दिवशी सकाळी उठून ठरवीत नाही की, आज मी टाइम्स स्क्वेअर उडवून देणार.'

दिनांक ५ ऑक्टोबर २०१० रोजी शाहजादला आजन्म तुरुंगवासाची शिक्षा झाली. शिक्षा होण्यापूर्वी तो कोर्टात म्हणाला, 'तयार रहा, कारण मुसलमानांच्या बरोबर युद्धाला आता सुरूवात झाली आहे.' न्यायाधीशाने त्याला विचारले, 'तू या देशाशी एकनिष्ठ राहण्याची शपथ घेतली होतीस, नाही का?' त्याने उत्तर दिले, 'हो, घेतली होती; पण माझा तसा विचार नव्हता.' पुढे अमेरिकन प्रशासनाने शाहजादची एक ४० मिनिटांची चित्रफीत प्रसारित केली. तालिबानने तयार केलेल्या त्या चित्रफितीत त्याने मुसलमानी वेष धारण केलेला आहे व बोलताना त्याच्या एका हातात बंदूक व दुसऱ्या हातात कुराण आहे.

दुसरे एक उदाहरण एका 'जन्मजात' अमेरिकन माणसाचे आहे. शरीफ मोबली नावाचा अमेरिकेत जन्मलेला एक येमेनी मुसलमान येमेनला जाऊन अल्-कायदाला मिळाला. अमेरिकेत राहत असताना त्याने निरनिराळ्या सहा अणुशक्ती-उत्पादन केंद्रात मजूर म्हणून काम केले होते. तो आपल्या मजूर संघटनेच्या इतर सभासदांशी बोलताना गैरमुस्लिमांना 'पाखंडी' म्हणे व एकदा त्यांना उघडपणे

म्हणाला, 'लेबर युनियनमध्ये आपण भाई-भाई आहोत; पण पवित्र जिहाद सुरु झाले तर सांभाळून रहा.'

आणखी एक उदाहरण तर स्तंभित करणारे आहे. कारण ते आहे एका मुसलमान अमेरिकन सेनाधिकाऱ्याचे. नोव्हेंबर २००९ मध्ये एके दिवशी अमेरिकेतली सर्वात मोठी लष्करी छावणी फोर्ट हूड येथे निदाल मलिक हसन नावाच्या मेजरने अचानक 'अल्लाहु अकबर' असे ओरडून गोळीबार सुरु केला व १३ जणांना ठार मारले.

जॉर्जटाऊन युनिव्हर्सिटीचे दहशत-तज्ज्ञ ब्रूस हॉफमन या घटनेच्या संदर्भात म्हणाले, 'एखादा संघटित कट असेल, तरच त्याला दहशतवाद म्हणायचे, असे मी पूर्वी म्हणत असे.' पण आता त्यांनी आपली व्याख्या बदलली आहे. कारण 'आता अल्-कायदाने नवीन डावपेच आरंभला आहे. तो म्हणजे कोणत्याही संघटित दहशतवादी गटाशी संबंध नसलेल्या एकट्या-दुकट्या व्यक्तीलाही हिंसाचारासाठी उद्युक्त करणे. दहशतवादाचे स्वरुप बदलत आहे आणि मेजर हसन या बदलाचे उदाहरण असू शकेल.'

ह्या एकांड्या दहशतवाद्याचा स्वभाव म्हणजे मानसशास्त्राचे एक अजब गूढ म्हणावे लागेल. कारण हसन इतका भावनाप्रधान होता की, त्याने पाळलेला पोपट त्याच्याजवळ झोपत असे. तो एकदा हसन झोपेत असताना चुकून त्याच्या अंगाखाली दाबला जाऊन मेला, तेव्हा हसनने त्याच्यासाठी थडगे तयार केले व नंतर कित्येक महिने तो त्या थडग्याला भेट देत असे. हसन सैन्यातला मानसशास्त्रीय डॉक्टर होता; पण तो डॉक्टरीचे शिक्षण घेत असताना एकदा त्याला नवीन अर्भकाचा जन्म होताना पाहून मूर्च्छा आली होती.

दुसऱ्या टोकाला हसन अगदी श्रद्धाळू मुसलमान होता. त्याने 'वधू पाहिजे' ची जाहिरात दिली. तिच्यात म्हटले की, ती बुरखा घालणारी व रोज पाच वेळा नमाज पढणारी असली पाहिजे. त्याने आपली 'इस्लामियत' लपवली नाही. उलट सैन्यात प्रशिक्षण घेत असतानाच तो स्पष्टपणे म्हणे, मी आधी मुसलमान आहे, नंतर अमेरिकन. त्याच्या दृष्टीने अमेरिकन घटनेपेक्षा शरीयत अधिक वर होती.

हसनच्या ह्या इस्लाम-भक्तीला हिंसेची धार चढली ती मशिदीत. तो दार अल्-हिजरा नावाच्या मशिदीत जात असे. व्हर्जीनिया राज्यातली ही मशीद अमेरिकेच्या पूर्व किनारपट्टीवर सर्वात मोठी मशीद होती व तिचा इमाम (प्रमुख) होता अन्वर अल्-औलाकी नावाचा मुल्ला. औलाकीची प्रवचने ऐकू लागल्यापासून मेजर हसनची इस्लामियत अधिकाधिक कडवी होत गेली. सन २००९ मध्ये औलाकी अमेरिका सोडून येमेनला गेला आणि तेथे शहीद होण्याची तमन्ना बाळगणाऱ्या मुजाहिदीनांचा

स्फूर्तिस्थान म्हणून प्रसिद्ध झाला. नंतर अमेरिकेन गुप्तहेरांना आढळून आले की, ह्या मुल्लाने अमेरिकेत असताना 'हमास' या मध्यपूर्वेतल्या इस्लामी दहशतवादी संघटनेसाठी पैसे गोळा केले होते आणि तो ९/११ च्या हायजॅकरांपैकी दोघांना आधी भेटला होता. हसनच्या गोळीबारानंतर औलाकीने येमेनहून आपल्या वेबसाईटवर हसनने आपले 'जिहादी कर्तव्य' पाळल्याबद्दल त्याचे अभिनंदन केले होते.

मुस्लीमधार्जिणी अमेरिका?

'टाइम' ह्या प्रसिद्ध अमेरिकन साप्ताहिकाने हसनच्या गोळीबारावर विस्तृत लेख लिहिला. त्यात एक महत्त्वाचा मुद्दा उपस्थित केला. तो म्हणजे त्याचे कामाचे रेकॉर्ड फारसे चांगले नसताना, त्याने आपला इस्लामवाद लपवून ठेवला नसताना, इतकेच नव्हे, तर एका अतिरेकी मुल्लाशी त्याचा संबंध असतानाही त्याला आधीच्या मे महिन्यात कॅप्टनच्या पदावरुन मेजरच्या पदाची बढती कशी देण्यात आली? काहींच्या ठाम मते, या प्रश्नाचे उत्तर म्हणजे त्याचा इस्लाम त्याचा तारणहार होता. राल्फ पीटर्स नावाचा एक निवृत्त लेफ्टनंट कर्नल आता स्तंभलेखक झाला आहे. त्याने कडवट विनोद करुन लिहिले, 'हसनने उघड्या परेड ग्राउंडवर भर दुपारी जनरलच्या बायकोचा व मुलीचा खून केला असता, तरच त्याला कडक समज देण्यात आली असती!' पीटर्सने पुढे स्पष्टपणे म्हटले, 'हा माणूस मुस्लीम होता म्हणूनच निभावला.' पेंटॅगॉन ह्या अमेरिकन लष्करी मुख्यालयाच्या एका उच्चपदस्थ अधिकाऱ्याने कबूल केले की, 'हा आरोप अगदीच बिनबुडाचा नाही.' तो म्हणाला, 'माझ्या मते 'मिलिटरीतले मुस्लीम' हा लोकांच्या दृष्टीने फारच नाजूक विषय झाला आहे. त्यामुळे 'या माणसाचे डोके फिरले आहे काय?' असे म्हणायला लोक कचरतात.'

ह्या अमेरिकन मुस्लीम-धार्जिणेपणाचे यापूर्वीचे एक विचित्र उदाहरण म्हणजे आता ज्या औलाकीला ठार मारायचे सीआयएने अधिकृतरीत्या ठरवले आहे, त्यालाच '९/११' नंतर मुस्लीम समाजाशी दोस्ती करण्याच्या सरकारी मोहिमेचा भाग म्हणून पेंटॅगॉनच्या बड्या अधिकाऱ्यांनी मेजवानी दिली होती आणि आता हाच औलाकी येमेनहून जगातल्या मुसलमानांना सांगत आहे, 'अमेरिकनांना ठार मारा. त्यासाठी कोणालाही विचारण्याची गरज नाही.'

- ० -

१४. सावधान (माणुसकीचे शत्रू)

अल्-कायदाच्या सर्वसंहारक इस्लामवादाचा हा धावता आढावादेखील हिंदूंना जागे करायला पुरेसा असावा. हा आढावा एक धोक्याचा इशारा आहे व तो खास हिंदूंसाठीच का हवा, याचे कारण ओसामा बिन लादेन व अयमन अल्-जवाहिरी ह्या दोन्ही अल्-कायदाच्या सर्वोच्च नेत्यांनी भारतावर आग पाखडताना व धमकी देताना म्हटले होते की, 'भारताच्या 'हिंदू राज्यकर्त्यां'नी काश्मीरमध्ये एक लाखाहून अधिक मुसलमान मारले आहेत.' शिवाय अलीकडच्या काळातली ही धमकी पहिली नाही. तिच्या ४/५ वर्षे आधी एप्रिल २००६ मध्येही ओसामा बिन लादेनने एका वक्तव्यात असे विधान केले होते की, 'ख्रिस्ती-यहुदी-हिंदू लोकांनी मुसलमानांवर युद्ध पुकारले आहे.' याचा अर्थ त्याच्या दृष्टीने ख्रिस्ती व यहुदी जसे दुष्मन आहेत, तसेच हिंदूही. याच्या जोडीला अल्-कायदाचा अत्यंत महत्त्वाचा घटक असलेल्या लष्कर-ई-तोयबाने पूर्वीच आपला निर्धार व्यक्त केला आहे की, आम्ही हिंदुस्थानात तीन इस्लामीस्तान तयार करणार आहोत.

हिंदू दुष्मन

अशा परिस्थितीत दहशतवादाचा सामना करण्याच्या कामी भारत सरकारने सतत दाखविलेला नेभळटपणा पाहता हे राज्यकर्ते अल्-कायदाच्या 'हिंदू दुष्मनां'चे रक्षण करु शकणार नाही, हे स्पष्ट होते. त्यासाठी लागणारी राजकीय इच्छाशक्ती

व राष्ट्रीय मनोवृत्ती ह्या दोन्ही गोष्टी त्यांच्याजवळ नाहीत. उलट बनावटी सेक्युलरवाद सरकारी धर्म होऊन बसला आहे, त्यामुळे राज्यकर्त्यांचे तेजोहरण झाले आहे. हे सत्य अनेक तज्ज्ञांनी (सौम्य शब्दांत का होईना) सांगितले आहे. उदाहरणार्थ 'इंटलिजन्स ब्यूरो' चे माजी सह-संचालक मलय कृष्ण धर म्हणाले, 'भारताचे 'सेक्युलर कुंपण' इतके तकलादी आहे की, ते दहशतवाद्यांना बाहेर रोखू शकणार नाही. ह्या अप्रत्यक्ष विधानाचा परखड अर्थ असा की, देशाच्या लोकसंख्येत ८५ टक्के हिंदू (म्हणजे 'जातीयवादी') असले, तरी सेक्युलर सरकार त्यांचे रक्षण करायला असमर्थ आहे.

दुभंगलेला मुसलमान

धर यांच्या 'तकलादी' सेक्युलरवादालाच इस्रायली दहशततज्ज्ञ प्रा. इमॅन्युअल सिवन यांनी अधिक स्पष्टपणे (पण तरीही अप्रत्यक्षपणे) सामाजिक संदर्भ जोडला. ते म्हणाले होते, भारतीय मुस्लीम समाजात जो अंतर्विरोध आहे, त्याच्यामुळे अल्-कायदाला दहशती थैमान घालण्यासाठी भारतात मोकळे मैदान मिळेल. ह्याचा अप्रिय पण स्पष्ट अर्थ असा की, अंतर्गत विरोधाने दुभंगलेला भारतीय मुस्लीम समाज आणीबाणीच्या प्रसंगी अल्-कायदाच्या विरुद्ध हिंदू समाजाला सबळ पाठिंबा देईल, असा हिंदूंना विश्वास बाळगता येणार नाही.

अराष्ट्रीय भारतीय

याच्याही पुढे जाऊन सिवन म्हणाले, भारत अल्-कायदाचे लक्ष्य होण्याची बरीच शक्यता असण्याचे कारण 'भारत हा सध्या प्रखर राष्ट्रीय वृत्तीने वागणारा देश नाही.' हे विधान एक शर्करावगुंठित कटू सत्य आहे. कारण त्याचा अर्थ असा होतो की, आपल्या राष्ट्राचे दहशतवादापासून रक्षण करण्यासाठी भारतीय जेवढे राष्ट्रप्रेमी असायला हवेत, तेवढे नाहीत. भारताची सरकारी यंत्रणा व भारताचा बुद्धिजीवी वर्ग हे दोन्ही विकृत सेक्युलरवादाच्या इतके आहारी गेले आहेत की, समोर उभे असलेले सत्य त्यांना दिसत नाही व त्या सत्याचे अस्तित्वच ते सारखे नाकबूल करीत असतात. अनेकतावादाच्या पोकळ प्रवचनांची कितीही लांबण लावली, तरी भारत हे एक हिंदू राष्ट्र आहे, हे सत्य ते सतत नाकारीत असतात.

पण अल्-कायदाच्या डोळ्यांवर असली झापड नाही. सर्व जगाला दार-उल्-इस्लाम करण्याच्या ईर्ष्येने पेटलेले तिचे जिहादी जाणून आहेत की, भारतात त्यांना सामना करावा लागेल तो हिंदूंशीच. कारण फक्त हिंदूंनाच हा देश इंडिया नव्हे,

भारत आहे; ही त्यांची भारतमाता आहे, मातृभूमी आहे, पुण्यभूमी आहे आणि त्यांनाच तिच्याबद्दल प्रेम वाटते, पूज्यभाव वाटतो. ज्यांना 'वन्दे मातरम्' हे शब्द उच्चारणे म्हणजे एक धर्मविरोधी पाखंड वाटते, त्यांना वाटत नाही.

सारांश, सुब्रम्हण्यन स्वामी यांनी 'टेररिझम इन इंडिया' ह्या आपल्या पुस्तकात म्हटल्याप्रमाणे 'भारतातील दहशतवादाचे लक्ष्य हिंदू आहे, तेव्हा हिंदूंनाच स्वत:चे रक्षण करावे लागणार आहे. इंडियाचे स्यूडोसेक्युलर सरकार भारताचे राज्यकर्ते आहेत; पण भारतीयांचे रक्षणकर्ते नाहीत, हे त्यांनी ओळखून चालले पाहिजे.'

उपसंहारात ब्रह्म चेलानी यांचे प्रखर शब्द पुन्हा उद्धृत करणे उचित होईल. ते म्हणाले, 'हिंस्र दहशतवाद्यांपासून स्वत:चे रक्षण करण्याचा एकच मार्ग आहे. तो म्हणजे जशास तसे! त्यांचे गुप्त गट, त्यांची सुरक्षित आश्रयस्थाने, त्यांची पसरलेली जाळी हुडकून काढून त्यांचा समूळ नायनाट करणे. छुप्या हल्ल्याचे एकच उत्तर - छुपा प्रतिहल्ला!'

आजच्या घडीची ही आवश्यकता आहे, जर ही लढाई भारताला जिंकायची असेल तर. कारण ही लढाई लवकरच ह्या देशातल्या राष्ट्रीय समाजाच्या जीवन-मरणाचा प्रश्न होणार आहे.

- ० -

संदर्भ

ग्रंथ

१. 'फल्क्रम ऑफ ईव्हल : आयएसआय-सीआयए-अल् कायदा नेक्सस', लेखक मलय कृष्ण धर, निवृत्त सह-संचालक, इंटलिजन्स ब्यूरो, प्रका. मानस पब्लिकेशन्स, नवी दिल्ली.

२. 'हन्टिंग अल् कायदा', लेखक 'अनॉनिमस' ('निनावी'), प्रस्तावना - लेखक जेरल्ड शूमॅकर, निवृत्त अमेरिकन कर्नल, प्रका. मानस पब्लिकेशन्स, नवी दिल्ली.

३. 'आय.एस.आय. : पाकिस्तान्स एक्पोर्ट हाऊस ऑफ टेरर,' लेखक सुधाकर राजे, मानस पब्लिकेशन्सद्वारा प्रकाशनाच्या मार्गावर.

इंटरनेट

४. 'विकीपीडिया' संगणकीय ज्ञानकोश.

५. 'अल्-कायदा एनसाक्लोपीडिया', लेखक ओसामा बिन लादेन.

६. 'टेररिझम बायबल,' लेखक ओसामा बिन लादेन.

७. 'द सिक्रेट ऑफ अल्-कायदा', लेखक अब्दल बारी अतवान.

८. 'जर्नी ऑफ द जिहादिस्ट : इन्साइड मुस्लीम मिलिटन्सी', लेखक फावज गरजेस.

९. 'द अल्-कायदा कनेक्शन : इंटरनॅशनल टेररिझम, ऑर्गनाइज्ड क्राइम, अॅन्ड द कमिंग अॅपोकॅलिप्स', लेखक पॉल विल्यम्स.

१०. 'इन्साइड अल्-कायदा', लेखक रोहन गुणरत्न.

प्रसारमाध्यमे - इलेक्ट्रॉनिक

११. अल्-जझीरा वृत्तवाहिनी

१२. केबल न्यूज नेटवर्क (सीएनएन)

१३. ब्रिटिश ब्रॉडकास्टिंग कॉर्पोरेशन (बीबीसी)

१४. 'स्ट्रॅटेजिक इनसाइट्स' (अमेरिकन इलेक्ट्रॉनिक नियतकालिक)

मुद्रित - अमेरिकन / ब्रिटिश वर्तमानपत्रे / नियतकालिके

१५. जेम्स सेक्युरिटी न्यूज

१६. फॉरीन अफेअर्स

१७. न्यूयॉर्क टाइम्स

१८. वॉशिंग्टन पोस्ट

१९. न्यूजवीक

२०. यूएस न्यूज अॅन्ड वर्ल्ड रिपोर्ट

२१. टाइम

२२. लॉस अँजेलिस टाइम्स

२३. टाइम्स (लंडन)
२४. इकॉनॉमिस्ट
२५. गार्डियन
२६. सन्डे टेलीग्राफ
२७. इन्डिपेन्डन्ट

पाकिस्तानी वर्तमानपत्रे

२८. डॉन
२९. फ्रायडे टाइम्स
३०. डेली टाइम्स
३१. न्यूज
३२. नेशन

अन्य परदेशी वर्तमानपत्रे

३३. इस्रायल न्यूज
३४. कॉम्सोमॉलस्काया प्रावदा (रशिया)
३५. स्टर्न (जर्मनी)
३६. एक्स्ट्रॉ ब्लँडेस्ट (बेल्जियम)
३७. इंटरनॅशनल बिझिनेस टाइम्स
३८. चायना डेली
३९. एशिया टाइम्स

भारतीय वर्तमानपत्रे / नियतकालिके - इंग्रजी

४०. इंडियन एक्स्प्रेस
४१. टाइम्स ऑफ इंडिया
४२. हिंदुस्तान टाइम्स
४३. पायोनियर
४४. आउटलुक
४५. ऑर्गनायझर
४६. मुंबई मिरर
४७. डीएनए
४८. एशियन एज
४९. हिंदू
५०. इंडिया टुडे
५१. सेन्टीनल
५२. आयजीए : इंडिया ॲन्ड ग्लोबल अफेअर्स

मराठी

५३. सकाळ
५४. सामना
५५. विवेक

वेबसाईट

५६. जिहाद वॉच
५७. रेडिओ फ्री अफघानिस्तान
५८. ट्रूथ सीकर
५९. फेडरल ब्यूरो ऑफ इनव्हेस्टिगेशन (एफ.बी.आय.)
६०. वर्ल्ड नेट डेली
६१. आयपीएस न्यूज नेट
६२. ब्लॉगर्स न्यूज नेटवर्क
६३. जिन्सा फीचर सर्व्हिस
६४. रीव्ह न्यूज्
६५. मॅकिनॅक सेंटर
६६. एके प्रेस
६७. द स्मोकिंग गन
६८. सायफाय

लेखक परिचय

श्री. सुधाकर राजे मुंबई विद्यापीठाचे एम.ए. व दिल्ली विद्यापीठाचे एलएल.बी. असून गेली ६० वर्षे पत्रकारितेचा व्यवसाय करीत आहेत. ते दिल्लीच्या 'ऑर्गनायझर' इंग्रजी साप्ताहिकाचे माजी संपादक व सध्या मुंबईतील 'हिंदू व्हिजन' इंग्रजी मासिकाचे संपादक आहेत. 'ऑर्गनायझर' मध्ये त्यांनी सतत ५० वर्षे एक लोकप्रिय विनोदी सदरही लिहिले. इंग्रजी व मराठी नियतकालिकांत त्यांचे लेख प्रकाशित होत असतात. इंग्रजी लेख इंग्लंड-अमेरिकेतील नियतकालिकांतही प्रकाशित झाले आहेत.

श्री. राजे ग्रंथ-लेखकही आहेत. 'मुस्लीम मध्यपूर्वेचा हिंदू इतिहास', 'बुद्धपूर्व तिबेटचा हिंदू इतिहास', 'अल्-कायदाचा इस्लामी दहशतवाद' आणि 'आधुनिक इंग्रजी संभाषणाची कला' ह्या विषयांवर त्यांची इंग्रजी पुस्तके प्रकाशित झाली आहेत. 'वेगळे जग' नावाचा मराठी पुस्तक-परीक्षणांचा संग्रह व 'ब्लॅक गोल्ड' शीर्षकाचे खनिज तेलाची कथा सांगणारे इंग्रजी पुस्तक ही ४० वर्षांपूर्वी प्रकाशित झालेली त्यांची पहिली दोन पुस्तके होती. 'पाकिस्तानी दहशतवादा'वरील त्यांचे इंग्रजी पुस्तक आणि 'मुस्लीम मध्यपूर्वेच्या हिंदू इतिहासा'वरील इंग्रजी पुस्तकाची मराठी आवृत्ती प्रकाशनाच्या वाटेवर आहे. शिवाय त्यांनी 'संक्षिप्त हिंदू ज्ञानकोश' आणि जगातील ९० भाषांत आढळलेल्या 'संस्कृतोद्भव शब्दांचा संक्षिप्त शब्दकोश' हे दोन ग्रंथ इंग्रजीत तयार केले आहेत.

श्री. सुधाकर राजे भाषांतरकारही असून त्यांनी २०/२५ मराठी व हिंदी पुस्तकांचे इंग्रजीत भाषांतर केले आहे. त्यात भूतपूर्व पंतप्रधान श्री. अटलबिहारी वाजपेयी यांनी संसदेत हिंदीत केलेल्या भाषणांच्या ४ खंडांचा समावेश आहे.

श्री. राजे यांनी डिप्लोमॅटिक पदावर काम केले आहे. कॅरीबियन प्रदेशातील गयाना देशात भारत सरकारतर्फे चालविण्यात येणाऱ्या 'इंडियन कल्चरल सेंटर' चे ते संचालक होते.

त्यांनी देश-परदेशांत बराच प्रवास केला आहे. त्यात इंग्लंड, अमेरिका, कॅनडा व कॅरीबियन देशांचा समावेश आहे.